பேசப்படாத உண்மைகள்

பேசப்படாத உண்மைகள்

அஷோக் ஸ்ரீநிவாசன்

ZERO DEGREE PUBLISHING

Title : Pesappadatha Unmaigal
Author's Name : Ashok Srinivasan
Translated by Dhamayanthi
First published in India by Fourth Estate
An imprint of HarperCollins Publishers as *Book of Common Signs*

Published by Zero Degree Publishing

First Edition : January 2026

ISBN:978-93-95233-60-6
ZDP Title No : 74
Rs.310 /-

ZERO DEGREE PUBLISHING

No.75 & 76, I Floor, Kuppusamy Street,
Balaji Nagar, Padi,
Chennai - 600050

Website: www.zerodegreepublishing.com
E Mail id: zerodegreepublishing@gmail.com
Phone : 89250 61999

Layout: G.Selvakumar
Photo Credit: Vijay Kutty
Painting: Ashok Srinivasan
Printed at Rathna Offset, Chennai, India

பொருளடக்கம்

முன்னும் பின்னும் ஊசலாடும் ரயில்

நான் என் அப்பாவைப் பார்த்ததே இல்லை. அதே போல பரந்து விரிந்த கடலையும் என் பதினான்கு வயது வரை பார்த்ததேயில்லை. எனக்கு இரண்டு வயதாகும் போது எங்கள் அப்பா எங்களை விட்டுப் போனார். அப்போது அம்மா இரண்டாவது பெண் குழந்தையைப் பெற்றெடுத்திருந்தாள். ஆனால் அக்குழந்தை இறந்தே பிறந்திருந்தது. என் அம்மாவும் அந்தப் பிரசவத்தில் கிட்டத்தட்ட செத்துதான் பிழைத்திருந்தார். கைவசம் இருக்கும் அவர்களது கல்யாணப் புகைப்படங்களை விடவும் (கூட்டம், பூமாலைகள் மற்றும் ஒளி நிறைந்த விளக்குகள் மத்தியில் எடுக்கப்பட்டவை) மிகத் தெளிவான அப்பாவின் பால்ய காலத்து புகைப்படம் ஒன்று உண்டு. ஒரு ரயில் இருப்புப்பாதை சந்திப்பில் தண்டவாளங்களின் மத்தியில் மரக் கிடைப்பலகைக்கும் பிணை அடுக்குகளுக்கும் இடையில் அப்பா கறுப்பு மீசையுடனும் வெள்ளை வெளீரெனவிருக்கும் பலமானப் பற்களுடனும் சிரித்தபடி நின்றிருப்பார். அவரது இடுப்பின் பின்புறம் முடிவிலியின் புள்ளியில் தண்டவாளங்கள் ஒன்றிணைவதை பார்க்க இயலும். ஆனால் என் அம்மா பெரும்பாலும் அவரைப்பற்றி பேசுவதே இல்லை.

அவரைப் பற்றி எனக்குத் தெரிந்த ஒரே விஷயம் அவர் ஒரு விசேஷமான கற்பனையுலகப் பயணி என்பதே தன் மனவுலகில் எப்போதும் ரயில்களில் பயணிக்க விரும்பிய அவர், பெயரற்ற ரயில் அட்டவணைகள், ரயில் அகலப்பாதை குறுகிய இருப்புப்பாதையின் வரைபடங்கள், பிரச்னைக்குள்ளான மிகமிகத் தற்காலிகமான

ரயில்வே அட்டவணைகள் சூழ இருப்பார். மிக விரிவான ரயில் பயணத்திட்டங்கள், வெவ்வேறு வழிகளில் அவற்றுக்காகும் செலவு வித்தியாசங்களும் மாற்றுப் பாதைகளுக்கான வழிகளும், பயணத்திட்ட மாற்றங்களுமாய் அவரது தேர்வுகளைக் கடைசி நொடிவரை முடிவுசெய்யாமலே வைத்திருப்பார். நிஜத்தில் அவர் வீட்டைவிட்டு வெளியே எட்டு வைத்ததுகூட இல்லை. யதார்த்தத்தில் அவர் வெளியுலகத்தில் பயணப்பட இருக்கும் வெறுப்பு, கற்பனையுலகில் அவர் அயராமல் முடிவில்லாப் பயணத்திட்டங்களை வரையறுப்பதிலும் அவை கிளைவிட்டு, படர்ந்து இன்னும் சிலபல பயணத்திட்டங்களாக மாறுவதிலும் சமன் ஆயிற்று. அவரது தலையில் குழுமிக் கிடக்கும் சிற்றூர்களின் பெயர்களை நினைத்து எனக்கு பிரமிப்பாய் இருக்கிறது. ரயில் பெட்டிகள் தடம் மாறுவதற்காகக் குழுமியிருக்கும் இடத்தில் ஒரு மாய ரயில் தடத்தில் தண்டவாளங்களின் மத்தியில் அப்பா மெல்ல மெல்ல மறைந்து இன்னொரு வாழ்வினுள் அவர் நுழைந்திருப்பாரோ என்றே எனக்குத் தோன்றியிருக்கிறது. ஒரு அவசர வாழ்வனுபவத்தினுள் கரியும், புகையும், எஃகுமாய் நிறைந்து வலியும் குழப்பங்களுமற்று மகிழ்ச்சி தரக்கூடிய இதுபோன்றதொரு விளையாட்டு - அவரது உணர்வுரீதியிலான பயணத்தின் வேட்கைக்கு அவசியமானதாக இருந்திருக்க வேண்டும். அவர் பழங்கால எழுத்துவடிவின் புதிரான ஒலியையும் ஒரு விதமான மந்திரத்தன்மையையும் ஒத்த ஒரு நீண்ட பட்டியலை தயார் செய்தே வைத்திருந்தார். ஊர்களின் பெயர்கள், ரயில் நிலையங்களின் பெயர்கள் தாவன்கரே, கோட்டயம், லோஹியன் காஸ், ஹால்டிபாரி, மரியானி, ஜீட் மற்றும் கோலிவடா போன்றவை ரயிலில் பயணம் செய்ய விரும்பிய ஒவ்வொருவரும் பயணச்சீட்டுக்கான பணத்தைச் செலுத்திய பின் கொடுக்கப்படும் சீட்டில் அவர்கள் பயணிக்க வேண்டிய வண்டி எண் முதல் எந்த ஊரிலிருந்து எந்த ஊருக்குப் பயணிக்க இருக்கிறார்கள் என்னும் விவரங்கள் இருந்தன. எனது பள்ளிக்கூட முழு ஆண்டு விடுமுறையில் நாங்கள் வெளியூரில் இருந்தபோது வறண்ட கண்களோடு கடலோரமாய் அமர்ந்து இவற்றையெல்லாம் என் அம்மா காய்ச்சலில் இருந்து மீண்டெழும் என்னிடம் சொன்னார். அப்போது எனக்கு பதினான்கு வயது என் தாய் தகப்பன் இருவருமே ஆசிரியர்கள் என் அப்பா ஏன் மறைந்துபோனார்

என யாருக்கும் மற்ற ஜோடிகளைக் காட்டிலும் இணைக்கமாய் அவரோடு வாழ்ந்த என் அம்மாவுக்கும் தெரியவில்லை. ஒரு விற்பனைப் பிரதிநிதியாய் நான் ரயிலில் அடிக்கடி பயணப்பட நேர்ந்தது. எந்தத் திசையை நோக்கி நான் பயணப்பட்டாலும் எவ்வளவு தூரம் போகவேண்டி இருந்தாலும், நான் என் தகப்பனைப் பற்றி என்னிடமிருந்த மிகச் சிறிய குறிப்புகளை முன்வைத்து மெல்ல மெல்ல என் நினைவோடையின் பாதைகளில் நகர்ந்துகொண்டே இருந்தேன். என் பதினான்காம் வயதின் கோடையில் அம்மா என்னைத் தன்னோடு அவரது ஆராய்ச்சிப் பணியின் நிமித்தம் கடல் சார்ந்த கிராமமான வயலூருக்கு அழைத்துச் சென்றிருந்தார். அவரது வேலை நிமித்தமாக மட்டும் இருந்திருக்கவில்லையெனில், அந்த ஆயிரத்து ஐநூறு மைல் தூர பயணத்தை நாங்கள் மேற்கொண்டிருக்கவே மாட்டோம்.

அங்குதான் நான் கடலைப் பார்த்தேன். அதுதான் எங்கள் நீண்ட பயணத்தின் முற்றுப்புள்ளியாய் இருந்தது. அப்பயணத்தின் துவக்கத்திலேயே எனக்கு உடல்நலமில்லாமல் வாந்தியெடுத்தபடியே இருந்தேன். பழக்கத்தின் பொருட்டு எப்போதும் என் மீது அவர் செலுத்தும் கவனத்தை அப்போதும் நான் பார்த்துவிடக்கூடாது என்ற முன்ஜாக்கிரதை உணர்வோடுதான் அம்மா என்னை கவனித்தபடியே வந்தார். பேருந்து நிலையத்திலிருந்து நான் முதன்முறையாக கடலை என் வாழ்க்கையில் பார்த்தபோது எனக்குக் காய்ச்சல் கொதித்துக்கொண்டிருந்தது. சூழலைத் தன் கட்டுப்பாட்டில் வைக்கத் தெரிந்த ஒரு இளைஞனாய் நான் எங்கள் கான்வாஸ் பையை எடுத்தபடி பேருந்தில் இருந்து கீழிறங்கி பையை மண்ணில் வைத்துவிட்டு சாலையில் அப்படியே பலனற்று உட்கார்ந்தேன்.

அங்கிருந்த பள்ளிக்கூடத்தின் பரந்த வராந்தாவில் அந்த மாலை வேளையில் என்னையும் அம்மாவையும் தவிர வேறு யாருமில்லை. நான் தலையை அம்மாவின் மடியில் சாய்த்திருக்க, நாங்கள் இருவரும் கடலையே வெறித்தபடி அமர்ந்திருந்தோம். கடல் அலைகளின் இரைச்சல் ஓர் இசைபோல் என் கனத்த தலைக்குள் ரீங்காரமிட்டது. என் அம்மாவின் வெண்ணிறச் சேலை எங்கும் என் மூக்கிலிருந்து வழிந்த ரத்தத்துளிகள் சிவப்பு நிறத்தில் நாடகத்தனமாய்ப் படர்ந்திருந்தன. சூரியன் மறைவதற்குள் அம்மாவிடம் என்னைக் கடற்கரையோரமாய்க் கூட்டிச் செல்லச்

சொன்னேன். அப்போதுதான் அவர் அவரது கணவரைப் பற்றி, எனது அப்பாவைப் பற்றி, எங்கள் இருவருக்குமான ஓர் அந்நியரைப் பற்றி என்னிடம் சொல்ல ஆரம்பித்தார்.

கடற்கரையின் இயற்கைச் சூழலில் காலடியில் சிக்கிய மணலோடும் உப்புக் கடலின் காற்றோடும் அம்மா அப்பாவைப் பற்றிச் சொல்லிய எல்லாவற்றையும் நான் மிக யதார்த்தமான விஷயங்களாய் எடுத்துக் கொண்டேன். என் அம்மாவின் மாமா (கிராமத்தில் குத்தகைக்குப் பயிரிடும் அவர் ஒரு நிலத்தகராறு சம்பந்தமான வழக்குக்காக டவுனுக்கு வந்திருந்தபோது- அவ்வழக்கில் அவர் பிற்பாடு வெற்றி பெற்றார்) அவர் என் அப்பாவைப் பற்றிச் சொல்லிய விஷயங்கள் எனக்கு நிஜமாகவே புரியவில்லை ஒரு மழைக்கு முன்னான மவுனம் போல, அப்பாவிடம் ஓர் அசாத்திய மௌனம் இருந்ததாகச் சொன்னார். மக்கள் அப்படியான உருவகங்களை வறட்சி மிகும் சூழல்களிலும் இடர்மிகும் காலகட்டங்களிலும் பேசுவதை நான் கேட்டிருக்கிறேன்.

அம்மா ஆசிரியராக இருந்து ஓய்வுபெற்ற சில மாதங்களிலேயே நான் அசோக்கின் அறையில் (சென்ட்ரல் மார்க்கெட் அருகே ஒரு புறக்கணிக்கப்பட்ட உணவு விடுதியின் மேலே சின்ன தட்டியிட்டு பிரிக்கப்பட்ட அறையில்) அவனது துணையோடு அவன் பயணப்பட்டிருந்தபோது தங்கினேன். மற்றபடி அசோக் அவளோடு இருக்கும் பொழுதுகள் தவிர அவள் அவனுக்குத் தேவைப்படாத பொழுதுகளில் அவளுக்கு என்ன தேவையோ அதைச் செய்ய அனுமதித்திருந்தான். எங்களுக்குள் அப்படி ஓர் ஏற்பாடு இருந்தது.

அப்படியான காலகட்டங்களில் நான் அம்மாவிடம் கோராவுக்கு வேலை நிமித்தமாகச் செல்வதாகவும் ஒரு வாரம் ஆகுமெனவும் சொல்லிவிடுவேன். என் அம்மாவின் உள்ளூர் உறவினரான அத்தை ஒருவர் எங்கள் வீட்டிற்கு வந்த ஒரு சமயம் அம்மா அவரைக் கடைகளுக்கு பொருட்கள் வாங்கவும் ஊரைச் சுற்றிக் காண்பிப்பதற்கும் நான் இல்லாதபோது அழைத்துச் செல்வதாக திட்டமிட்டிருந்தாள். நகரத்தின் வணிக வளாகம் பக்கமிருக்கும் பிரதான வடிநீர்க்குழாய் வெடித்ததன் பொருட்டுச் சாலைகள் ஒன்றிணையும் இடத்தில் நீர்ப்பெருக்கால் போக்குவரத்து நெரிசல் ஏற்பட்டிருந்தது.

நான் அங்கு அதற்கு முன் சென்றதே இல்லை. அங்கிருக்கும் புறவழிச் சாலை கிராமத்தைத் தொடாமல் அக்கிராமங்களுக்கு அடையாளமாய்ச் சுற்றி இருக்கும் பல கோவில்களை இணைத்துச் சென்றது. அக்கிராமம் என்பது ஏழு சந்நிதிகள் (காலரா சின்னம்மை, ப்ளேக், போன்றவற்றைத் தடுக்கும் ஆவிகளுக்கான கோவில்களைத் தவிர்த்து) இரண்டு கோவில்கள் ஒரு பெரிய தண்ணீர்த் தொட்டி மற்றும் மிகச் சரியாகப் பிரிக்கப்பட்ட ஐந்து தெருக்கள் கொண்டதாக இருந்தது. அதில் பெண்கள் குழந்தைகள் மற்றும் மணியார்டர்கள் மூலம் வரும் பணத்தினால் வாழ்வாதாரத்தைக் கொண்டு செல்லும் முதியவர்கள் வசித்து வந்தார்கள். அநேகமாக அங்கு இருக்கக்கூடிய பல கிணறுகள் காய்ந்து போயிருந்தன.

ஒரு நீண்ட வறட்சி பருவத்தின் கடைசிக் கட்டத்தில்தான் நாங்கள் அந்த கிராமத்திற்குச் சென்றிருந்தோம். கிராமத்தின் நடுப்புறத்தில் இருக்கக்கூடிய நீர்த்தொட்டியின் கீழ்த்தளத்தை அடைத்துக் கொண்டிருந்த காய்ந்த வெங்காயத் தாமரைகளை கிராமத்தினர் தீ வைத்து எரித்திருந்தனர். இப்படிச் செய்வதன் மூலமாக அங்கு இருக்கக்கூடிய பாம்புகள் இறந்து, அந்த நீர்த்தொட்டி சுத்தமாவது மட்டுமல்ல - பக்கத்து வயல்களுக்கு அடுத்த பருவத்தின் உரமாக மாறும். மழை வேண்டி தெருக்களின் வழியாக மழைக்கான பிரார்த்தனைகளோடு கூடிய ஊர்வலங்கள் இருந்தன. ஆனாலும் கூட மழையைக் கொண்டு வருபவரான என்னுடைய தகப்பனாரின் சாயலில் மழை பெய்யவே இல்லை. ஒரு துளி நீர்கூட அந்த கிராமத்தின் மண்ணில் விழவில்லை. சில நேரங்களில் மட்டும் சில வெள்ளை மேகங்கள் மழைக்கான வெற்று முன்னெடுப்பாக ஆழ்ந்த நீல நிற ஆகாயத்தில் மிதந்து பின்பு கலைந்துபோகும்.

நாங்கள் அங்கு இரண்டு நாட்கள் மட்டுமே தங்கி இருந்தோம். அதுவே அப்பகுதியில் இருக்கக்கூடிய கோவில் அறங்காவலர்களிடமிருந்து தேவையான விஷயங்களைத் திரட்டுவதற்கு என் அம்மாவிற்குப் போதுமானதாக இருந்தது.

ஆனால், என்னால் தான் அந்த இரு நாட்கள் கூட அங்கு தங்கியதை சகித்துக்கொள்ள இயலவில்லை. நான் மிக பலவீனமாக உணர்ந்தேன். இரவு முழுக்கக் கொசுக்கடியினால் என்னால்

தூங்கவே இயலவில்லை. என்னுடைய அப்பா எங்களை விட்டுச் சென்றதன் காரணமாக நான் என்னுடைய தாத்தா பாட்டியைப் பழிசொல்வதை அவர்கள் உணர்ந்திருந்திருந்தும்கூட அவர்கள் என்னிடம் மிகப் பரிவாகத்தான் இருந்தார்கள். அதை நான் மிகத் தாமதமாகத்தான் அறிந்துகொண்டேன் என்றாலும், நான் அவர்களை அதற்குப் பின்பு பார்க்கக் கூடிய வாய்ப்பே கிடைக்கவில்லை என்பதுதான் துயரமானது.

என்னுடைய பாட்டி முக்கியமாக மிகுந்த சிரத்தை எடுத்து என்னிடம் என் அப்பாவைப் பற்றிப் பேச முயற்சித்தார். அப்பா எட்டு வயதாக இருக்கும்போதே வீட்டை விட்டு ஓடிப் போனதாகவும் ஒரு புளியமரத்தின் கிளையின் மேல் அடுத்த நாள் அவர் உட்கார்ந்து இருந்ததைக் கண்டுபிடித்ததாகவும் சொன்னார். அப்பாவின் மொழியைப் பற்றிச் சொல்லும்போது - பாட்டி அது மிக பலமானதாகவும் அழகானதாகவும் இருக்கும் என்றும் வார்த்தைகளுக்கு நடுவே அப்பா நிதானித்தபோதும் அது தவறாகப் புரிந்துகொள்ளப்படவில்லை என்றும்; அப்பாவின் மௌனங்கள் அவருக்கும் அவரின் வார்த்தைகளுக்கும் ஒரு கம்பீரத்தைக் கொடுத்ததாகவும் சொன்னார்.

நானும் அவரும் பேசிக்கொண்டிருந்த அந்த இடத்தில் கீற்று நெய்த கூரை வீட்டின் ஜன்னல் வழி வழிந்த சூரிய வெளிச்சத்தின் நடுப்பகுதி கோணலான ஒரு கோடு அங்கும் இங்கும் அலைவது போல, எங்கள் மீது அலைந்து கொண்டிருந்தது. சாயங்கால வேளையின் மஞ்சள் வண்ணம் மெல்ல மெல்ல அடர்த்தியாகிக் கொண்டே இருந்தது. மெதுவாக ஒரு மந்திரவாதியின் கையில் கொடுக்கப்பட்ட சித்திரத்தை போல ஜன்னலுக்கு வெளியே நிறைந்து கிடந்த ஒருவிதமான இளம் ரோஜா நிறம் மெல்ல மெல்ல நீரில் முக்கிய சாம்பல் நிறமாக மங்கிப்போயிற்று.

என் பாட்டியின் மெலிந்த குரல் அங்கிருக்கும் பல்லிகள் ஒன்றுடன் ஒன்று பேசிக்கொள்ளும் சப்தம் மீதும் வண்டுகள் ஜன்னலைத் தட்டும் சத்தம் மீதும் வட்டமடித்தபடி இருந்தது. மறுபடி அவருடைய 13 ஆம் வயதில் வீட்டை விட்டு ஓடிவிட்டதாக அவள் சொன்னாள். அதாவது அவள் அப்படிச் சொல்லும்போது எனக்கு அதைவிட ஒரு வயதுதான் குறைவாக இருந்தது அதற்குப் பிறகாக ஒரு மாதம் கழித்து அவரைக் கண்டுபிடித்ததாகவும் ஒரு

கிராமத்தில் கரையைத் தாண்டி முப்பது மைல் தூரத்தில் அவர் நடந்துகொண்டிருந்ததாகவும் அவருடைய நாக்கு கறுப்பாக ஆகி இருந்ததாகவும் அவருடைய உதடுகள் காய்ந்து விட்டதாகவும் அவருடைய வார்த்தைகள் ஒன்றன்பின் ஒன்றாக ஓடினபடி இருந்ததாகவும் அவருடைய கண்கள் சோர்வினால் கனவில் மிதந்துகிடப்பது போலவும் இருந்ததாகவும் சொன்னாள்.

அப்படியான நேரத்தில்கூட அப்பாவின் கோர்வை இல்லாத வார்த்தைகளின் மத்தியில் தெளிவும் பரிவும் நிறைந்திருந்ததாக பாட்டி சொன்னாள். அவர் எங்களை விட்டுப் போவதற்கு முன்பாகவே இரண்டு தடவை வீட்டை விட்டு வெளியேறி இருக்கிறார். எவ்வளவு தூரமாக ஓடினாலும் ஒருவர் தன்னுள் இருக்கும் தன் சுயத்தை விட்டு விலகி ஓடவே இயலாது. அப்பாவைப் பற்றி பாட்டி சொல்லிய அந்தக் குறிப்புகளின்படி அப்பாவுக்கும் மேலான தன்மைகளுடன் ஒருவர் மிகவும் நேர்மை உள்ளவராக இருப்பாரானால் அவரது வாழ்க்கை மிகுந்த துயரத்தில் முடிந்துவிடும். - ஏமாற்றுப் பேர்வழியாக இருப்பது நேர்மையானவராகத் தோற்றுப்போவதைவிட சிறந்தது. பயணங்களை வெறுத்த ஒரு மனிதராக வாழ்ந்த என்னுடைய அப்பாவை அவர் மேற்கொண்ட முடிவற்ற பல மைல் தூரம் பயணங்கள் - அவரை அவர் மற்றபடி சென்றிருக்கவே இயலாத பல இடங்களுக்கு அழைத்துச் சென்றிருக்கிறது. அவரின் இல்லாமை எங்கள் வாழ்வில் பிரதானமான பங்கை வகித்தது. ஒரு புரிதலுடன் நாங்கள் கிராமத்தை விட்டுக் கிளம்பும்போது, அங்கிருந்த ஒரு நீர்த்தொட்டி நீரில்லாமல் வெயிலின் அனலை புகையாக போர்த்திக் கொண்டிருந்தது. அந்த கிராமமே மழை வரும் என்ற பெரும் புரளிகளுக்கு மத்தியில் அமர்ந்திருந்தது போல் தோன்றியது. ரயிலில் ஏறி உட்கார்ந்து ரயில் ஓட்டம் எடுத்த பிறகு நான் என் தலையை ரயிலின் ஜன்னல் வழி வெளியே விட்டு அந்த கிராமத்தை எங்களை விட்டுவிலகிக்கொண்டிருந்த வறண்ட அந்த கிராமத்தைப் பார்த்தேன்-அப்போதுதான் கரிய நெடிய மழையைச் சுமந்த சூல் மேகங்களை நான் பார்த்தேன்.

பல வருடங்களுக்குப் பிறகு அந்த கிராமத்தின் தபால்காரர் எங்களுக்கு எங்கள் தாத்தா பாட்டி தூக்கத்திலேயே நிம்மதியாக உயிர் துறந்ததாக ஒரு கடிதம் எழுதி இருந்தார். சமீபமாகத்தான்

எங்களுடைய மேலாளர் நானும் அசோக்கும் மிகச் சிறந்த விற்பனைப் பிரதிநிதிகளாக வளர்ந்துவிட்டோமெனப் பாராட்டி வெகு விரைவிலேயே எங்கள் சம்பளத்தைக் காட்டிலும் எங்களுக்குத் தரப்படும் கமிஷன் (தரகு) பணம் அதிகமாக ஆகுமெனச் சொன்னார். அதன் பின் நான் அம்மாவுடன் வீட்டில் இருப்பதைக் காட்டிலும் அதிகமாகப் பயணம் மேற்கொள்ள வேண்டி இருந்தது. நான் என் அம்மாவின் சார்பாக எதுவுமே பேச முடியாது என் குணத்திற்கு அது பொருத்தமானதாகத்தான் இருந்தது. நான் ஊரில் இல்லாமல் இருக்கும்போது அவள் நான் வருவதற்காக மட்டுமே காத்திருந்தாள். நான் இருக்கும்போது அவள் எனக்காக எல்லாவற்றையுமே செய்தாள். நான் நிறையப் பயணங்கள் மேற்கொள்ளும் ஒரு விற்பனைப் பிரதிநிதி என்பதால், அதன் தொடர்பான வேலைகளை நான் முடித்தாக வேண்டியிருந்தது.

ஒரு ஞாயிற்றுக்கிழமை மதிய உணவிற்குப் பிறகு நான் என்னுடைய படுக்கையில் படுத்துக்கொண்டு சிகரெட் புகைத்துக் கொண்டிருந்தபோது பண்டக சாலையின் சுவரை ஜன்னல் வழியாகப் பார்த்தேன். அதில் ஒரு பகுதி ஏதோ ஒரு நீர்க்கசிவின் காரணமாக நிரந்தரமாக நனைந்திருந்தது. ஒரு பண்டிகை நாளின் காலையில் ஒரு பெண் தலைக்குக் குளித்துவிட்டு தலை துவட்டும் போது விரிந்திருக்கும் தலைமுடி போல, எனக்கு அது காட்சியளித்தது கறுப்புநிறப் பாசி அதிகமிருக்கும் இடங்களில் நீர்க்கசிவு அடர்ந்து விரிந்திருந்தது. அந்தப் பண்டக சாலையின் வாசலின் பக்கம் ஒரு மினிலாரி நின்றிருந்தது. காலி செய்யப்பட்ட வீட்டு சாமான் பொருட்களின் மேலாக ஒரு சைக்கிள் இருக்க அந்தக் குடும்பத்து நபர்கள் அதைச் சுற்றி நின்றிருந்தார்கள். வேலைக்காரர்கள் அங்கும் இங்கும் ஓடிக் கொண்டிருக்க, திடீரென்று சீனிவாசன் அந்த லாரியின் பின்னாலிருந்து கையில் ஒரு பழுப்புநிறக் காகித பார்சல் உடன் வெளிவந்தான். திரும்பிப் பார்க்கையில் கதவு ஓரமாக என்னுடைய அம்மா நின்றுகொண்டு கண்களால் என்னை வெறித்துப் பார்த்துக் கொண்டிருந்தாள் அப்படித்தான் அவள் எப்பொழுதும் என்னைப் பார்ப்பது வழக்கம்.

திடீரென ஒரு மௌனம் கலைந்ததுபோல் இருக்க, அவள் என் மேலிருந்த பார்வையை விலக்கிக்கொண்டு விவரிக்க முடியாத ஒரு வெகுளித்தனத்துடன், “நீ ரொம்பவும் அநியாயத்துக்கு உங்க அப்பா மாதிரி இருக்க” என்றாள்.

அந்த நேரத்தில் நான் ஏதோ சொல்ல முன்வந்து அதை நிறுத்திக் கொண்டேன். நான் என்ன சொன்னாலும் - ஏன் சின்னதாக புன்னகைத்தால்கூட அவள் அழுதுவிடக்கூடும் என்று தோன்றிற்று.

துக்கத்தைட் - யவாட்மால் - பொள்ளாச்சி - தென்காசி- பஞ்ச்குர் - ஃபஸில்கா - மன்குர்த்

குளிர்சாதனப் பெட்டிகள் மற்றும் முதல் வகுப்புப் பெட்டிகளில் இருக்கும் பயணிகள், அவர்களின் வசதிக்காக ரயில்களில் கார்டாக இருப்பவர்களிடம் முதலிலேயே கேட்டுக்கொண்டதற்கு இணங்க நடுநிசியில் அவர்கள் இறங்க வேண்டிய இடத்தில் கார்டுகளால் இறக்கிவிடப்படுவார்கள். பயணிகள் தூங்கி விட்டதால் தாங்கள் இறங்க வேண்டிய நிறுத்தங்கள் தாண்டிய போதிலும்-ரயில் நிர்வாகத்திற்கு அவர்களை எழுப்ப வேண்டிய பொறுப்பு இல்லை என்பதில் ரயில் நிர்வாகம் தெளிவாக இருக்கிறது எனினும் அப்படி தாங்கள் இறங்க வேண்டிய இடங்கள் தாண்டி அவர்கள் பயணிக்கும்போது அதற்கான கூடுதல் பயணப்படியை அவர்கள் கொடுத்தே ஆக வேண்டும்.

நான் ஒருமுறை என்னுடைய அலுவலக வேலையாகப் பயணப்பட்டபோது, அந்த ரயில் நிலையத்திற்குள் ரயில் நுழைவதற்கு முன்பாகவே கடற்கரைக் காற்றில் கலந்த கடல்பாசியின் பாசமும் பெட்ரோலின் நெடியும் எனக்கு அடிக்க ஆரம்பித்துவிட்டன - உப்பு அடுக்குகளையும் வானத்திற்குள் நடுங்கிப் பதுங்கும் சதுப்பு நிலங்களையும் நான் பார்த்தபோது: அப்பாவிற்கும் இதுபோன்ற கற்பனைவாத காட்சிகள் கண்முன் வந்திருக்கக்கூடும் என்று எனக்குத் தோன்றியது. ரயிலில் பயணிக்கும் பயணிகளுக்கு அவர்கள் மட்டும் அசையாமல் அமர்ந்திருந்த போதும் ஒட்டுமொத்த உலகமும் ஜன்னல் வழியாக நகருமல்லவா? உண்மையில் என் அப்பாவின் வாழ்க்கையில் இதுவே நிஜமான பிம்பமாக இருந்திருக்க வேண்டும். அதற்குக் காரணம் அவர்தான் ஒரு பயணி என்ற மாயையில் ஏற்கனவே இருந்தார். அது ஒரு காட்சிப்பிழைக்குள் இருந்த மாயை என்று அவர் அறிந்திடுவாரா எனத் தெரியவில்லை. அங்கு ஜன்னலைத் திறக்க வேண்டாம். நீங்கள் சென்றுகொண்டிருக்கும் திசையில் பார்க்க வேண்டாம். புகை பிடிக்க வேண்டாம். அப்படிச் செய்வீர்கள் என்றால், ரயில் என்ஜினில் இருந்து வெளிவரக்கூடிய தூசி

உங்கள் கண்களுக்குள் ஒட்டிக்கொள்ளும் - பறக்கும் - மணல் துகள்களைப் பற்றிச் சொல்லவே தேவையில்லை. அவையும் ஜன்னல் வழியே உள்ளே வரும்

இன்னுமொரு முக்கியமான விஷயம் என்னவெனில், இங்கு மக்கள் வேறொரு பிரத்தியேக மொழியைப் பேசினபடி இருந்தார்கள். நான் என்னுடைய உடமைகளை ஒரு பாதுகாப்பு அறையில் வைத்துவிட்டு ஊருக்குள் சென்றேன். வானம் எங்கும் மேகத் திட்டுகள் அப்பிக்கிடந்தன. மெல்லிய புகைக்கரி கறுப்புநிறப் பனித்துளிகளைப்போல எந்தவிதமான அறிவிப்புகளும் இல்லாமல் நடந்துகொண்டிருந்த பாதசாரிகளின் மேல் படர்ந்து கொண்டிருந்தது.

எனக்கு அது அந்நியமாகப்பட்டபோதும் ஏதோ ஒருவிதத்தில் எனக்கு மிகவும் நெருக்கமானதாகத் தோன்றவும் செய்தது. தூசி நிறைந்த காற்று என் மூக்கின் வழியாக நுழைந்ததில் என் கண்களில் கண்ணீர் வடிந்தது. கடைகளின் முன்னால் போடப்பட்டிருந்த பந்தல்களும் - மாநிலங்கள் இடையே போக்குவரத்திலிருக்கும் லாரிகள் மற்றும் பேருந்துகள் மேல் விரிக்கப்பட்டிருந்த தார்ப்பாலின் பாய்களும் காற்றில் படபடத்து என்னை மட்டுமல்ல - என் தொலைத்த பால்யத்தையும் வரவேற்பதைப் போலவே தோன்றிற்று.

என்னால் சரியாகப் பின்தொடர இயலாத ஒரு விளையாட்டை, தெருவில் கிழிந்த உடை கொண்ட குழந்தைகள் விளையாடிக் கொண்டிருந்தார்கள். நான் யார் என்று அடையாளம் காட்ட முடியாத ஒரு பரிச்சயம் என் மேல் படர்ந்துகொண்டிருந்தபோது நான் ஒரு குழந்தையாக உணர்ந்தேன். குழந்தைகள் மட்டுமே பெருவாரியாகத் தன்னிடம் பேசுபவர்களின் வார்த்தைகள் எப்படி கட்டமைக்கப்பட்டிருக்கின்றன என்பதைவிட, அவர்கள் பேசுவதன் அர்த்தத்தைப் புரிந்துகொள்வார்கள். திகைப்போடும் எண்ணில் கிளர்ந்த இழப்பின் வலியையும் சுமந்துகொண்டு நான் மீண்டும் ரயில்வே நிலையத்தின் ஓய்வெடுக்கும் அறைக்குச் சென்று உறங்கலானேன் நான் எழுந்தபோது முற்றிலுமாக இருட்டிவிட்டிருந்தது.

அந்த நேரத்தில் ரயில்வே நிலையம் யாருமற்ற வனாந்திரமாகக் காட்சியளித்தது. அங்கிருந்த தேநீர்க் கடை அடைக்கப்பட்டு இருந்தது. ஸ்டேஷனில் பயணிகளின் சுமைகளைச் சுமப்பவர்

எதிர் பிளாட்பாரத்தில் அவருடைய கோணலான கைவண்டியில் அசையாமல் படுத்திருந்தார். ரெண்டு நாய்களும் ஒரு பசுமாடும் மேம்பாலத்தின் இறக்கத்தில் தூங்கிக் கொண்டிருந்தன. தூரமாயிருந்த பிளாட்பாரத்தின் முனையில் ஒரு வயதான மனிதன் ஒரு இரும்புக் குழாயின் கீழ் உட்கார்ந்து வாந்தி எடுக்க முயற்சி செய்துகொண்டிருந்தான். வெளியே மௌனமான கட்டடங்களின் இருட்டுக்குள் மஞ்சள் வெளிச்சத்தில் நீள்சதுரமாய்த் தென்பட்டன. நான் மெல்ல நடக்கத் தொடங்கினேன். உணவகத்தின் ஷட்டர்களை சாத்தும் போது ஒரு நாயை உதைத்துத் தள்ளினார்கள். விபச்சார விடுதியில் நுழைந்து அந்த அறையில் பாசிகளால் பின்னப்பட்ட திரைச்சீலையை விலக்கி வறண்டுபோன என் தொண்டையோடு லேசாக சத்தம் கொடுத்தபோது அவள் உறங்கிக்கொண்டிருப்பதை நான் பார்த்தேன். அவள் கனல் தெரிவிப்பதை ஒத்த கண்களோடு எழுந்தாள் அவளின் சோர்ந்துபோன கால்களின் மத்தியில் நான் அப்படியே என்னுடைய தாகத்தைத் தீர்த்துக்கொள்ளாமல் படுத்துக் கிடந்தேன்.

கொல்லம் ஜல்சா குடாநாசிக் பதன்கார்ட் வாங்கி ரெக்ஸாள் மஸ்ஜித் - ரயில்வே நிர்வாகம் நம் உடமைகளுக்கு ஏற்படும் எந்தவிதமான இழப்புகளுக்கும் சேதங்களுக்கும் பொறுப்பானதாக இல்லை. நாம் முதலிலேயே சரியான முறையில் உடைமைகளுக்கான பதிவுகளைச் செய்து, அதற்கான நிலுவப்பட்ட தொகையை உரிய நிர்வாகிகளிடம் செலுத்தினால் அன்றி அவர்கள் அந்த உடைமைகளுக்கான பொறுப்பை ஏற்க மாட்டார்கள். அதேபோல பதிவு செய்யப்பட்ட பொருட்களின் உரிமையாளர்கள் பொறுப்பற்றத்தனமாக நடந்துகொண்டால் அதற்கும் அவர்கள் பொறுப்பேற்க மாட்டார்கள்.

முதல்வகுப்புப் பயணிகள் பெட்டியில் இல்லாமல் ஓய்வெடுக்கும் அறைக்கோ கழிப்பறைக்கோ அல்லது உணவு அருந்தும் இடத்திற்கோ சென்றிருந்தால் தங்களுடைய உடமைகளைப் பாதுகாக்க அவர்கள் தங்களுடைய வேலைக்காரர்களில் ஒருவரை ரயில் பெட்டிக்குள் அனுமதித்துச் செல்லலாம். வேலை பார்க்கும் நபர்களுக்கு அங்கு உட்காரக்கூடிய இடமென்று ஒன்று பிரத்யேகமாக இருந்தாலும் உடைமைகளைப் பாதுக்காக்கத் தேவைப்படும் தருணங்களில் அவர்களை அப்படி உள்ளே அழைத்துக்கொள்ளலாம் அது மட்டுமல்ல - அங்கு இருக்கக்கூடிய வேறொருவருக்கு அவர்களது

உடைமைகளைப் பாதுகாக்க ஆள் வேண்டுமென்றாலும் வேலைக்கு வைத்திருக்கும் பயணியின் சம்மதத்தோடு இவர்களை அவர்களை பயன்படுத்திக் கொள்ளலாம்.

காலையின் கடைசி இருட்டுப் பொழுதில் நான் அந்த விபச்சார விடுதியை விட்டு வெளியேறினேன். அவளின் கனவுகளுக்குள்ளோ, அவளின் உறக்கத்திற்குள்ளோ நான் நுழையவே இல்லை. இருட்டில் மூட்டைப்பூச்சிகளால் முற்றுகை இடப்பட்டிருக்கும் ரயில்வே நிலையத்தின் ஓய்வெடுக்கும் அறையை நோக்கி நடக்கலானேன்.

ரயில் நிலையத்தின் கழிவறையில் பூட்டப்பட்ட கம்பி வளையத்தினுள் மங்கிய பல்புடன் கூடிய விளக்கு மிக பலவீனமாக மின்னிக்கொண்டிருந்தது. துடைப்பத்தின் ஒவ்வொரு இலையும் தண்ணீரில் நனைந்து என் முன்னே கட்டிக்கிடந்த மூத்திர ஓடையில் மிதந்தபடி கிடந்தது. அதைப் பார்க்கும் பொழுது என்னை அறியாமல் என் சிறுவயதில் மழையில் நனைந்த மலைத் தொடர்களோடு என்னுடைய எனது அம்மாச்சியோடு நான் ரயிலில் பயணித்தது நினைவுக்கு வந்து போனது. மலைத்தொடர்களில் வழிந்த நீர்வீழ்ச்சிகளை தூரத்தில் இருந்து பார்த்த அம்மாச்சி என்னிடம் சொன்னார் - "இந்தத் தண்ணீரை கிட்ட பார்த்தால் மிகவும் அழுக்காக இருக்கும்" நாங்கள் இருவரும் அப்போது சிரித்தது இப்போதும் எனக்குக் கேட்பது போல் இருக்கிறது. ஒவ்வொரு பாறையும் மழைநீரில் ஊறி அங்கு செழித்திருந்த மூலிகையின் ஆற்றுப்படுத்தும் வாசத்தை சுவீகரித்திருந்தது. பெரும்பாலான இடங்களில் மலையில் இருந்து வந்து தேங்கிக்கிடந்த வெள்ளை நிற மழை நீர் குட்டைகள்- இத்தகைய நறுமணம் கொண்ட மூலிகைச் செடிகளின் நடுவே காணப்பட்டு அடர்த்தியான பச்சை நிறமாக மாறியிருந்தன

உலுபேரியாப் - டிட்டாகர் அல்வாயே - தா தர்- சோடேபூர் - டான்குனி

ஒளி மற்றும் அதன் வழி

ஒரு மனிதனுடைய ஆகச்சிறந்த சிலாக்கியம் என்பது அவனுடைய மகன் மற்றும் அவனுடைய வாரிசு இருவரும் அவருடைய இறுதி காரியங்களில் பங்கு பெறுவதே ஆகும். இஷானும் அவனுடைய தந்தையும் திடீரென்று தான் புதிய ஒரு பயணத்தை வாழ்வின் எதிர்பாராத ஒரு பாதிவழியில் எதிர்கொள்ள வேண்டியிருந்தது.

என்னுடைய தாத்தா நோய்வாய்ப்பட்டு மரணப்படுக்கையில் இருக்கும் இந்த ஒரு வருடமாக மெல்ல மெல்ல கடிதம் எழுதுவதைக் குறைத்துக்கொண்டார். அவருடைய இறுதி கடிதங்கள் அவருடைய மொழி ஆளுமையையும் மொழித்திறனையும் மட்டுமல்ல - அவருடைய கண் பார்வை பிரச்னைகளையும் தனக்குள் பயணித்த பதட்டத்தையும் வெளிக்காட்டியது. ஒரு நள்ளிரவு இஷான் மிகவும் தாமதமாக வீடு திரும்பிய பொழுது அவனுடைய தந்தை அவனுக்காகக் கையில் ஒரு கடிதத்துடன் காத்திருந்தார். அந்தக் கடிதத்தில் அவனுடைய தாத்தா மெல்ல மெல்ல மரணத்தைத் தழுவிக்கொண்டிருப்பதாகத் தகவல் இருந்தது.

அவனுடைய தந்தை மொழிபெயர்த்த தாத்தாவின் பல்வேறு கடிதங்களின் வாயிலாக இஷான் - அவனுடைய தாத்தா ஒரு பிரத்தியேகக் கண் பிரச்சினையை அனுபவித்துக் கொண்டிருந்தார் என்பதை மட்டுமே அறிந்திருந்தான். காகிதத் தாள்களில் அச்சடிக்கப்பட்ட நீரோட்டக் குறிகள் போல - சைக்கிள் செயினின் மூன்று இணைப்புகளின் வடிவம்போல பிரகாசமான

உண்மையான ஆத்மாக்களான வெளிச்சப் பூச்சிகள் அவர் கண் முன் பறந்த வண்ணமே இருந்தன. அவை கீழ்ப்பார்வையில் ஆரம்பித்து மேல் விளிம்பு நோக்கிப் படர்ந்தபோதும் அவரது கண் பார்வைக்கு அதிகம் பாதிப்பில்லை. அவை மறையும் என்றாலும் மீண்டும் கண்ணின் கீழ்ப் பகுதியில் அவை தென்படத் தொடங்கி மீண்டும் மேல் நோக்கித் தங்கள் பயணத்தைத் தொடரும். கண்ணுக்குள் பரந்த அந்தப் பூச்சிகள் அவரது பார்வையை எந்தவிதத்திலும் பாதிப்படையச் செய்யவில்லை. அதனால் அவருக்கு எந்தவிதத்திலும் வலியோ உடல்ரீதியான வேதனையோ ஏற்படவில்லை. அதற்குப் பதிலாக அவை அனைத்துமே அவருக்குக் கண்ணுக்குள் அலைந்து கொண்டிருக்கும் ஓர் அழகிய சித்திரமாகத்தான் தோன்றியது. அவரது கையெழுத்து மோசமாக ஆக, அவரது கடிதத்தின் உள்ளடக்கத்தின் ஆழம் மிக நுணுக்கமாகவும் சொற்சிக்கனம் கொண்டதாகவும் தெளிவாகப் புரியக்கூடியதாகவும் மாறியிருந்தது. இதுவே பிற்காலங்களில் அவர் ஒரே நேரத்தில் கடந்தகாலம், நிகழ்காலம் மற்றும் எதிர்காலம் மூன்றையும் காணக்கூடிய விசேஷத்தன்மையைக் கொண்டவராக மாற்றமடைய வைத்தது- கண்களுள் கூடுகட்டியிருந்த அந்தப் பூச்சி மெல்ல மெல்ல காலவெளியாக மாறத் தொடங்கியிருந்தது. ஒருவேளை இதனால்தான் அவர் உட்பக்கமாகத் தனக்குள் பார்த்துக்கொண்டாரா? உளவியல்சார்ந்த உள்நோக்கிய இந்தப் பயணத்தைத்தான் அவர் குறிப்பிடுகிறாரா? தனக்குள் நிகழ்ந்த இந்தப் பயணம்தான் மெல்ல மெல்ல அவரைக் குறுக்கி, ஒரு மௌனத்திரைக்குள் நகர்த்தியதா? இத்தனை வயதுடைய ஒரு மனிதர் திடீரென ஏன் பயணத்தில் ஆர்வம் காட்டினார் என்பதைப் புரிந்துகொள்ள இவன் சற்றே சிரமப்பட்டாலும் அதைக்காட்டிலும் அவர் எங்கு பயணப்பட விரும்பினார் என்பதை அறிந்துகொள்ள மிகச் சிரமமாக இருந்தது.

ஒரு வருடத்திற்கு முன்னாலேயே கடிதங்கள் வருவது குறைந்து போய்விட்டது. வடமேற்குக் கடற்கரையொட்டிய காவேரி டெல்டா பக்கமிருக்கும் காஞ்சிவாய் கிராமத்திலிருக்கும் இந்த வயதான மனிதரைப் பற்றி இவனுக்குச் செய்திகள் நண்பர்கள் மூலமாகவும், உறவினர்கள் மூலமாகவும் செய்திகளின் வீரியத்தைக் கருதி இவன் நம்பிக்கை வைக்கும் அன்னியர்கள் மூலமாகவும் வந்து சேர்ந்தன. அந்தக் குறுகிய காலகட்டத்திற்குள் அந்த வயதானவர் ஒரு மதத்

தலைவராக மாறி, பல அற்புத மாயங்களைச் செய்பவராக மாறியிருந்தார். கடவுளுக்கு மட்டுமே அவை சகுனங்களாகவும் அடையாளமாகவும் தெரிந்திருக்கக்கூடும். மழைக்காலமற்ற ஒரு மழை நேரத்தில் காஞ்சிவாய் கிராமத்தின் தென்கிழக்கின் மேடான பகுதி சில வாரங்களிலேயே ஒரு வனாந்தரம் பசுமையாக மாறியதைப் போலக் காட்சியளித்தது. அதன் மேலாகக் குட்டி வெட்டுக்கிளிகள் துள்ளிக் குதித்தபடி இருந்தன. புற்களோடு அவை ஏற்படுத்திக்கொண்ட ஸ்பரிசத்தினால் வண்ணங்கள் மாறி நரமாமிசம் சாப்பிடும் விலங்காக மாறி, காட்டுப் பக்கம் வீணே வீசிய காற்றோரம் அலைந்தபடி இருந்தன. இரக்கமற்ற வெயில் கீற்றுகள் ஒரு குட்டிப் புயலில் மாறுபட்ட திசைகளில் அலைவதுபோல - ஆரஞ்சு மற்றும் கறுப்பு நிற வெட்டுக்கிளிகள் ஒன்றின் மேல் ஒன்றாகக் கவிழ்ந்து கிடந்து அந்தப் பசுமையான வெளியின் பச்சை நிறப் பேரழகைக் குலைத்தபடி இருந்தது. அதன் எதிரொளியாக ஒட்டுமொத்த கிராமமே மோசமான பசியின் பாதைகளில் வலியோடு அலைந்தபடி இருந்தது.

இந்தக் கொடூரமான விஷயம் எல்லோருடைய காதுகளுக்குள்ளும் அவரவர் வாய்வார்த்தையாக காஞ்சிவாய் கிராமத்தில் பரவிய பிறகு அங்கிருந்த வீடு வீடாகப் பிச்சையெடுத்த ஒரு தொழுநோயாளி திடீரென சுத்திகரிக்கப்பட்டவனாக மாறினான். அந்தத் தருணத்தில் அவன் இஷானின் தாத்தாவின் வீட்டுக்கு முன்னால் நின்றபடி இருந்தான். அதே நொடியில் காஞ்சிவாய் கிராமத்திலிருந்த எல்லா மூங்கில் தளிர்களும் பூக்க ஆரம்பித்திருந்தன.

இது வாழ்நாள் நினைவோடையில் ஒருபோதும் நிகழாத ஒரு விஷயமாக இருந்தது. முழுவதுமாக மூங்கில் காடே பூத்துக் குலுங்கிய பிறகு, மூங்கில் தும்புகள் கீழே செத்து விழுந்தன. அப்போது எலிகள் கூட்டமாக மூங்கில் பழங்களைச் சாப்பிட பசியோடு கூடின. அதபோல் பிளேக் நோய் சிறுநகரங்களையும் கிராமங்களையும் தாக்கத் தொடங்கியிருந்தது. எண்ணிக்கையில் அடங்காத நபர்கள் அந்த வயதானவரின் வீட்டை வந்தடைந்தார்கள். பிளேக் நோய்க்குப் பலியானவர்கள்கூட அந்த வயதானவரின் வீட்டுக் கதவைக் கடந்ததால் உயிர்த்தெழுந்ததாக நம்பத்தகுந்த செய்திகள் வந்தன. அவர் வீட்டுத் தோட்டத்தின் பின்புறம் இருந்த மூங்கிலின் வேர்த்தண்டு கிழங்குகளிலிருந்து ஒருசில மெலிவான தளிர்கள்

மேலெழும்பியபோது, அவை இன்னும் ஒரு வருட காலத்தில்தான் முழுமையாக வளர்ந்திருக்கும் என்ற நிலையில், அவரின் வீட்டின் முன்னிருந்த வயதான மரணித்த மரம் ஒன்று இரவில் ஒரு ரகசிய ஒளியோடு ஒளிர்ந்துகொண்டிருந்தது. காலையில் அது கரையான்களாலும் பூஞ்சைகளாலும் குடிகொண்ட பிரதேசமாக மட்டுமே இருந்தது. ஒற்றை இலைகூட இல்லாத நன்றாக வளைந்த கிளைகளுடைய அந்த மரத்தின் கிளைகளினூடே இல்லாத ஒளியைச் சுற்றிப் பல மின்மினிப் பூச்சிகள் வந்து தஞ்சமடைந்திருந்தன. அந்த ரகசிய வெளிச்சத்தில் மிளிர்ந்த மின்மினிப் பூச்சிகளின் வெளிச்சமும் நேர்கோடிட்டு ஒன்றாக உருமாறி இருந்தது. அந்தப் பகுதியிலிருந்த எல்லாக் கோயில் மணிகளும் ஒன்றாக ஒலித்துக்கொண்டிருந்தபோது, இந்த அதிசயம், பார்த்துக்கொண்டிருந்தவர்களின் முகத்தில் ஒரு இன்ப அதிர்ச்சியை ஏற்படுத்தியிருந்தது. கோவில் மணிகளுடைய அந்த ஒலி எல்லாத் திசைகளிலும் அதிர்வை உண்டாக்கி ஈரக்காற்றில் மெல்ல அது கரைந்துபோய்க்கொண்டிருக்கும்போது, ஒரு நிமிடம் காஞ்சிவாய் கிராமத்தின் அத்தனை விளக்குகளும் அணைந்துபோய் அந்தச் சிறு நகரமே முழுமையான இருட்டுக்குள் தஞ்சம் புகுந்தது. அப்போது அந்த ஒற்றை மரம் மட்டுமே தன்னுடைய மர்மமான அற்புத விளக்கின் ஒளியால் மினுங்கிக்கொண்டிருந்தது.

எத்தனை பேர் மாண்டுபோனார்கள் என்பதை எண்ணுவதற்கு அங்கு போதுமான மனிதர்கள் இல்லை என்றாலும், அங்கிருந்த அத்தனை பேரும் நம்பிக்கையுடன் அந்தப் பார்வையற்ற முதியவரை ஓர் உயிர்வாழும் ஞானியாகவே கருதினார்கள். அந்த முதியவர் எந்தவிதமான உரைகளையும் கொடுக்கவுமில்லை, எந்தவித சடங்கு சம்பிரதாயங்களைச் செய்யவுமில்லை. அவர் அந்தப் பழமையான வீட்டின் முன் வராண்டாவில் ஒரு கயிற்றுக் கட்டிலில் அமைதியாக அமர்ந்திருந்தார். அந்த வீட்டில்தான் அவர் பிறந்திருந்தார். மக்கள் வெள்ளம் அங்கு அவரைச் சந்திக்கத் திரண்டு வந்தது. அவர் அங்கே வெறுமனே தலையைத் திருப்பிக்கொண்டு, மூச்சுவிடுவதன் ஓர் அடையாளத்தை மட்டுமே சுமந்து அந்தக் கயிற்றுக் கட்டிலில் படுத்துக் கிடந்தபோது, பல்வேறு மனிதர்கள் அவர்களது பிரச்சினைகளிலிருந்தும், உடல் உபாதைகளிலிருந்தும் அற்புதமாக குணமடைந்தபடி இருந்ததாகக் கருதினர். இந்தியத் தபால்துறை மூலமாக அவருக்கு அனுப்பப்பட்ட கடிதங்கள் எல்லாமே பதில்

அனுப்பப்படாமல் அல்லது பிரிக்கப்படாமல் இருந்தாலும்கூட அனுப்பியவருக்குப் பல அதிசயங்களை உண்டுபண்ணியதாகச் சொன்னார்கள்.

அவரை மக்கள் அனைவரும் வியாதிகளைச் சொஸ்தமாக்கும் கலையின் மிக முக்கியமான மருத்துவராகக் கருதினர். ஒரு மிகப் பெரிய நிறுவனமாக மக்கள் சேர்ந்து அந்த முதியவர் அவர்களிடம் எந்த அளவுக்குக் கண்டுகொள்ளாமல் ஓர் அலட்சிய பாவனையோடு இருந்தாரோ, அதைத் துளியும் பொருட்படுத்தாது அவர்கள் அங்கு நம்பிக்கையோடு கூடியிருந்த பக்தர்களை அவர்கள் அனைவரும் சேர்ந்து கூட்ட மிகுதியால் ஏற்படும் நெரிசலைக் கட்டுப்படுத்தி அவரைத் தரிசிக்க முடமாக்கப்பட்ட, வியாதியோடு இருக்கிற, நம்பிக்கையோடு அவரைச் சந்திக்க வருகிற அனைவரையும் வரிசைப்படுத்தி, அந்த முதியவரைத் தரிசனம் செய்யும்படி வசதிப்படுத்தினர். காஞ்சிவாய் கிராமத்தின் பக்கத்து ஊரான தாழையூத்துக்குக் கூடுதலான ரயிலை இந்திய ரயில்வே நிர்மாணித்திருந்தது. அந்த ரயில்களுக்குச் சிறப்பு யாத்திரை ரயில்கள் எனப் பெயரிடப்பட்டிருந்தன. ஒரு காலத்தில் மிகவும் மங்கலான ஒரு கிராமமாக இருந்த காஞ்சிவாய் கிராமம் இன்று மிகப் பெரிய ஆர்ப்பாட்டமான நகரமாக மாறியிருந்தது- விலையுயர்ந்த பொருட்கள் கிடைக்கக்கூடிய இடமாக, போக்குவரத்து நெரிசல்மிக்க இடமாக, புண்ணியஸ்தலமாக மாறியிருந்தது. அங்கு வந்த அத்தனை மக்களும் அந்த முதியவர் ஒரு புனிதர் என்று நம்பினார்கள். ஒருசிலர் அவரைக் கொஞ்சம் மனநிலை பாதிக்கப்பட்டவராகச் சொன்னார்கள். ஆனால், பெரும்பாலானோர் அவரைத் தங்கள் வாழ்வின் மிக முக்கியமான இடங்களில் வைத்துக் கொண்டாடினார்கள். சிலர் மட்டுமே அவரைத் தூற்றினார்கள். சிலர் அவரைத் தீர்க்கதரிசி என்றார்கள். வெகுசிலர் அவரைப் போலியானவர் என்றார்கள். சிலர் அவர் குணப்படுத்துகிறவர் என்று சொன்னார்கள், சிலர் கடவுள் என்றார்கள், சிலர் மோசடிப்பேர்வழி என்று முத்திரை குத்தினார்கள். வெகுசிலர் அவர் தனக்கு அதிகம் தெரிந்தவர்போல நடிப்பவர் என்று சொன்னார்கள்.

பத்தொன்பது வயது நிரம்பிய இஷான் அவனுடைய தகப்பனுக்கு ஒரு மிகப் பெரிய ஏமாற்றமாகவே உருவெடுத்திருந்தான்.

அவனது அப்பா அவருடைய அப்பா மற்றும் முன்னோர் போலவே முரட்டுப் பருத்தித் துணியில் காய்கறி சாயங்களைக் கொண்டு பல கைகளைக் கொண்ட பெண் தெய்வங்களின் ஓவியங்களை வரைந்து பிரார்த்தனைக் கூடங்களில் இருக்கும் திரைச்சீலைகளாக விற்றுக் கொண்டிருக்கும் வணிகத்தைச் செய்தபடி இருந்தார். இஷான் இந்தக் குடும்பத் தொழிலை மேற்கொள்ளவில்லை. அதற்குப் பதிலாக அவன் சோஹோவில் இருந்த ஒரு புகைப்படக் கலைஞர் நிறுவியிருந்த ஸ்டூடியோவில் வேலை பார்த்துக் கொண்டிருந்தான். அந்த ஸ்டூடியோ ஒரு பிரிண்டிங் பிரஸ் மற்றும் பைண்டிங் செய்யக்கூடிய கடையை ஒட்டி இணைந்திருந்தது. அந்த ஸ்டூடியோவில் இஷான் ஒரு சில தனிப்பட்ட குழுமங்களுக்குக் கொடுப்பதற்கான பிரத்தியேக பாலியல் புகைப்படங்களைத் தயார்செய்துகொண்டிருந்தான். அவனுடைய சொந்தக்காரர்கள் யாருக்கும் அவன் இதைச் செய்துவந்தது தெரியாது.

இஷானுடைய அப்பா அவருடைய ஓவியப் படைப்புகளைக் குறித்த கர்வமுடையவராய் இருந்தார். அவை எதுவும் அவருடைய பெயரைத் தாங்கியிருக்கவில்லை என்றாலும் அதனுடைய வண்ணத்தின் அடர்த்தியாலும் வடிவ சட்டகத்தின் நேர்த்தியாலும் ஒவ்வொரு படமும் அதனுடைய முந்தைய படத்தைவிட மிக அழகான முறையில் உருவெடுத்துவிட்டிருந்தன. அவை எதுவுமே அவற்றின் அசல் படத்தைக் காட்டிலும் அவருடைய தந்தை அவருக்குக் கற்றுத்தந்த கலையின் வெளிப்பாடாக இருந்ததில் அவருக்கு ஏகப்பெருமை இருந்தது. பல தலைமுறைகளாக அவருடைய குடும்பம் நான்கு வகையான பார்வதியின் திரு அவதாரத்தை மதுரை, காஞ்சிபுரம், நாகப்பட்டினம், வாரணாசி பகுதிகளில் இருந்து பெற்று வரைந்து வந்திருந்தனர். அவை மீனாட்சி, காமாட்சி, நீலயதாட்சி மற்றும் விசாலாட்சி எனும் வடிவங்களைக் கொண்டவையாகும். என்றாலும் அவை எதையுமே கலையின் உருவங்களாக யாரும் அங்கீகரித்ததில்லை. எனவே, இஷானுடைய அப்பா துணியில் தான் வரைந்த பல்வேறுவிதமான ஓவியங்களை மிகக் குறைந்த விலைக்கே புலம்பெயர்ந்த சமூகத்தினருக்கு விற்றிருக்கிறார். ஒரு கலைஞராக அவர் தன்னுடைய கைவேலைப்பாடுகளையும் ஓவியங்களையும் ஓர் உன்னதமான கலைவடிவமாகத்தான் கருதினார். அவரைப்

பொறுத்தவரை ஒரு கலைப்படைப்பு என்பது குறிப்பிட்ட அந்தக் கலைஞனுடைய தனித்துவத்தை முன்னிறுத்துவதாக இருக்க வேண்டுமேயன்றி, அதற்கு முன்னதாக அதேவிதமான ஓவியத்தை வரைந்த கலைஞனின் படைப்பை நகல் எடுத்த ஒன்றாக இருக்கக்கூடாது.

பெண் தெய்வங்களின் எல்லா ஓவியங்களும் வெகு தத்ரூபமாக ஒரேபோல் இருந்தன. ஒரே பெண் தெய்வத்தின் இரு ஓவியங்கள் வெவ்வேறாக ஒருபோதும் இருந்ததில்லை. இஷானின் தந்தை பெரும்பாலும் அஷோக் எனும் சிற்பியைப் பற்றி ஒருவிதமான எரிச்சலுடன் பகிர்ந்துகொண்டிருக்கிறார். அஷோக் கோவில் சிலைகளைச் செதுக்கும் ஒரு சிற்பியாக இந்திய நாட்டில் பிறப்பெடுத்து, பின்னர் பொருளாதாரத் தேவைகளுக்காக அவரது முன்னோர்கள் வழிவழி வந்த அந்த அற்புதத் திறனைக் கைவிட்டுவிட்டு நிர்வாணப் படங்களை முன்னிறுத்தி உருவாக்கும் சிற்பங்களையும், தோட்டப் பின்னணியில் இருக்கும் நீரூற்றுகளைத் தத்ரூபமாகச் செதுக்குவதிலும் தன்னுடைய திறமையை மடைமாற்றிக்கொண்டிருந்தார். பிற்காலங்களில் அஷோக் கிரானைட் கற்களைக் கொண்டு மாவாட்டும் இயந்திரங்களை யாருக்கும் தெரியாமல் கொத்தித் தரும் ஒரு நபராகவும், தனது அடிப்படைப் பொருளாதாரத் தேவைகளுக்காக மாறியிருந்தார். தன்னுடைய இயல்பான, அப்பாவித்தனமான மௌனங்களின் மூலமாக இஷானுடைய அப்பா தன் மகனின் உடைந்த ஆங்கிலத்தைக் குறித்துப் பெருமிதத்தைக் கொண்டிருந்தார். அவன் அங்கிருக்கக்கூடிய ஆங்கிலப் பள்ளி ஒன்றில் படித்து வந்திருந்தான். இஷானுக்குச் சரியான முறையில் தமிழின் பயிற்சி இல்லாமலும், கோவில் ஓவியங்கள் குறித்த ஞானம் இல்லாமலும் இருப்பதைக் குறித்த தனது வலிகளை அவர் கூடுமானவரை வெளிப்படுத்தாமல்தான் இருந்தார். அவர் அடிக்கடி இஷானிடம் தனது குடும்பம், தாங்கள் புலம்பெயர்ந்திருந்த கிராமம், தன்னுடைய குழந்தைப் பருவம் குறித்து உரையாடிக்கொண்டேதான் இருந்தார். அதேபோல அவர் வேதங்களிலிருந்து ஒரு சில பகுதிகளை அவனுக்கு வாசித்துக் காட்டி, குழந்தைப் பருவத்தில் அவனுக்கு அவர் கூறிய இதிகாசங்களிலுள்ள பழங்காலக் கதைகளைப் பற்றியும் அடிக்கடி நினைவுபடுத்தியபடியேதான் இருந்தார். இதற்குப் பதிலாய் இஷான் ஒருபோதும் தான் பார்த்துவந்த

வேலையைப் பற்றி ஒரு வார்த்தைகூட பேசியதேயில்லை– எது எது சம்பந்தப்பட்டது மற்றும் அது அவனை எங்கு முன்னெடுத்துச் சென்றது என்பதைப் பற்றியும் சொன்னதேயில்லை. ஏனெனில், அவன் அவனது வேலை குறித்து மிகுந்த மகிழ்ச்சியோடு இருந்தான். அதேபோல, அவனது தகப்பன் குறித்தும் அவனுக்கு லேசான அவமானம் இருந்தது. இந்தியா அவனது தந்தையின் நாடாக இருந்தபோதும் அதை அவனுடையதாக அவன் கருதியதே இல்லை. அவன் வளர்க்கப்பட்ட அடர்த்தியான இந்து சமய மரபுவழியைக் கணக்கில் எடுத்தால்கூட, அவன் வளர்ந்த சூழல் என்பது குடி விடுதிகள், சூதாட்டக் கடைகள் மற்றும் கால்பந்து மைதானங்களாகவே இருந்தன. அவனது ஒற்றைப் பாலியல் சம்பந்தமான விஷயங்களும் அது சார்ந்த மனரீதியான பாதிப்புகளும் எதிர்ப்புகளும் அவன் முன்னால் படர்ந்து விரிந்து கிடந்தன.

இஷானின் அப்பா எப்போதுமே தொலைக்காட்சியை அணைத்துவிட்டு ஒரு பெரிய கம்பளியை விரித்து, தீயின் முன்னால் உட்கார்ந்து, ஒரு கனத்த குடும்பப் புகைப்பட ஆல்பத்தைக் கையில் வைத்துக்கொண்டு பல்வேறுவிதமான மனிதர்களையும் அவர்களின் பெயர்களையும் அவர்களின் வரலாறுகளையும் அவனிடம் சொல்லியபடியே இருப்பார். அப்போதெல்லாம் சில வேளைகளில் இஷானுடைய மனதில் அவனது ஸ்டூடியோவின் அடர்ந்த சிவப்பு இருள்சூழ்ந்த தளத்தில் லிண்டா அவனுக்கு முதல்முறையாகக் காட்டியிருந்த அந்த எதிர்பார்ப்பில்லாத அன்பு நினைவுக்கு வரும். தூர தேசத்தில் அந்த ஆல்பத்தில் அப்பா காட்டிய அந்நியமான முகங்களும் பாதி தெரிந்த சாயல்களும் கொண்ட முகங்களும், வித்தியாசமான பெயர்களும் இஷானின் மனதில் ஒருபோதும் நீண்டநாட்கள் இருந்ததில்லை. எனவே திரும்பத் திரும்ப அப்படியான ஓர் உரையாடல் குளிர்கால மாலைகளில் குடும்பத்துடன் நிகழும்போது அது திரும்பத் திரும்ப வாழ்க்கையில் நிகழ்வதுபோல் ஓர் எண்ணத்தை அவனுக்குள் ஏற்படுத்தவில்லை. அப்பா காட்டிய அந்த ஆல்பம் என்பது ஒவ்வொரு தலைமுறைக்கான ஒரு மதிப்புமிக்க பொக்கிஷமாகக் கருதப்பட்டது மட்டுமல்லாமல், அந்த ஒட்டுமொத்தக் குடும்பத்தின் முன்னோர்களை வழிபடும் ஒரு புனித சம்பிரதாயமாகவே இருந்தது.

இஷானுக்குக் குடும்ப வரைபடத்தின் விரிவான விளக்கமும், அதனோட நிறைந்திருந்த பல்வேறுவிதமான அச்சு அசலான குடும்பப் புகைப்படங்களும் ஒருவிதமான மரத்துப்போன நிலையையே உருவாக்கியிருந்தன. அந்த ஆல்பத்தின் நான்கு முனைகள்கூட மஞ்சளால் தொட்டு வைக்கப்பட்டிருந்தது. முழு ஆர்வமில்லாமல் இஷான் அந்தப் புகைப்படங்களைப் பார்க்கும்போது அதிலிருந்த அவனுடைய முப்பாட்டனார்களின் புகைப்படங்கள் மிகுந்த பழக்கப்பட்ட, கட்டமைக்கப்பட்ட முறைமைகளோடு அவர்களின் இறுக்கமான முகங்களோடு காணப்பட்டன.

மறுபடி அவர்கள் ஊருக்குத் திரும்புவதற்கான எல்லா ஆயத்தங்களையும் செய்துகொண்டிருக்கும்போதுதான் அந்த வயதானவர் மரணித்துவிட்டார் என்று அவர்களுக்கு ஒரு செய்தி வந்தது. ஊருக்குக் கிளம்பும் மனநிலையிலிருந்த அவர்களுடைய மனம் மெல்ல மாற்றம் கண்டு அவர்கள் கிளம்பும் வேகமெல்லாம் நினைவுகளால் நிரப்பப்பட்டு, சடங்கு முறைகள் குறித்து என்னென்ன செய்ய முடியும் என்று அவர்கள் இறுதி காரியத்தில் பங்குபெற கிளம்பினார்கள். அவர்கள் அப்படியாக அங்கிருந்த விமான நிலையத்திற்குச் செல்லக் காத்திருந்தபோதுதான் யார் யாரெல்லாமோ நண்பர்கள் என்ற பெயரில் இந்தியாவில் பார்வையற்ற அந்த முதியவரின் மரணத்தைக் கேள்விப்பட்டு ஹீத்ரோவிற்கு நேரடியாக வந்து இஷானின் தந்தையிடம் துக்கம் விசாரித்தனர்.

அவர்கள் அனைவருக்கும் தேநீர் பரிமாறிய பிறகு இஷானின் அம்மா சமையலறைக்குள் கண்ணீர் தோய்ந்த தன் கண்களோடு தன்னை உள்ளிழுத்துக்கொண்டாள். என்றாலும் அவள் திரும்பவும் காய்ந்த கண்களோடு கதவினோரம் வந்து நின்றபடி, கூட்டத்தில் பேசப்பட்டுக் கொண்டிருக்கும் இறுதியான சூடான விவாதங்களைப் பற்றிக் கேட்டுக்கொண்டிருந்தாள். பகிர்ந்துகொள்ளப்பட்ட ஒரு வசதியான மௌனத்திற்கு வெளியே பேசப்பட்ட ஒரு சில வார்த்தைகள் இஷானுக்கு அவனுடைய முன்னோர்களின் நிலத்துக்கு முதல்முறையாகப் பயணப்படும் அந்தப் பயணத்தில் அவனை ஆயத்தப்படுத்துவதற்கான பல்வேறு விஷயங்கள் இருந்தன. சில விஷயங்கள் சொல்லாமல் விடப்பட்டன.

“அப்பா நாம நாலு நாள் அங்கதான் இருப்போமா?” இஷான் கேட்டான்.

“நாலுநாள்போல இருக்கும். அங்க இருக்ற சூடு பத்திதான் எனக்கு பயமாருக்கு. அதுவும் இவருக்காக.”

அந்த முதியவர் இஷானை நோக்கித் தலையைசைத்தார்.

“எத்தன வருஷம் இருக்கும் நீங்க அங்க போயி?”

“சரியா இருவத்தஞ்சி வருஷம். எனக்கு என்னவோ நேத்துதான் நடந்த மாதிரி இருக்கு. எனக்கு இந்தியாவ விட்டுட்டு இங்கிலாந்து வர்றதுக்கு அத்தன இஷ்டம்லாம் இல்ல. இப்ப இங்கருந்து அங்க போறதுக்கு எனக்கு மனசு ஒப்பல.”

“எல்லாமே மாறிடுச்சுல்ல? அந்தப் பழைய பாதைலாம் இப்ப திறக்கல. இப்ப எல்லாமே புது தொடர்பாருக்கு.”

“இப்பல்லாம் தாழையூத்து ஜங்ஷனுக்கு விசேஷ ரயில் வந்திருச்சு. வாரம் முழுக்க ஒருத்தர் காத்திருந்து ஒரு போட் ட்ரெயின்ல போக வேண்டிய அவசியமில்ல. காஞ்சிவாய் கிராமத்துக்குப் போறதுக்கு இருந்த மாட்டுவண்டி, ரிக்ஷா எல்லாத்தையும் இப்ப இருக்கக் கூடிய பஸ், ஆட்டோ வந்து மாத்திருச்சு. இந்த நக்கல், பிக்கல், பிடுங்கல் எல்லாத்துக்கும் அப்பாற்பட்டு இப்ப நானே போனாலும் காஞ்சிவாய் கிராமத்த கண்டுபிடிக்க முடியாது. இப்ப அங்க இருக்ற எதுவுமே பழசு மாதிரி இல்ல.”

“ஒங்களுக்கு எது ஞாபகம் இருக்கோ... அத வச்சு நீங்க அங்க போகாதீங்க. ஒவ்வொரு எடத்துலயும் எந்த திசையில போகணும், என்ன மாதிரியான போக்குவரத்து வசதி இருக்குன்னு விசாரிச்சிக்கோங்க. ஆனா என்ன பொறுத்தவரைக்கும் நாம பேசின எதுவுமே நீங்க அங்க போய்ச் சேர்றதுக்கு உதவாதுன்னு நினைக்கிறேன். ஏன்னா, அங்க எல்லாரும் உங்கள அங்க எதிர்பார்த்துட்டு இருப்பாங்க. நீங்க அங்க போகும்போதே எல்லாரும் உங்களுக்காகக் காத்திருந்து உங்கள கூட்டிட்டு போயிடுவாங்க. ஏன்னா, உங்க அப்பா ஒரு மிகச் சிறந்த மனிதர் இல்லையா?”

அந்தக் கடைசி வார்த்தைகளை அவர் தன்னுடைய சாவிற்கு முன்னதாக முணுமுணுப்பது போலிருந்தது; இவ்வளவு நாட்களாக

நான் சுமந்திருந்த நினைவுகள் எல்லாமே என்னுடைய முன் ஜென்மத்தின் சொத்தாகத்தான் தோன்றுகின்றன.

அவர் வாழ்வதைப் போலவே அவர் மரணித்திருந்தார். எதையும் அவர் தன்னுடைய சொத்தாக எடுத்துச் செல்லவில்லை. அவருடைய உடல் மரணத்துக்காகக் காத்திருந்தபோதுகூட அது எந்தக் கட்டத்திலும் தேவைகளுக்காகக் காத்திருந்ததாக யாருமே நினைக்க இயலாது.

தன்னுடைய சித்தப்பாவுக்கு எந்தவிதமான தவறுகளையுமே இழைக்காத ஒரு மனிதன் மரணத் தறுவாயில் ஒளியாக மின்னியதைப் போலத்தான் இந்த மனிதர் இறந்தார்.

அவர் இறந்த அந்த இரவு காவேரிமீது தீப்பற்றியது. ஒரு நதி பல மைல் தூரத்துக்கு எரிந்தபடி இருந்தது - நதியின் முகத்துவாரத்தின் பாதி வழியிலிருந்து ஸ்ரீகளம் வரைக்கும். மறுநாள் செய்தித்தாள்களில் எல்லாம் தொழில்துறை கழிவுகள் மற்றும் எண்ணெய் சுத்திகரிப்பு நிலையங்களின் கழிவுகள் இவை எல்லாமே சேர்ந்துதான் காவேரி நதியின்மேல் தீ எரிய வைத்தது என்றும் செய்திகள் வெளியாகின. ஆனால் மக்கள் எவரும் அதை நம்பவில்லை. அவர்கள் அந்தக் கதையைப் பலமுறை சொல்லிக் கொண்டிருந்தார்கள். - சகோதரரே நான் உங்களைக் கேட்கிறேன், அப்படியே அந்தக் கழிவுதான் அந்தத் தீயை உண்டாக்கியது என்றால், அன்றைய இரவு ஏன் பிரத்தியேகமாக அந்த நதி எரிய வேண்டும். யாராவது ஒருவர் இதற்குப் பதில் சொல்ல முடியுமா? மக்கள் யாரும் முட்டாள்கள் அல்ல. நான் அந்தப் பத்திரிகையாளரிடம் நீங்கள் சொல்வது வேலைக்காகாது என்று சொல்லிவிட்டேன். வேலைக்கு ஆகவே ஆகாது. எப்படி மக்களிடம் சென்று நீங்கள் உங்கள் கண்களால் பார்ப்பதைத் தயவுசெய்து நம்பாதீர்கள் என்று சொல்ல முடியும்?

வந்திருந்த பார்வையாளர்களுள் ஒருவர், “அவங்க உங்க ரெண்டு பேருக்காக காத்திருக்காங்க” என்று சொன்னபோது, அங்கிருந்த எல்லோருமே உடனடியாக அந்த முதியவரின் பக்தியை முன்வைத்து அவருடைய மரணத்தை ஒப்புக்கொண்டதுபோல இருந்தது. அதற்குப் பின் அங்கு நிலவிய நீண்ட மௌனத்தின் இடையே அங்கிருந்த ஒரு சிலர் இஞ்சியும் எலுமிச்சைப் புல்லும் கலந்த குளிர்ந்த தேநீரைக் குடித்தார்கள். அஷோக்குடைய கதை

முடிந்துவிட்டது, அதை நீங்கள் கேள்விப்பட்டிருக்கக்கூடும். அவனுடைய உடல் புறக்கணிக்கப்பட்ட ஒரு கிரானைட் குவாரியிலிருந்து கண்டெடுக்கப்பட்ட அந்த நாளில் முழுக்க முழுக்க காகங்கள் அவனோடிருந்தன. அவனை முழுக்க முழுக்க எல்லோரும் தேடினபடி இருந்தார்கள். அவர்கள் அவனைக் கண்டடைய எல்லாத் திசைகளிலும் போய்க்கொண்டிருந்தார்கள். கோவில் கோபுரத்தின் தென்பகுதி இதுவரை அந்நொடிவரை முழுமை அடையாமல் இருந்தது. அவனும் அதைப் பல காலம் கேட்டபடி இருந்தான். ஆனால், அது முழுமை அடைந்தபோது அதைக் காண அவன் தயாராக இல்லை. அவனுடைய கதை முடிந்துவிட்டிருந்தது. நான் பல நேரங்களில் அவனது சொந்த சிறுநீர் குளத்தின் நாராச சாக்கடையின் மீது மீன்பிடிக்க இயலாது என்று அவனிடம் சொல்லியும் அவன் கேட்கவில்லை. அதனாலேயே பரிதாபப்பட்ட ஓர் ஆத்துமாவாக மிக எளிதாக அவன் முடிந்துபோனான்.

அங்கு ஒருவருக்கொருவர் தொடர்பில்லாத புன்னகைகள் நிலவிக் கொண்டிருந்தன. மெல்ல மெல்ல அந்தச் சூழல் இலகுவாக மாறிக்கொண்டிருந்தது. அங்கிருந்த ஒருவர் இஷானின் தூரத்து உறவினராக ஸ்ரீநிவாசன் என்பவரைப் பற்றிப் பேச ஆரம்பித்தார்- ஸ்ரீநிவாசன்கூட வாழ்க்கையின் எல்லைக்கு வந்திருந்தார். ஸ்ரீநிவாசன் ஒரு வாயில்லாப் பூச்சி. நான் சொன்னால் அதை நீங்கள் நம்பமாட்டீர்கள். அத்தனை நகைப்பிற்குரிய விஷயமாக அது இருந்தது. அவர்கள் ஸ்ரீநிவாசனை அலுவலகத்திலிருந்து வீட்டிற்கு அழைத்து வந்தபோது அவர் தன்னைப் பொறுத்தவரை, மாநிலங்களுக்கு இடையிலான பேருந்து நிறுத்தத்திற்கு எப்படி ஒரு மனிதன் செல்லக்கூடும் என்பது பற்றி யோசித்துக்கொண்டிருந்தார். அவரது ஒட்டுமொத்த குரலும், அதிலிருந்து வெளிப்பட்ட வார்த்தைகளும் எப்போதுமே ஒரு நிலப்பரப்பளவைக் குறிக்கக் கூடியதாகவும் பக்தி நிறைந்த ஸ்தோத்திரங்களை உச்சரிக்கக் கூடியதாகவும் இருந்தது. கடற்கரையையொட்டி நடமாடும் பகுதிக்கு இடதுபுறமாக நீங்கள் நேராகச் சென்றால் உங்களுடைய பற்றுதலையும் விருப்பங்களையும் முற்றிலுமாக விட்டொழிந்து விடமுடியும் - நீங்கள் நடக்கும்போது வெளியே இருக்கும் பழைய சுங்க அலுவலகத்தின் முன்னால் இருக்கும் நிலக்கரிச் சுரங்கத்தை அடையும்வரை.

அதற்கடுத்த இரண்டு நாட்கள் மற்றும் மூன்று இரவுகளில் ஸ்ரீநிவாசனின் கரகரத்த குரலில் தொடர்ந்து அவர் சொல்லிக்கொண்டிருந்த திசைகளில் பெரும்பாலும் எந்த மனிதனும் பயணிக்க இயலவில்லை. தன்னைச் சுற்றி ஒலிக்கும் கிசுகிசுப்பான வதந்திகள் மத்தியில், ஸ்ரீநிவாசன் தன்னுடைய கம்பீரமான வறண்ட குரலில் அந்தச் சிறு நகரத்தின் நிலப்பரப்பை மிகமிக விரிவாகச் சொல்லிக்கொண்டிருக்கும்போது, அவருடைய ஒட்டுமொத்த வாழ்நாளின் மூச்சுக்காற்று எல்லாமே, அந்த அடைக்கப்பட்ட பங்களாக்களின் பின்புறமுள்ள முற்றங்களில் துணிகள் எல்லாம் காயவைக்கப்பட்டு வானம்பார்த்த அந்தச் சிறு குறுகலான பாதைகளினோடும் காம்பவுண்ட் சுவர்களைச் சுற்றி இருக்கக்கூடிய பள்ளங்களிலும்தான் கழிந்ததுபோல் தோன்றியது.

மிக எளிதான முறையில் சொல்வதென்றால் இதுதான் நடந்திருந்தது; ஒரு வெளிநாட்டுக்காரர் ஸ்ரீநிவாசனிடம் அவரது அலுவலகத்துக்கு வந்து மாநிலங்களுக்கு இடையே செயல்படும் பேருந்து நிலையத்தின் வழியினைக் கேட்டிருக்கிறார். ஸ்ரீநிவாசன் அந்த வெளிநாட்டுக்காரருக்கு, மிக மிக விரிவான, தேவையே இல்லாத முடிவற்ற திசைகளின் வழியே பேருந்து நிலையத்தை அடையக்கூடிய வழிகளைச் சொல்லிக்கொண்டிருந்தார். அதைக் கேட்ட அந்த மனிதர் பேச்சின் மயக்கத்தில் தான் பேருந்து நிலையத்திற்குச் சீக்கிரமே சென்றடையக்கூடிய மிக சுருக்கமான பாதையைத் தேர்ந்தெடுத்துவிடுவார் என்ற நம்பிக்கை ஸ்ரீநிவாசனிடம் இருந்தது.

"குர்லா எங்கிருக்கிறது என்று தெரியுமா?" என்று ஸ்ரீநிவாசன் அந்த மனிதரிடம் கேட்டார். "இல்லை" என்று தலையாட்டிய அந்த மனிதர் ஸ்ரீநிவாசனின் முன் தன்னுடைய விரல்களைக் கொண்டு மேஜையின் முனையைத் தட்டினபடி இருந்தார்.

"ஓகே, பரவாயில்லை, உக்காருங்க. அப்டின்னா உங்களுக்கு கட்கபூர் ஸ்டேஷன் எங்கருக்குன்னு தெரிமா?"

"தெரியும்" என்றார் அவர்.

"நல்லது. நம்பர் 23. ரயில்வே ஸ்டேஷனுக்கு முன்னால இருக்கிற ஒரு டிராம புடிச்சுக்கோங்க. அது நேரடியா உங்கள நாக்பாடா சவுக்குக்கு அழைச்சிட்டு போகும். நீங்க அங்க எறங்கிட்டு நேரா நடங்க. நா பேசுறத நீங்க கேக்றீங்கதான?"

“ஆமா, மிக்க நன்றி” என்றார் அந்த வெளிநாட்டுக்காரர்.

“நாக்பாடா சவுக்ல நீங்க போயிட்ருக்கும்போது முதல் ரைட் எடுத்துக்கோங்க. அதுக்கு முந்தின ரெண்டு இடது பக்கம் போற தெருக்களையும் நீங்க கண்டுக்காதீங்க. அப்டி நேரா நீங்க போயிட்ருக்கும்போது உங்க வலது பக்கத்துல ஒரு மணிக்கூண்டு வரும். நா வேகமா சொல்லிட்ருக்கேன்னா என்ன நிறுத்திருங்க. வலது பக்கம் எதுவரைக்கும் நீங்க நடக்கணும்?”

“மணிக்கூண்டு வரைக்கும்” என்று அந்த மனிதர் ஒரு புன்னகையைத் தனக்குள் அடக்கிக்கொண்டு சோர்வாக இருக்கும் முகத்துடன் சொன்னார்.

“அது சரி” என்று ஸ்ரீநிவாசன் தன்னுடைய உள்ளங்கையால் அந்த மேஜையில் ஓங்கி அடித்தார். “மணிக்கூண்டு வலது பக்கமா கடந்து போனபிறகு நீங்க உடனடியா இடதுபக்கமா இருக்கக்கூடிய முதல் திருப்பத்த எடுத்துக்கோங்க. அதுல நீங்க நடந்து போயிட்டே இருந்தீங்கன்னா, சிவப்புச் செங்கல்களால குவிமாடம் வச்சுக் கட்டப்பட்ட ஒரு கட்டடத்த பாப்பீங்க. அதுதான் அந்தக் கட்டடம். அத நீங்க தவறவிட முடியாது. ஆனா, அந்தக் கட்டடம் நமக்குத் தேவையே இல்ல. நீங்க என்ன பண்ணணும்னா, அந்த குவிமாடம் வச்ச செங்கல் கட்டடத்தை தாண்டி நீங்க அதே தெருவுல இருக்கக்கூடிய ரெண்டாவது கட்டடத்துக்குப் போங்க. அங்க ‘வெளியே’ அப்டின்னு போட்ருக்ற கேட் வழியா உள்ள போனீங்கன்னா ‘நோ என்ட்ரி’ன்னு போட்ருப்பாங்க. அந்த எடத்துல நீங்க கட்டடத்தோட முகப்ப பாப்பீங்க. இப்ப நா சொல்லிட்ருக்றது ஒரு குறுக்குவழி. இந்த வழியா நீங்க நுழைஞ்சு, காம்பவுண்ட் சுவர் வழியா ஏறிக் குதிச்சி, கந்தனல்லாவ நீங்க குறுக்க நடந்து போனா, ஒரு மைதானம் வரும். அந்த மைதானத்துக்கு முன்னாலேயே நீங்க...”

இப்படியாக அவர் விரிவாக வழவழவென்று பேசிக்கொண்டிருந்ததைக் கேட்ட அந்த வெளிநாட்டுக்காரர் தான் ஒரு டாக்சியைப் பிடித்துக்கொண்டோ, அல்லது ஒரு ஸ்கூட்டரிலோ அங்கு விடுகிறேன் என்று சொன்னபோது, ஸ்ரீநிவாசன் அவரிடம், “நீங்க உங்க பணத்த டாக்சிக்கும் ஸ்கூட்டருக்கும் வீணா செலவழிக்காதீங்க. அவங்க கட்டணத்த அதிகமா வாங்கறதுக்காக சுத்திக் கூட்டு போவாங்க” என்றார்.

இருக்கக்கூடிய மிகப் பெரிய கொல்லைப்புறம் பக்கமாகத் திறந்து அங்கிருக்கக்கூடிய பெரிய மண் சுவர் தெரியும்படி இருந்தது. கிணற்றின் அந்தப் பக்கமும் இளம் மூங்கில் குருத்துக்களின் வழியே தூரமாக ஒரு மூலையில் கூரையில்லாத கழிவறை ஒன்று இருந்தது. அதன் வெளியே சில்வண்டுகளால் சத்தமிடும் கறுப்புநிற சிறுபழங்களை உள்ளடக்கிய கருவேப்பிலை மரமொன்று இருந்தது. அந்த வீட்டைப்போலவே தன்னுடைய தகப்பனாரையும் ஒரு காலாவதியான புறக்கணிக்கப்பட்ட ஆத்மாவாகத்தான் எல்லாரும் பார்ப்பார்கள் என்று நினைத்தான் - எதனோடும் எந்த வகையிலும் இன்றைக்கு இருக்கக்கூடிய நவீன தொழில்நுட்பங்களோடு சமன் செய்துகொள்ளாத நம்பிக்கைகளோடு பொருத்தி வைக்கப்பட்ட ஒரு மனிதக் கூடாகவே அவர் வாழ்ந்தார். வெளியில் இன்னும் இருட்டாகவே இருந்தது. தெரு விளக்குகள் சோடியத்தின் காரணமாக உறைந்த பனியின் நடுவே ஒருவிதமான ஆரஞ்சு வண்ணத்தைத் தூறிக்கொண்டிருந்தது. இஷானின் கண்களில் கண்ணீர் எட்டிப் பார்த்தது. லிண்டா அவனை விட்டு அகன்றதால் அல்ல, அவனது தாத்தா இறந்ததால் அல்ல. ஆனால், இப்போதுதான் அவன் வீட்டை விட்டுச் செல்லும் நேரம் வந்துவிட்டது என்பதை அறிந்ததால்.

முதலையின் பாடல்

அது கார்காலத்தின் கடைசிக் கட்டமாக இருந்தது. ஆனாலும் மழை பெய்துகொண்டுதான் இருந்தது. இஷானுக்கு ஜெய் சல்மர் மற்றும் ராஜஸ்தானின் சிறு வனாந்தர நகரங்களில் வசித்த பிறகு மும்பையின் கார்காலம் புதிதான ஒரு உணர்வைத்தான் கொடுத்தது எந்தவிதமான எரிக்கும் காற்றோ அல்லது வறண்ட மணல் திட்டுகளோ வெள்ளம் பாய்ந்த இந்த நகரத்தில் காணப்படவே இல்லை. இஷான் வராண்டாவின் பின்பகுதியில் நின்றுகொண்டிருந்தான். மழையின் வீரியத்தால் நனைக்கப்பட்ட எதிரே இருந்த புறக்கணிக்கப்பட்ட ஒரு கட்டடத்தை அவன் பார்வையாலே வெறித்தபடி இருந்தான். அந்த ஒன்பது வயதில் அவனுக்கு வாழ்வின் புது ஜன்னல்கள் திறக்கப்பட்டதைப் போல ஒரு புத்தம் புதிய உணர்வு ஏற்பட்டது. ஆனால்கூட பழக்கப்பட்ட முகங்களையும் இடங்களையும் நாம் துறப்பது நமக்கான இழப்புகள்தான் என்றாலும் வாழ்க்கையின் ஒரு பகுதியாக நாம் வளர்ச்சி அடையும் பொழுது எல்லாவற்றிலிருந்தும் நாம் நகர்ந்தபடிதான் இருக்கின்றோம். அப்படியான ஓர் அடிப்படையில் தான் இஷான் வெகுவிரைவில் அவனது குழந்தைப் பருவத்தின் கறுப்பு நிறக் காலகட்டத்தைக் கடந்துவிடுவான் என்ற எதிர்பார்ப்பும் தோன்றுகிறது.

இஷானின் தந்தையாகிய துவாரகாநாதன் காரா ஜவுளி விற்பனையாளராக இருந்து வந்தார். அவர் ஒரு முக்கிய வியாபார நிர்ப்பந்தம் காரணத்தினால் ஜெய் சல்மரிலிருந்து புலம் பெயர்ந்து

மும்பையின் சிறுநகரப் பகுதிக்கு வந்து வசிக்க ஆரம்பித்தார். இஷானின் அம்மா கமலா இந்த இடமாற்றத்தினால் பெரிதாக எல்லாமே சரியாகும் என்ற நம்பிக்கையற்றவராகவே இருந்தார். மும்பை நகரத்தின் மழைத் துளிகள் அவருடைய ஆத்மாவை நனைத்தபடி இருந்தன. வெறும் வெயிலையும் மணல் திட்டுகளையும் பரப்பளவாகக் கொண்ட ஜெய் சல்மரிடமிருந்து இந்த நனைந்த வீதிகள் அவளுக்கு ஆத்ம இதத்தைத் தந்தபடிதான் இருந்தது. ஆனால் அவளுடைய திருமணமாகாத இளையதங்கையான கௌரியோ இந்த நிலப்பரப்பு மாற்றம் அவளுடைய ஒட்டுமொத்த வாழ்க்கையையும் இன்னும் சிறந்ததாக மாற்றக்கூடியது என்று நம்பினாள். துவாரகாவின் கண் தெரியாத அம்மா (கணவரை இழந்தவள்) இந்தப் புலம்பெயர்தலை - வாழ்வின் புதிய அத்தியாயம் தொடக்கம் எனவும் - மறுபிறப்பின் பகுதி எனவும் புதிய இடம் பழையவனவற்றையெல்லாம் மறக்கடிக்கும் எனவும் தீவிரமாக நம்பினாள்:

ஒரு சில ஆண்கள் புது வீட்டிற்குள் பொருட்களை உள்ளே கொண்டு சென்றபடி இருந்தார்கள் அவர்களின் நடமாட்டம் காரணமாக வீட்டின் தரையில் சகதியும் சேறுமாக - வீடெங்கும் மழையின் கால் தடங்களாகவே இருந்தன. அவர்கள் பொருட்களை நகர்த்தும்பொழுது அவர்களுக்குள்ளேயே ஒருவரை ஒருவர் நோக்கி சத்தமாகக் கத்திக்கொண்டார்கள். அந்த வீடு மிகப் புதிதாக இருந்தது என்றாலும், பழைய பாரம்பரியத்தின்படி நடுவில் ஒரு முற்றம் கொண்டதாக இருந்தது. பின் வராந்தாவின் கதவு முட்கள் நிறைந்த ஒரு பாதைக்குள் அழைத்துப் போயிற்று. அங்குதான் அந்த நிர்மூலமான புறக்கணிக்கப்பட்ட பாதி கட்டப்பட்ட கட்டடம் - பாதி திறந்த ஜன்னல்களோடும் தொடர்பற்ற மாடிப்படியோடும் அதன் கீழ் பூசப்படாத ப்ளம்பிங் வேலைகளின் மிச்சத்தோடும் காட்சியளித்தது.

இஷானுக்கு இந்தப் புது கட்டடத்தின் மீது தாங்கள் புதிதாகக் குடி வந்திருக்கும் வீட்டை விடவும் அதிகமான ஆர்வம் ஏற்பட்டிருந்தது. அந்த வீட்டின் பாதி திறந்த ஜன்னல்கள் வழியாகவும் கதவற்ற கதவு நிலையின் நடுவிலும் அவனுக்கான புதிய நண்பர்கள் துள்ளிக்குதித்து அவனை வரவேற்க ஓடிவருவதுபோல அவனுக்குத் தோன்றியது. அந்த முழுக் கட்டடத்தில் இருக்கும் அத்தனை புறாக்களும் மழைக்கு ஒதுங்கும் ஒரு குடையாக அவ்விடத்தைப்

பாவித்து வந்தது அத்தனை பேரழகாக இஷானுக்குத் தோன்றியது. புற்களும் அரச மரத்தின் சிறு வேரும் அந்தக் கட்டடத்தின் மத்தியில் முளைத்திருந்தன. காலமும் கரையானும் தங்கள் அடையாளங்களை அந்த ஜன்னல் சட்டங்களிலும் கதவு நிலைகளிலும் ரேகைகளாகப் பதித்துவிட்டுப்போயிருந்தன. உபயோகிக்கப்படாத பழைய பொருட்களின் மீதி இருந்த துருக்களோடு அங்கு முள் மரங்கள் நிரம்பிக் கிடந்தன. சில ரவுடிகள் அந்தக் கட்டடத்தின் நடுவில் நின்று கொண்டு கல்லெறிவதைப் போல் இருந்தது. அவர்களைத் தாண்டிக் கொண்டு தான் மாறுபட்ட வடிவங்களைக் கொண்ட உப்பளங்களும் அதன் பிறகாய் சதுப்பு நிலப்பரப்பைக் கொண்ட கடற்கரையை நோக்கிய பகுதியும் இருந்தது. ஒட்டுமொத்தமாகவே ஒரு தட்டையான பரப்பாக மட்டுமே அது இருந்தது

இஷான் திரும்பி வீட்டிற்குள் போக முயன்றான். அவன் அந்தப் பின்னறையின் நடைபாதையில் நடக்கும்போது கௌரியும் துவாரகாவுமே அவனை நிற்கச் சொன்னார்கள். அவர்களிருவரும் ஒருவரையொருவர் தொட்டுக்கொள்ளும் அளவுக்குப் பக்கத்தில் இல்லை. இஷான் அவ்வறைக்குள் நுழையும்போது அவர்கள் இருவரும் பேசிக்கொண்டும் இல்லை. இருவரும் பேசி முடித்த பின்னிருக்கும் மௌனமும் அங்கு அவர்களிடம் நிலவவில்லை. ஆனாலும் பின்னப்பட்டிருக்கும் மௌனத்தின் அடர்த்தியில் பாலியல் சதித்திட்டத்தின் கூறு தெரிந்தது. தனிமையின் அந்தரங்கத்தில் சிலந்தி வலையாய் பின்னப்பட்டிருக்கும்போது இருவரின் அண்மையும் ஒன்றாகக் கலந்திருக்கும் தருணத்தின் மிச்சமாக அது இருந்திருக்க வேண்டும். கண்கள் இல்லாமல் அவர்களின் முகங்கள் மூடப்பட்டவை போலக் காட்சியளித்தன. அதேபோல அவர்கள் எங்கு இருக்கிறோம் என்று அறியாதவர்கள் போலவே இருந்தார்கள். கௌரி இஷானை நோக்கி இருந்த போதும் அவன் அங்கு நின்றிருப்பதை உணராதவள் போலதான் இருந்தாள். அவளுக்கு இந்த உலகத்தின் தனிப்பட்ட அர்த்தங்களின் பார்வையெல்லாமே மெல்ல மெல்ல கண்களை விட்டு மறைந்து மழையடிக்கும் ஒளியில் துவாரகாவின் உருவம் மட்டுமே அவள் கண் முன் காணக் கிடைத்தது போலிருந்தது. துவாரகா கௌரிக்குத் தன்னுடைய பின்புறத்தைக் காட்டியபடி நின்றிருந்தார் - அப்படிக் காத்திருப்பதன் மூலம் திரும்ப முடியாதபடியான ஒரு இறுக்கத்தில் நின்றிருந்தார். இஷானின் உள்ளுணர்வால் அங்கு காற்றில் அலைந்த

"உங்கள பாருங்க நீங்க நிறைய மாறிட்டீங்க. நீங்க நான் கல்யாணம் பண்ணிக்கிட்ட மனுசனே இல்ல. என்ன நீங்க ரொம்ப சாதாரணமா எடை போடுறீங்க. எனக்கு அதப்பத்தி துளியும் கவலை இல்லை. உங்களுக்குள்ள இருக்கிற ஹீரோ செத்துட்டார். இனிம நமக்குள்ள எந்த உறவுமே இல்லை. நமக்குள்ள இருந்த உறவு எல்லாமே செத்துப்போச்சு. நான் எதச் சொன்னாலும் உங்கள நிமிர்ந்து தானே பார்த்து நீங்க தலையசைக்கிறீங்களா ஒத்துக்குறீங்களா? இல்லையா? என்று பார்க்கவேண்டி இருக்கு. எதெல்லாம் சாதாரணமா ஒரு புருஷன் பெஞ்சாதிக்குள்ள பேசிக்கணுமோ - அது எதுவுமே சின்னதாகூட நமக்குள்ள இல்ல. நீங்க யாரோ மாதிரி என்கிட்ட வந்து மூஞ்ச காட்டுறீங்க. நா சொல்றது நல்லா புரியுதா? நீங்க எங்கிட்ட யாரோ மாதிரிதான் இருக்கிறீங்க. முதல்ல உங்க மொகத்த நீங்களே பாருங்க" — இந்த உரையாடல் இப்படித்தான் நீண்டுகொண்டே இருக்கும். ஏற்கனவே மெல்ல மெல்ல வானில் இருந்து ஒளி மங்கிக் கொண்டே இருந்தது. அது பகல் நேரம்தான் என்றாலும், அந்த ஒளி கண்ணைப் பறிப்பதுபோல் இருந்தது. சாமான் கொண்டு வந்த லாரி லோடுமேன்களும் கிளம்பி இருந்தார்கள்.

ஒருவிதமான சொல்லப்படாத ஒழுங்கு அந்த வீட்டினுள் இப்போது ஏற்பட்டிருந்தது இஷான் எதிரே இருந்த அந்த புறக்கணிக்கப்பட்ட கட்டடத்தின் கீழ்த் தளத்தில் நின்றிருந்தான் அவனுடைய கால் முழுக்க முழுக்க நனைந்திருந்தது. வெளியே சிறு கற்களை ஏந்தினபடி சில ரவுடிகள் இருந்தார்கள். அவர்களைச் சுற்றி தேங்கியிருந்த தண்ணீர் குட்டைகளில் வானம் துண்டு துண்டான கண்ணாடித் துண்டுகள் போல சிதறி கிடந்தது. நேற்று வெறும் மூன்று பேர் மட்டுமே இருந்தார்கள். இன்று அவர்கள் ஐந்து பேர் இருந்தார்கள். பாதி கட்டிய சுவருக்கு பின்னால் ஏதோ எழுதிப் பூசப்பட்டதில் மறைந்திருந்தது. அது பலரால் எழுதப்பட்டது போலிருந்தது. அதற்கென்று ஒரு முறைமை இல்லை- ஒழுங்குபடுத்தப்படாமல் அவற்றைக் குறிப்பிட வேண்டுமெனில்

- அமைதியாயிருப்பது தங்கம் வைத்திருப்பதை ஒத்தது
- எல்லா ஆண்களும் சகோதரர்கள்
- எச்சில் துப்ப வேண்டாம்
- உணவு தயார்

- தொலைந்த பொருட்களுக்கு நிர்வாகம் பொறுப்பல்ல
- ஏதாவது இன்னும் வேண்டுமா?
- எல்லா பெண்களும் சகோதரிகள்
- ஒரே விலை
- பேரம் கிடையாது
- கடன் கிடையாது
- வெளியிலிருந்து உணவு கொண்டுவரக் கூடாது
- பால் விற்பனைக்கல்ல
- கொழுப்பு நீக்கப்பட்ட பால் உபயோகிக்கப்படுகிறது.
- விசில் அடிக்கவேண்டாம்
- தயவுசெய்து தலையைச் சீவாதீர்கள்
- எல்லா ஆண்களும் பெண்களும் சகோதர சகோதரிகள் கிடையாது

வெளியிலிருந்து உற்சாகமான குரல்கள் பாதி கட்டிய சுவரைத் தாண்டி ஒலித்தது. தெருவில் விளையாடும் குழந்தைகள் அங்கிருக்கும் பாதி கட்டிய நடைபாதையை நாசப்படுத்தி இருந்தார்கள். துருப்பிடித்த இரும்புக் கம்பிகள் அங்கு ஓட்டடப்பட்ட கான்கிரீட் சுவர்களில் இருந்து தொங்கிக்கொண்டிருந்தன. அங்கு விளையாடிக்கொண்டிருந்த தெருப் பையன்கள் அந்த இரும்புக் கம்பிகளைப் பிடித்து இழுத்து அதில் ஊஞ்சலாடிக் கொண்டிருந்தார்கள். அதில் ஒருவன் இறந்துபோன பூனையை ஒரு இரும்புக் கம்பியில் இரண்டு மீட்டர் நீளத்துக்குக் கட்டி விடுகிறான். இன்னொருவன் அக்கம்பியைக் குறிபார்த்துக் கற்கள் எறிகிறான். இஷான் மற்ற அறைகளையெல்லாம் இன்னொரு முறை வந்து பார்த்துக்கொள்ளலாம் என்று கிளம்பிவிட்டான்.

அது ஒரு மத்தியான வேளை இஷான் வெகு கவனமாக அமைதியான கட்டடத்தையும் அங்கு ஓரங்களில் நீண்டுகிடக்கின்ற நிழல்களையும் பார்த்தபடி நின்றான். மழையின் காரணமாகவோ அல்லது மழை வந்தும் கூட வானத்தில் இருக்கும் ஒளி கழுவி விட்டதுபோல ஒரு நிச்சயமற்ற தன்மையோடு இருந்தது. இஷானால் இப்போது பக்கத்து அறையில் இருக்கக்கூடிய அப்பாவின் குரல் நரம்பிலிருந்து ஒரு அடி மட்டுமே ஒலிக்கும் கிசுகிசுப்போடு

மூச்சுவிடும் சப்தத்தைக் கேட்க முடிந்தது.

இஷான் மாடிப்படிகளில் ஏறினபடியே மற்ற தளங்களில் இருக்கும் அறைகளை பார்த்தபடியே போகிறான். அதில் ஏதும் தடைகள் இல்லை. அந்த மாடிப்படி கூட நல்ல இரும்பு தடிகளால் ஆன கெட்டியான கான்கிரீட்டால் போடப்பட்டிருந்தது. நான்காவது தளத்தில் உடைந்த பைப்புகள், காலியான தார் டப்பாக்கள் மற்றும் உடைந்த செங்கல் தூள்கள் குவித்து வைக்கப்பட்டிருந்தன.அவன் அதைத் தாண்டி நீளமான பாதி கட்டப்பட்ட நடைபாதையை ஒட்டிய அறைகளின் பக்கமாக போனான். அங்கிருக்கும் பாதுகாப்பு அற்ற பால்கனியின் வழியாக அவன் வெளியே பார்த்தான். வெளியே எட்டு ரவுடிகள் ஒரு புறாவை சுட்டபடி இருந்தார்கள். அவர்கள் புறாவை சுட்டு சாப்பிட்டுக் கொண்டிருந்தாலும், அவர்களை சுற்றி இறந்து போன புறாக்கள் கிடந்தன. ஒரு உயிர் கருகும் ஆழ்ந்த நெடி ஒன்று அங்கு படர்ந்திருந்தது. தீயில் சுட்ட சிறகு ஒன்று மேல்நோக்கி எழுந்தது. வானமும் பூமியும் ஒரு தெளிவற்ற சாம்பல் நிற அடி வானத்தை ஒட்டி சந்தித்துக் கொண்டன. அப்போதுதான் இஷான், அந்த கட்டடத்தின் பக்கவாட்டில் கௌரி மெதுவான காலடிச் சத்தத்தோடு நகர்வதைப் பார்த்தான்.

எந்த ஒரு தெளிவான காரணத்தையும் அவனால் அப்போது சிந்திக்க முடியாமல் இஷான் அங்கிருந்து ஒரு கதவு வைக்கும் இடத்தில் படர்ந்திருந்த நீள நிழலில் நொடியில் பதுங்கி பள்ளிக்கூட அசெம்பிளியில் காலையில் பாடக்கூடிய பாடலைப் பாட ஆரம்பித்தான்.

“பிதாவே இரவுக்கு நன்றி சொல்கிறோம்

இளம் காலையின் ஆசீர்வதிக்கப்பட்ட ஒளிக்கற்றைகளுக்காக நன்றி சொல்கிறோம்.”

இஷான் தன்னுடைய குரலின் உச்சத்தாயில் பாட ஆரம்பித்து இரண்டு வரி பாடி முடித்ததும் சின்னதாக ஒரு இடைவெளி விடுகிறான். மறுபடியும் அவன் அந்தக் கட்டடத்தின் மொட்டை மாடிக்குச் சென்று ஏழாவது தளத்தில் கூட்டமாகக் கூடியிருக்கும் புறாக்களை லேசாக ஆச்சரியப்படுத்தும் விதமாக காலடிச் சத்தத்தை ஏற்படுத்த - அந்தப் புறாக் கூட்டம் மழை பெய்த

வானில் அப்படியே ஒரு மேகக் கூட்டம் மேலே பறப்பதுபோல சிறகடித்துப் போயிற்று.

மற்ற தளங்களில் எல்லாம் சுற்றுச்சுவரோ தரைகளில் கழிவுகளோ இல்லை. துவாரகாவின் நனைந்த உருவம் இஷானின் முகத்துக்கு நேராக நின்றபடி சிறைப்பிடிக்கப்பட்ட விலங்கின் உடல்மொழியைக் கண்ணில் சுமந்து நின்றிருந்தது. அவனது தகப்பனாரின் கண்களில் முகத்தில் ஏதோ ஒரு மிகப்பெரிய குழப்பம் இருப்பதை உணர முடிந்தது ஆனால் அது என்ன விஷயமாக இருக்கும் என்று அவனால் குறிப்பிட்டு கண்டுபிடிக்க இயலவில்லை அவனுக்கு அவரது முகமே மிக அந்நியமான ஒன்றாக இருந்தது.

இஷான் அவரை நோக்கி நடந்தான். அவனது தந்தை வேறு எங்கும் பார்க்கவும் இல்லை, தலையைத் திருப்பவும் இல்லை, ஒரு வார்த்தைகூட பேசவும் இல்லை. அவர் ஒருசில அடிகள் மட்டும் பின்னால் நகர்ந்துபோய் கட்டிடத்தின் முனையில் சாய்வது போல நின்றார். அவர் ஒரு காற்றைப்போல மிகவும் இலகுவானவராகவும் அதே நேரத்தில் ஒளி ஊடுருவக்கூடிய கண்ணாடித் தன்மையுடனும் இருந்தார்.

இஷான் அவரை நோக்கி நடந்துவந்து அவனுடைய வலது கையின் உள்ளங்கையைத் துவாரகாவின் நடுப்பகுதியில் வைத்துத் தள்ளினான். அவன் தகப்பனாருக்கு அந்தச் சின்ன தள்ளல் தேவையாக இருக்கிறது. ஏனெனில் அவருக்கு ஒரு காரணம் அங்கு தேவையாயிருந்தது. இஷான் ஒளி ஊடுருவுகிற கண்ணாடிச் சில்லாய் அவனது அப்பா சிதறும் முன் மீண்டும் ஒருமுறை தள்ளிவிட வேண்டியிருந்தது. அப்போது - நம்பமுடியாத அளவுக்கு அவர் பின்னோக்கி மடங்கி சாயங்காலத்தினுள் மெல்ல மெல்ல மறைவதுபோல் இருந்தது. அவர் முடிவில்லாமல் பெய்து கொண்டிருந்த மலைக்குள் விழுவதுபோலவும் தீ வைத்துக்கொண்டு குழுமி இருந்த சிறுவர்களின் மத்தியில் கீழே விழுவதுபோலவும் அவனுக்குத் தோன்றியது. அவர்கள் அனைவரும் பல்வேறு திசைகளில் சிதறி ஓடினார்கள். அந்தப் புறாக்கள் அதன் இடத்திற்கு இடம்மாறி அமர்ந்தனர். இஷான் மட்டும் அந்த மழையில் அசையாமல் நின்றுகொண்டிருந்தான்.

அப்போதுதான் அவர்கள் மூன்றாவது மருத்துவரைப் பார்த்திருந்தனர் - அதுவும் நான்கு வருடங்களுக்குப் பிறகு.

இஷான் அவனது தகப்பனின் மரணத்திற்கு பிறகு ஒரு வார்த்தைகூட பேசியதே இல்லை. அவன் பேசாமல் இருக்கும் குழந்தைகள் செல்லும் சிறப்புப் பள்ளி ஒன்றுக்குச் சென்று வந்து கொண்டிருந்தான். மூன்று நாட்கள் அவன் ஒரு பயிற்சியாளரிடம் சென்று வந்து கொண்டிருந்தான். இப்படியான சிறப்புப் பயிற்சியாளர்கள் நிறைய அளிப்பவர்கள் பேசுவார்கள். ஆனால், அதில் பெரிதான அர்த்தங்கள் இருக்காது. பெரும்பாலான நேரங்களில் அவர்கள் பேசுவதைக் கேட்கும்பொழுது அவர்கள் தங்களைத் தாங்களே குணப்படுத்திக் கொள்வதற்காகத் தொடர்ந்து பேசிக் கொண்டிருப்பது போலவும் அவர்கள் தங்களைக் கொண்டிருக்கும் ஒரு கொடிய நோயிலிருந்து காப்பாற்ற தொடர்ந்து முயற்சிப்பதாகவுமே தோன்றும். இஷானுக்கு அது எந்த விதத்திலும் பெரிய முன்னேற்றத்தைத் தரவில்லை - என்றாலும் அவன் அவர் பேசுவதைக் கேட்டுக் கொண்டே தான் இருப்பான். அப்படி அவன் பேசவேண்டும் என்று நினைத்தால் அவர் பேசுவதை நிறுத்திவிட்டு, இஷான் பேசுவதை அவனது விலக்கி வைக்கப்பட்ட மௌனங்களிலிருந்து தன்னை பாதுகாத்துக் கொண்டபடி கேட்பார். அப்படி இஷான் என்ன சொல்ல முயற்சிக்கிறான் என்று யாருக்குத் தெரியும்? யாருமே இஷானைப் புரிந்துகொள்ளவில்லை - அவனது பாட்டியைப் புரிந்துகொள்ளாதது போலவே.

ஒரு முறை முற்றிலும் சிதிலமடைந்த அந்த கட்டடம் முழுவதுமாக சூறையாடப்பட்டு அதைச் சுற்றி உள்ள வீடுகள் தீக்கு இரையானது - இஷானுடையது உட்பட - அதன் அடையாளமாக புகையின் சுவடுகள் படிந்தே இருந்தன. கமலாவும் கௌரியும் ஒரு கடையை எடுத்து நடத்தி, அதில் மிகப் பெரிய வெற்றியும் பெற்றார்கள். அதன் காரணம் அவர்களின் குழந்தைப் பருவத்திலிருந்து பகிர்ந்து கொள்ளப்பட்ட உறவின் அடர்த்தி, இருவருக்கும் உள்ளிருந்த பொதுவான வெற்றிடம் மற்றும், அவர்களுடைய தனிப்பட்ட காதல் மற்றும் வெறுப்பின் சுவடுகளாகக் கூட இருக்கலாம். அவர்கள் விற்பனை செய்ததில் பாட்டியின் எம்ப்ராய்டரி பொருட்கள்தான் மிகவும் முக்கியமான இடத்தை வகித்தன.

துவாரகா இருந்த நாள் தொட்டு இஷானின் பாட்டி எல்லா விஷயங்களையும் மறக்க ஆரம்பித்துவிட்டாள். அவர் எம்ப்ராய்டரி போடும்பொழுதுகூட ஒரு வடிவத்தை ஆரம்பித்து, பின் அதை

எப்படித் தொடர வேண்டும் என்பதை மறந்துபோய், பலமுறை அதைச் செய்ய முற்பட்டு - சில முறை முதலில் இருந்து மறுபடி ஆரம்பித்து, அவள் தன்னுடைய ஞாபக சக்தியின் அடிப்படையை இழந்து கொண்டிருந்ததை ஊர்ஜிதப்படுத்திக்கொண்டே இருந்தாள். சில நேரங்களில் அது எப்படி வேறொரு உருவாக உருவெடுத்து அவளது முந்தைய வேலைப்பாடுகளைக் காட்டிலும் மிக அழகானதாக மாறியது என்பது கண்கூடாக தெரிந்தது... அந்த வகையில் அவள் தனது சிதிலமடைந்த ஞாபக சக்தியை மற்றவர்களிடமிருந்து மறைத்தபடியே இருந்தாள். அவர்கள் அனைவரும் அவளது ஒவ்வொரு பின்னலையும் கூர்ந்து கவனித்தபடி இருப்பவர்கள். ஜெய்சல்மாரின் வனாந்தரங்களில் வளர்ந்த ஒரு குழந்தையாய் அவள் பாடும் திமிங்கிலங்கள் பற்றிய ஒரு கதையைக் கேட்டபடிதான் வளர்ந்தாள். பல்வேறு மைல் தூரங்களுக்குப் பனிதிட்டுக்களையும் பவளப்பாறைகளையும் தாண்டி நீந்துவதாகவும் எல்லாமே வெப்ப மண்டலங்களின் ஒரு முக்கியப் பகுதியில் ஈச்ச மரங்கள் நிறைந்த கடற்கரையில் ஒட்டுமொத்தமாகத் தற்கொலை செய்துகொள்ளவே என்று பாட்டிக்குக் கதை சொல்லப்பட்டது.

ராஜஸ்தானின் வனாந்தர மண்ணின் மகள் அவள். அவள் ஒரு கடலைப் பார்த்ததே இல்லை. பனித்துளியை அவள் ஸ்பரிசித்ததே இல்லை. திமிங்கிலக் கூட்டத்தின் பிம்பங்கள் அவளுக்குள் ஓர் உயர்தரமான மெல்லிசையை, திமிங்கிலம் நீந்தி அவற்றின் இறுதி இலக்கை அடைய நாம் புரிந்து கொள்ளவே இயலாத பாதைகளில் கடக்கும் தீபகற்பங்கள் நடுவிலும் கடல் சூழ்ந்த தீவுகள் நடுவிலும் கேட்டபடியே இருந்த அவளுக்கு, அந்த விரிந்த உப்புநீரில் அத்திமிங்கலங்களின் விசித்திரமான நகர்வுகள் பிரமிப்பையும் நெகிழ்ச்சியையும் தந்தன. ஒவ்வொரு திமிங்கலம் பாடும் போதும் ஒவ்வொரு வரியும் குளிர் வனாந்தரங்களின் நகலாகவே மணல்திட்டுக்களில் படர்ந்திருந்தது. அவளின் எல்லா வாழ்க்கை நொடிகளிலும் அவள் அந்தப் பனித் திட்டுக்களைப் பற்றியே கனவு கண்டபடி இருந்தாள். அவளின் எல்லா எம்பிராய்டரி கைவேலைகளுமே பவளப் பாறைகளின் நகலாகவே அவள் உணர்ந்தாள். நீர்மூழ்கிக் கப்பலின் வெளிச்சத்தில் கடலுக்கடியில் தெரியும் சந்திரக் குகைகளை அவள் மனதில் அலையடித்தபடியே சுமந்துகொண்டிருந்தாள். கூடுதலாக, அவள்

கடக்கும் திமிங்கலங்களின் நிழல்களைச் சுமந்தவளாகத் தனக்குள் ஒரு தூரமான மனுஷத்தன்மையற்ற இசையை இழையாகச் சுமந்தபடி இருந்தாள்.

இதற்கு முன்னால் அவளுக்கு அந்தத் திமிங்கிலப் பாடலின் ஒரு சில உணர்வுபூர்வமான வரிகளே மனதில் அலைந்தபடி இருந்தன. ஆனால் தற்போது அந்த ஒட்டுமொத்த இசை வடிவத்தையே அவள் தனதாக்கிக் கொண்டிருந்தாள். அவளின் மனச்சித்திரத்தில் கடந்த காலத்தின் சுவடுகள் ஒட்டுமொத்தமாய் இடிந்து, ஒரு பனிக்கட்டிப் பிரதேசத்தின் குட்டித் துண்டுகள் கடலினுள் வழுவிக்கொண்டு போவதுபோல நினைவிழப்பின் சமுத்திரத்துக்குள் கலந்தபடி இருந்தன. ஆனால், ஒருவருக்கும் இது தெரியாது. யாரும் அவளைச் சந்தேகிக்கவும் இல்லை. அவளது ஒரே மகன் இறந்துவிட்டான் - திமிங்கலப் பாடலின் பிரத்தியேகமான கிசுகிசுப்பு அவளின் காதுகளின் நடுக்காதுக்குழிக் குழாயினூடே அதீத சத்தத்துடனும், மிகத் தெளிவாகவும் இப்போதெல்லாம் கேட்டபடி இருக்கிறது. அவள் இஷானைத் தன்னருகே அழைக்கிறாள். அவள் அறையினோரம் நாணல் பாயின் மேல் உட்கார்ந்து சம்மணமிட்டு, குறுக்காகக் கால்களை வைத்தபடி அமர்ந்திருந்தாள். இஷான் வந்து அவனது தலையை அவளது மடியில் வைத்துப் படுக்கிறான். அவளது விரல்கள் மிக நெகிழ்வாக அவனது தலைக்கேசத்தினுள் ஒரு திமிங்கலம் கடலில் அலைந்து கொண்டிருந்ததுபோல அலைந்து கொண்டிருந்தன. சன்னமான குரலில் அவள் அந்தத் திமிங்கலப் பாடலின் ஒட்டுமொத்த கதையையும் அவனிடம் சொல்ல ஆரம்பிக்கிறாள். அது அவளது பாட்டி அவளுக்குச் சொன்னது. அப்போதுதான் இஷானுக்கு அவளின் ஞாபகசக்தி தேய்ந்துகொண்டிருப்பதை அறியமுடிகிறது. அவனுக்கு மிக நெருக்கமான ஒரு ஜீவன் தனது கடந்த காலத்தை அவளுக்குள்ளாகவே அழித்துக்கொண்டபடி இருந்தாள்.

அவள் திரும்பத் திரும்ப இந்தக் கதையைத் தனது பாட்டி குழந்தைப் பருவத்திலிருந்தே சொல்லிக் கொண்டு வந்ததாகச் சொன்னபடியே இருந்தாள். அது ஒரு ஞாயிற்றுக்கிழமை மத்தியானம். அவன் அவனது பள்ளிக்கூடத்திற்குத் தீ வைத்ததை அறிந்திருக்கவில்லை. ஒருவேளை அவன்தான்

அந்தப் பக்கத்து வீடான புறக்கணிக்கப்பட்ட கட்டடத்திற்கும் தீ வைத்திருக்கக்கூடும். ஒரு காலகட்டத்திற்குப் பிறகே - மிக அதிகமான எரியூட்டல்களுக்குப் பிறகு ஒருவேளை அவன் தன்னுடைய மௌனத்தின் அதிகபட்ச ஆற்றலைப் புரிந்துகொள்ளக் கூடும். அடுத்த நாள் அவன் வழக்கம்போலவே பள்ளிக்குக் கிளம்பினான். அப்போது அங்கு நிற்கக்கூடிய காவல்துறை வாகனங்கள், தீயணைப்புப்படை வீரர்கள், ஒளியூட்டும் விளக்குகள், கூடவே கருப்பு புகையிட்ட கழிவுகள் எல்லாவற்றையும் கூட்டத்தின் நடுவே பார்த்தான். புதிதாக அவன் சந்தித்த மருத்துவரும் இதற்கு முன் அவன் சந்தித்த மருத்துவர்களைக் காட்டிலும் பெரிதான நம்பிக்கையைத் தரவில்லை. ஆனால், இந்தப் புது மருத்துவர் மட்டுமே மருந்துகளின்மேல் எந்தவிதமான நம்பிக்கைகளையும் முன்வைக்கவில்லை. கடவுள் நம்பிக்கை மிகுந்த அந்த மருத்துவர் நோயாளிக்கும் மருத்துவருக்கும் நடுவே கடவுள் ஒரு கருவியாக இருக்கும்போது உடல்நிலையை மட்டுமல்ல, எல்லாவிதமான பிரச்சினைகளையும் சரிசெய்துவிடலாம் என்று நம்புகிறவராக இருந்தார். தன்னை ஒரு நிரந்தரத் தனிமையின் மௌனத்திற்குள் சிறைபடுத்திக்கொண்ட இஷான் குழந்தைப் பருவத்திலிருந்தே நண்பர்களற்ற ஓர் உலகத்தினுள் வாழ்ந்து வந்தான். இதுவரை பதினோரு முறை தீ வைக்கப்பட்டிருக்கிறது. அவன் தகப்பன் இறந்து பன்னிரண்டு வருடங்கள் ஆகிவிட்டன. இப்போதெல்லாம் அவனுக்கு இந்தத் தனிமை பழக்கமாகிவிட்டது. அவன் ஆழ்ந்த உறக்கத்தின் கனவு நிலையில் இந்தத் தீயிடுதல்களை அவனே உருவாக்கிக்கொண்டான் என்பதை இஷான் ஒருபோதும் அறிந்ததில்லை - விழித்தபிறகு ஒட்டுமொத்தமாக அவை அத்தனையையும் மறந்துவிடுகிறான் என்பதையும். ஒரு தூர எறியப்பட்ட துடைப்பத்தைப்போல அல்லது கடலோரமாக வெயில் காயும் திமிங்கிலம் போல அவனது பாட்டி முற்றிலும் தன் நினைவை இழந்தவளாய் அறையின் ஒரு மூலையில் கிடக்கிறாள். அவள் இஷானிடம் மட்டுமே பேசுகிறாள். இஷான் அவள் பேசுவதை மட்டுமே கேட்கிறான். அலைகளைப் பற்றியும், திமிங்கிலங்களைப் பற்றியும் மட்டுமே அவளது பேச்சு இருக்கிறது. அவளுடைய கடைசிக் காரியத்தில் அவளுடைய உடலுக்குத் தீயிட்டபோது, தீ அவளது உடலை நீரின் அலையாகத் தழுவியபோது, அவனுக்குத் தான் முந்தைய நாள் இரவு கண்ட

கனவு முதல்முறையாக முழுவதுமாக ஞாபகம் வந்தது- வாழ்வின் முதல் தருணமாக எப்படி அவன் மற்ற எல்லா எரியூட்டல்களையும் தானே துவங்கினான் என்று. அவன் தகப்பனால் ஏற்பட்ட அவனது நீடித்த மௌனங்களிலிருந்து அவன் விடுதலை அடைந்தான்.

மீண்டும் மீண்டும்

பள்ளி அப்போதுதான் முடிந்திருந்தது. இஷான், லைலா மற்றும் அஜித் மூவரும் ஒரு குறுக்குவழியின் வழியாக டிராம்பே மலையை நோக்கி புதிய வீட்டு வசதி வாரியத்தின் நடுவாக இருக்கக்கூடிய கோல்ஃப் மைதானங்கள் மற்றும் சிந்தி காலனிகள் வழியாக நடந்தார்கள். அவர்கள் தாங்கள் அடுத்து பார்க்க வேண்டிய திரைப்படங்கள் குறித்துப் பேசினபடியே நடந்தார்கள். அவ்வாறு அவர்கள் சுழன்றடிக்கும் தூசுக்காற்றுக்கு நடுவே நடந்து கொண்டிருக்கும்போது, இஷான் இரண்டு வாரங்களுக்கு முன்னால் லைலாவுடன் தான் பார்த்த ஒரு திரைப்படத்தைப் பற்றி நினைத்தான் - *The return of the sun of part 2 Revisited.* அந்த இருட்டுத் திரையரங்கில் லைலா இவனை நோக்கிக் குனிந்து கிசுகிசுப்பான குரலில் ஏதோவொன்றைச் சொல்லும்போது, இவனால் அதைச் சரியாகப் புரிந்துகொள்ள இயலவில்லை. அவளுடைய கிசுகிசுத்த மூச்சுக் காற்றுகளில் அவளுடைய முடிக் கச்சைகள் அவனுடைய காதுக்குப் பின்னால் மெதுவாக அலசி, அவள் சொன்ன வார்த்தைகளில் இனம்புரியாத ஓர் உணர்வைக் கொடுத்தது. அப்போது அங்கிருந்த அறையின் உஷ்ணம் 45 டிகிரியாக இருக்கக்கூடும். அது அந்த வருஷத்தின் மிக மோசமான ஒரு தருணம். அப்போது பருவப் பயிற்சிக் காலம் தொடங்கியிருக்கவில்லை. செய்தித்தாள்களின்படி வெப்ப அலைகள் வீசினபடி இருந்தன. அன்றும் காலை இடைவேளையின்போது விட்டல் இஷானிடம் மரத்தில் இருந்து ஒரு பறவை செத்து, அவன்

கண் முன்பாக விழுந்ததைப் பகிர்ந்து கொண்டான். பரீட்சைகள் முடிந்து கொண்டிருந்தன. விடுமுறையும் வெகுதூரத்தில் இல்லை. அதுகுறித்து ஒருவிதமான பெயரிடப்படாத சந்தோஷம் அந்த மாணவர்களிடம் இருந்தது. எல்லாமே மிக அற்புதமாக இருந்ததுபோல் தோற்றமளித்தது - புல்லின் இலைகள் வெயில் பட்டு, காய்ந்து மஞ்சள் வண்ணத்தில் மாறியதைக் கூட. மூவருமே கவனிக்கவில்லை. அவர்கள் நடந்துகொண்டிருக்கும்போது முட்டாள்தனமான சுதந்திரத்தைத் தங்களுள் சுமந்தபடி சென்றார்கள். வெயில் மிகக் கோரமாக அடித்தாலும்கூட, அது அவர்களுக்கு எந்தப் பாதிப்பையும் ஏற்படுத்தாதவண்ணம் மூவரும் ஒரு குறிப்பிட்ட பாதையைத் தேர்ந்தெடுக்காமல் அங்குமிங்குமாக நடந்தபடி சென்றார்கள் - அவர்கள் மிகுந்த ஈடுபாட்டுடன் தாங்கள் பேசிக்கொண்டிருந்த விஷயத்தைப் பற்றிக் கூர்ந்து உரையாடியபடி இருந்தார்கள். அந்தக் காலனி முழுக்க ஒற்றை மரம்கூட இல்லாமல் வழுக்கைத் தலையுடன் இருக்கக்கூடிய மனிதனைப்போல அந்த வெட்டவெளி மத்தியான வேளையில் ஒரு சிறு நிழல்கூட மனிதர்கள் ஒதுங்குவதற்கு இல்லாமல் இருந்தது.

“நான் அதை நம்பவேயில்லை அஜித்” என்று லைலா சொன்னாள்.

“நான் முதன்முதலில் என் பெற்றோரைப் பற்றிக் கேள்விப்பட்டபோது என்னால் நம்பவே முடியவில்லை. நடுராத்திரி எழுந்து நான் அழுதபடி இருந்தேன். என்னுடைய சகோதரன் அஷ்ரஃப் உடனடியாக விளக்கைப் போட்டு ஏன் அழுகிறேன் என்று பார்த்தான். என்னுடைய சகோதரி சரீனா என்னிடம் என் பாட்டி எழும்புவதற்குள் நான் மறுபடி தூங்கவேண்டுமென்று வற்புறுத்தினாள். ஜமீல் எப்போதும்போல் தூங்கினபடிதான் இருந்தான். கடவுளே! நான் எப்படி அழுதேன் தெரியுமா?”

“என்னிடம் முதன்முறையாகச் சொன்னது டென்சில்தான்” என்றான் இஷான்.

அப்போது நாங்கள் செவன் டைல்ஸ் விளையாடிக் கொண்டிருந்தோம். ஆனால், இருள் முழுமையாகக் கவ்விக் கொண்டிருந்தபடியால் தொடர்ந்து அந்த விளையாட்டை விளையாட இயலவில்லை. எனவே ஒரு கல்வெட்டைச் சுற்றி நின்று ஒரு குழுவாக நாங்கள் வீசிக்கொண்டிருந்தோம். யாராவது ஒரு பெரியவர் எங்களில் யாராவது ஒருவரை அழைப்பதுவரை

நாங்கள் காத்திருப்போம் - அதுவே எங்களுடைய குழு கலைந்து போவதற்கான சமிக்ஞையாக இருந்து வந்திருக்கிறது. அப்போதுதான் என்னைவிட சிறிது மூத்தவனான டென்சில் என்னிடம், "நீ இரவுநேரப் பார்வைக் குறைபாட்டால் பாதிக்கப்பட்டிருக்கிறாயா?" என்று கேட்டான். எனக்குத் தெரியாது என்று நான் சொன்னபோது மற்ற எல்லாருமே சிரித்தார்கள். அப்போது உடனடியாக என்னைப் பாதுகாக்கும்படி பர்வேஸ் டென்சிலிடம், "அவனைத் தயவுசெய்து தனியாக விட்டுவிடு" என்று சொன்னான். என்னைக் கிண்டல் செய்யும்விதமாக டென்சில் மேலும் தன் முகத்தில் புன்னகையை ஏந்திக்கொண்டு, "உனக்குத் தெரியுமா? ஒரு துளி துணிவு 32 துளி ரத்தத்திற்குச் சமமானது. திலீப்பைப் பார், அவனுடைய மார்பு உள்நோக்கிக் குழிந்து மயிரடர்ந்து இருக்கிறது" என்று சொன்னதும் எல்லோரும் மறுபடியும் சிரித்தார்கள். என்னைப் பற்றி அவர்கள் கிட்டத்தட்ட மறந்துபோய் அவர்களுக்குள்ளாகவே பேச ஆரம்பித்தார்கள். தூசுக்காற்று மெல்ல மெல்ல அடங்கிக் கொண்டிருந்தது. மூடப்பட்டிருந்த கட்டடங்கள் எல்லாமே வெயிலின் உக்கிரம் தாங்காமல் வேகவைக்கப்பட்ட, ஒரு வெள்ளை நிற வானவில்லை வெட்டி, தூசுக் காட்டுக்குள் வைத்தது போலிருந்தது.

அஜித் அந்த மலையின் கீழ்ப்பகுதியில் நின்றுகொண்டிருக்கச் சம்மதித்தான். அங்கிருந்துகொண்டு யாராவது வந்தால் மேலே செல்லும் இவர்களைத் தான் எச்சரிப்பதாகச் சொன்னான். அந்தப் பகுதி முற்றிலுமாக ஆள்நடமாட்டம் இல்லாமலிருந்தது. சிறு பூச்சிகளின் சத்தம் மூச்சற்ற மௌனத்திற்குள் இடைவிடாமல் ஒலித்தபடி அந்த வெளியை நிரப்பிக் கொண்டிருந்தது. மிகவும் பழமையான அந்த மலையில் இஷானும் லைலாவும் தங்களுடைய முதல் காலடியைக் கல் குன்றுகளுக்கு நடுவிலும் முள் மரங்களுக்கு நடுவிலும் தயங்கித் தயங்கி எடுத்து வைத்தனர். அங்கிருந்த வழுக்கை விழுந்த பாறைகளுக்கு மத்தியில் காட்டுத் தீயைப்போல விசித்திரமான சிறு செடிகள் அந்தப் பாறைகளையொட்டி முளைத்திருந்தன. முன்னால் செல்வதற்கான பாதை சிரமம் நிறைந்ததாகவே இருந்தது. என்றாலும் அவர்கள் அங்கிருக்கக்கூடிய புதர்களையும் செடிகளையும் கைகளை வைத்து விலக்கினபடியே முன்னேறிக்கொண்டிருந்தார்கள். தாங்கள் எவ்வளவு தூரம் மலையேறி வந்திருப்போம் என்பதை அவர்கள் அறிந்திருக்கவில்லை.

அப்போதுதான் அந்த வெயில் காய்ந்த பூமியில் திடீரென காற்றில் பெரும் மழைக்கான ஒரு வாசம் அடித்தபடி இருந்தது.

அவர்கள் தங்களுடைய பாதையை மேலும் முட்புதர்கள் அடர்ந்த பகுதியில் - கூட்டமாக நடுவே இருக்கக்கூடிய பெரிய மேல்தளத்தில் நடப்பது போல நடக்க ஆரம்பித்தார்கள். அப்போதுதான் அவர்களுக்கு ஓர் அற்புதமான சுகந்த மணம் வந்தடைந்தது. நீரின் வாசனை பாறைகளுக்கு இடையே மிதந்து கொண்டிருந்த வானத்தின் ரேகைகளுள் படர்ந்து கிடந்தது "நான் ஒரு கேமராவை என்னுடன் வைத்திருந்திருக்க வேண்டும்" என்று லைலா என்னிடம் சொன்னாள். அவர்கள் எவ்வளவு நேரம் அந்த நீரில் விளையாடிக் கொண்டிருந்தார்கள் என்பதைக்கூட அவர்கள் அறிந்திருக்கவில்லை. எப்போது அவர்கள் வெளியே வர எத்தனித்தார்கள் என்றும், எப்போது அவர்கள் கீழே மலையின் அடிவாரத்தை அடைந்தார்கள் என்பதையும்கூட அவர்கள் அறிந்திருக்கவில்லை. ஆனால் - அன்றிரவு லைலாவுக்குக் காய்ச்சல் வந்து, மறுநாள் காலையில் அது காணமல் போயிருந்தது. அவர்கள் அவ்வாறு மலையில் பயணித்தது பற்றி பள்ளிக்கூடத்தில் ஒரு மிகப் பெரிய பரபரப்பு ஏற்பட்டிருந்தது. அவர்களுக்குக் கீழேயுள்ள வகுப்புகளில் படித்துக்கொண்டிருந்த மாணவர்கள் லைலாவையும் இஷானையும் மிகுந்த ஆர்வத்துடன் எதிர்கொண்டனர். "அவ்வனுபவம் திரைப்படங்களில் வருவது போலிருந்தது" என்றாள் லைலா. இடைவேளையின்போது ஒரு சில பையன்கள் இஷானிடம் வந்து, மிகுந்த தயக்கத்துடனும் வெட்கத்துடனும் ஒன்றிரண்டு கேள்விகள் கேட்டனர். அஷ்ரஃப் ஒருவிதமான ஒவ்வாமையைக் கண்ணில் சுமந்தபடி விலகியே இருந்தான். அவர்களுக்கு சீனியரான ஜோஷ்வா அதைப்பற்றி கேட்டபோது இஷான் தன்னுடைய தோள்களை இலேசாகக் குலுக்கினபடி, அந்த ஒட்டுமொத்த சம்பவத்தையும் ஒற்றைத் தோள்குலுக்கலின் மூலமாக சொல்வதுபோல் செய்து, "லைலா சினிமா பைத்தியமாகவே இருக்கிறாள்" என்று மட்டுமே சொன்னான்.

பின்னால் ஒருநாள், வீட்டு வசதி வாரியக் குடியிருப்பின் தெரு முனையில் இருக்கக்கூடிய ஒரு கல்வெட்டின்மேல் ஏறி நின்றபடி இஷான், "நாங்கள் திரும்பி வருவதற்கு நிறைய கஷ்டங்கள் இருந்தபோதிலும், நாங்கள் நதியில் நன்றாகக் குளித்ததை, நீச்சலடித்ததை மறக்கவே இயலாது. அவள் எவ்வளவு சிரித்தாள்,

நானும் சிரித்தேன், அந்தக் கணமே அற்புதமாக இருந்தது!" என்றான் பின்பு அவன், "நாங்க மறுபடியும் அதே எடத்த கண்டுபிடிச்சி போயிடுவோம் என்று நம்பிக்கையோடு இருந்தேன். நீச்சலடிக்க அதைக் காட்டிலும் சிறந்த இடம் இந்த உலகில் இருக்க முடியாது - மலைகளுக்கு இடையே மறைந்து கிடக்கும் அத்தனை ஸ்பஷ்டமான, ருசிகரமான தண்ணீரை நான் கண்டதே இல்லை" என்று அவன் தன்னுடைய கண்களில் பரவசம் மின்ன மின்னச் சொல்லி, தன்னுடைய விரல் நுனியில் தானே முத்தமிட்டுக் கொண்டான். "அவனுடைய புதிய மாஞ்சாக்கயிறு அற்புதமாக இருக்கிறது! வேறு எந்தப் பட்டமும் அவனுடைய பட்டத்தின் திசையில் சுருண்டு வரக்கூட இயலாது." "அப்படியெல்லாம் ஏதுமில்லை." "கொய்யா மரத்திலிருந்து செய்யப்பட்ட கவணை நீ பார்த்தாயா? கடவுளே ஒரே நாளில் ஏழு பேரை அது காலி செய்துவிட்டது." "கோவண்டி கிணற்றில் பருவக்காலத்துல் மட்டுந்தான் நீச்சலடிக்க முடியும்." "பின்ன ஏன் அவன் நீச்சலடிக்க வரவில்லை?" "கிண்டலடிக்காதே. உனக்கென்ன பைத்தியமா பிடித்திருக்கிறது?" "அவனுடைய தோள்பட்டையில் அவ்வளவு அடிபட்டிருக்கு" "அவன் எதையாவது பற்றிப் புலம்பிக்கொண்டே தான் இருப்பான்." "அதையெல்லாம் மறந்து விடு."

அடுத்த காலாண்டின் தொடக்கத்தில் இஷானுடைய பாட்டி இறந்துபோனபோது ஜமால், "என்னுடைய பாட்டி போயிருந்தால் நான் மிகவும் சந்தோஷப்பட்டிருப்பேன்" என்றான். உடனே ஜரினாவும் லைலாவும், "உஷ்... நீ இந்த மாதிரி எல்லாம் பேசக் கூடாது" என்றும், "உஷ்... அப்டியெல்லாம் சொல்லாத" என்றும் சொன்னார்கள். நான்கு குழந்தைகளும் அவர்களது கொடூரமான பாட்டியை வெறுத்தார்கள். இஷானும் அவனது நண்பர்களும் அதற்குப் பிறகு பலமுறை அந்த மலைக்குச் சென்று வந்தபோதும் பாறைகளுக்குள்ளிருந்து ரகசியமாய்க் கசிந்த அந்த ஓடையை அவர்களால் மறுபடியும் கண்டுபிடிக்கவே இயலவில்லை.

காலப்போக்கில் மலைகள் எல்லாமே தகர்த்தெறியப்பட்டு புதிய எண்ணெய் சுத்திகரிப்பு நிலையங்களும் உரத் தொழிற்சாலைகளும் அணுவுலைக் கட்டமைப்புகளும் உருவாகியிருந்தன. இதுபோக நவீன தொழில்நுட்ப வளர்ச்சித் திட்டங்கள் அங்கு அமலில் வந்தபிறகு புகை மூட்டங்கள் அந்தச் சிறுநகரத்தின் இரவுநேர

வானத்திற்கு மெல்ல மெல்ல ஒரு ரோஸ் வண்ண மினுமினுப்பைக் கொடுத்திருந்தன - இஷானும் அவனது நண்பர்களும் அங்கிருந்து சிதறிச் சென்றார்கள். டேரியஸ் அமெரிக்காவிலும், பர்வேஸ் உலகத்தைவிட்டே மரித்தும், டென்சில் ரஷ்யாவில் சிக்கிக்கொண்டும் இருந்தார்கள்; ஜோஷ்வா ஆஸ்திரேலியாவுக்குப் புலம்பெயரத் திட்டமிட்டு கடைசியில் இஸ்ரேலுக்குப் புலம் பெயர்ந்தான். இஷானும் அவனது மனைவி மற்றும் இரு குழந்தைகளுடன் டெல்லியில் வசிக்கத் தொடங்கியிருந்தான். யார் மூலமாகவோ லைலாவும் இப்போது இடமாற்றம் செய்திருப்பதை அறிந்திருந்தான்; அதேபோல் அவள் புகைப்படக் கலையில் ஒரு பயிற்சி முடித்திருப்பதாகவும், ஒரு பள்ளிக்கூடத்தில் அவள் ஆசிரியராகப் பணிபுரிவதாகவும் கேள்விப்பட்டிருந்தான். ஒருமுறை அவன் மும்பைக்கு சில வருடங்களுக்கு முன்பாகப் போய்வந்தபோது அங்கு பழைய கூட்டத்தில் யாரும் எஞ்சியிருக்கவில்லை. மனிதர்கள் வீடுகளில் அமர்ந்தபடி தொலைக்காட்சிகளைப் பார்த்தபடி இருந்தார்கள். பழைய திரையரங்குகள் எல்லாமே காலியாகக் கிடந்தன. கோவில்களும் அவ்வாறே வௌவால்கள் உட்கார்ந்து செல்லும் இடமாக மாறியிருந்தன. எல்லாமே நவீனமயமாக்கப்பட்டிருந்தன. (மெட்ரோ, நியூ எம்பயர், எக்சல்சியர், ஈரோஸ், ரீகல், பிஜோக்ஸ், ரேடியோ சிட்டி....)

இஷான் அப்போது ஏற்கெனவே ஒட்டுமொத்த ஜவுளி ஆலைகளுக்கு ஒருங்கிணைப்பாளராக ஆகியிருந்தான். அந்த வேலை பலவித விரும்பத்தகாத அம்சங்களை உள்ளடக்கியதாக இருந்தபோதும் இஷான் அவற்றுக்குப் பழக்கமாகிவிட்டிருந்தான். அதில் ஒருங்கிணைப்பாளராக இருக்கக்கூடிய எல்லோருமே நாட்டைச் சுற்றிப் பயணம் செய்து, அவர்களுடைய அறிக்கையைச் சமர்ப்பித்திருந்தார்கள். அந்த அறிக்கையை முன்வைத்து அந்த ஒருங்கிணைப்புக் குழு எந்தெந்த ஆலைகளை மூட வேண்டும் என்று தீர்மானிக்கும், குறிப்பிட்ட ஆலைகளோடு சம்பந்தப்பட்ட மனிதர்களுக்கு ACMCஇன் ஒருங்கிணைப்பாளர் அங்கு வரும்போது தான் - அவர்களுடைய ஒட்டுமொத்த உருவமே மாறி ஆட்குறைப்பு மற்றும் ஆலை மூடல் அல்லது லாக் அவுட் போன்றவற்றின் உருவமாகத் தென்படுவார்கள். மட்டுமல்ல, அந்த ஆலையைச் சார்ந்தவர்களுக்கு அவர்களுடைய வருகை அந்த ஆலையை மூடி, வேறொரு இடத்தில் விசைத்தறியை உருவாக்கிக் கொடுக்கும்

தேவையில்லாத விஷயமாகவே தெரியும். அப்படியிருக்கும் சூழ்நிலையிலும் இஷான் இதுவரை நல்லபடியாகவே வேலை பார்த்துவந்தான். அப்படியான நேரத்தில் இஷான் ஜஷோல் எனும் இடத்திற்கு வேலைக்காகக் கிளம்பிக் கொண்டிருந்தபோது இவனைப் போலவே இன்னொரு ஒருங்கிணைப்பாளர் வடக்குப் பகுதியில் சந்தேகத்திற்குரிய விதமாகக் காணாமல் போயிருக்கும் செய்தி வந்தடைந்தது. அப்பகுதியில் இருந்த பாதாளச்சாக்கடையின் ஓரமாக அவரது வெட்டுப்பட்ட உடல் காக்கைகளும் தெருநாய்களும் சுற்றியிருக்க, அழுகிய நிலையில் கிடந்ததாகத் தெரியவந்தது. மற்றுமொரு ஒருங்கிணைப்பாளரோ கிழக்குக் கடற்கரையோரம் இருந்த ஒரு கண்டோன்ட்மன்ட் காலனியின் எறும்புத்தின்னி புற்றில் சாகடிக்கப்பட்டிருப்பதாகத் தெரியவந்தது. அதேபோல மூன்றாவதாக, ஓர் ஒருங்கிணைப்பாளரும் காணாமல்போனதாக ஒரு வதந்தி நிலவியது - சம்பந்தப்பட்ட அந்த நபர் ஜவுளி ஆலை கூட்டணியின் புரட்சிகரமான ஓர் அமைப்பில் சேர்ந்து பணியாற்றியதாகத் தெரிய வந்தது. அதுவே அவ்வருடத்தின் மிக மோசமான காலகட்டம். இஷான் ரயிலில் பயணம் செய்து கொண்டிருந்தபோது, அந்த ரயில் 'மூஸ் மூஸ்' என்று மூச்சிரைத்தபடி ஓடிக்கொண்டிருந்தது. ஜன்னலோரமாக ஒரு நடு மத்தியான வேளையில் இஷான் வெளியே பார்த்துக் கொண்டிருந்தபோது, அவனது ரயில்பெட்டிக்கு எதிரே இருந்த ஒரு வேப்பமரத்திலிருந்து மைனா ஒன்று செத்து கீழே விழுந்ததைப் பார்த்தான். அது செத்து விழுந்த இடம், ஒரு தொடர் பாறைப்பகுதியில் மழையால் உண்டான சிறுபள்ளத்திலிருக்கும் முள்மரங்களிடையே.

வேலையின் நிமித்தம் இஷான் நாசிக்கில் இருந்தபோது, அவன் தன்னிச்சையாக அங்கிருந்த கல்லூரி கேண்டீனுக்குள் நுழைந்தான். அதற்கு முக்கியமான காரணம், அந்தக் கல்லூரி கேண்டீன் வழியாகத்தான் அந்த கல்லூரிக்குப் பக்கத்தில் இருக்கக்கூடிய திரையரங்குக்குச் செல்ல வேண்டியதாய் இருந்தது. அந்த கேண்டீனில் சில மாணவர்கள் - ஆண்களும் பெண்களுமாய் திரைப்படங்களைப் பற்றி விவாதித்தபடி இருந்தார்கள். தன்னுடைய தேநீர் கோப்பையினுள் மூழ்கிருந்த தன்னுடைய கண்களை அவன் நிமிர்த்தி எதிரே நீலவண்ணப் புடவையில் இருந்த பெண்ணை ஆச்சரியமாகப் பார்த்தான் - ஆனால், அவள் லைலா அல்ல.

இஷான் ஜசூலை நோக்கிப் பயணம் செய்துகொண்டிருந்தான். அந்த இடத்துக்கு அவன் அதுவரை சென்றிருக்கவில்லை. பருவக்கால மழை இன்னும் பெய்யத் துவங்கவில்லை. அதனாலே வெப்பம் இன்னும் 45 டிகிரியாகக் கொதித்தபடி இருந்தது. செய்தித்தாள்களில் நகரமெங்கும் வெப்ப அலைகள் மிகுந்திருப்பதாகச் செய்திகள் இடம்பெற்றிருந்தன. வெப்பமான அந்த இரவில் இஷான் ரயிலில் பயணம் செய்துகொண்டிருந்தபோது - சுற்றியிருந்த சிறு குன்றுகளில் காட்டுத்தீ பற்றியிருப்பதை அவன் பார்த்தான். கருநிற இருளின் மத்தியில் எரிந்துகொண்டிருந்த மரங்கள் துப்பிய ஆரஞ்சு வண்ணத் தீயினூடே அவ்வப்போது சில தீப்பொறிகள் காற்றில் நிரம்பினபடி இருந்தன. முதல்முறையாக லைலாவை இஷான் ஜசூலில் பார்த்தபோது ஒரு பெரும் திரளான பள்ளி மாணவிகள் மத்தியில் லைலா ஒரு ஆசிரியரோடு பெரிய திரைப்பட பேனரைக் கடந்தபடி இருந்தாள். அவன் அவர்களுக்காக நிலையில் நின்று காத்திருந்தபோது அவர்கள் அவனை நோக்கி வந்தார்கள். அந்தப் பள்ளி மாணவிகள் எல்லோருமே பாடல்பாடிக் கொண்டும், சிரித்தபடியும் லைலாவுடன் வந்திருந்த மற்றொரு ஆசிரியருடன் நடக்கையில் தடுமாறிக் கொண்டும் லைலாவின் பின்னால் வந்தபடி இருந்தார்கள்.

ஜசூலின் நதிக்கரைகளின் ஓரங்களில் நெடிந்து வளர்த்திருந்த யூகலிப்டஸ் மரங்களின் நிழலை ஒட்டியே அவர்களுடைய வகுப்பறை சுற்றுலா இருந்தபடியால், அவர்கள் அதை நோக்கி நகர்ந்தபடி இருந்தார்கள். அது ஒரு அசைவற்ற காற்றுவெளியின் அதிகாலை வேளையாக இருந்தது. என்றாலும் பகல் மெல்ல எட்டிப் பார்த்தபடி இருக்க இலேசான போக்குவரத்து அந்தத் தெருவில் இருந்தது; பால்காரர்கள் பால் ஊற்றிவிட்டு சைக்கிள்களில் திரும்ப வந்து கொண்டிருந்தார்கள். சில காலை வேளைகளில் எழுபவர்களும், அதிகாலை வேளையில் எழும் சிலரும், யாசகம் கேட்கும் ஒருவரும், அரசியல்வாதிகளும், இன்னும் சில பள்ளிக் குழந்தைகளும் அந்தத் தெருவில் ஒருவருக்கொருவர் பொறாமைமிக்க பார்வைகளைக் கடத்தியபடி நடந்து சென்று கொண்டிருந்தனர். இஷான் அதற்கு முந்தைய இரவுதான் தாமதமாக அங்கு வந்து சேர்ந்திருந்தான். எப்போதும் வழக்கம்போலவே அவன் அதிகாலை வேளையில் வெளியே வந்திருந்தான் - தனது வருகை அங்கு வரவேற்கத்தக்கதாக இருக்கிறதா என்று பார்வையிடவே.

அந்தப் பார்வைகள் அங்கீகரிக்கப்படுகிற பார்வைகளா அல்லது சந்தேகத்துக்குரிய பார்வைகளா என்று அறிந்துகொள்ளவே அவன் அதிகாலை வெளியில் வெளியே வந்தான்.

அவனை அப்படி யாருமே சந்தேகக் கண்ணோடு பார்க்கவில்லை. என்றாலும். யார் இந்த அன்னியர் என்பதுபோல பார்வைகள் அந்தத் தெருவில் அவன் நடக்கும்போது அவன்மேல் விழுந்து கொண்டிருந்தன. ஒரு சிறு நகரத்தில் வெகுநாட்கள் கழித்து ஒருவர் வரும்போது அத்தகைய பார்வைகள் படுவது வெகு இயற்கையானது. அங்கிருந்த நூற்பாலைகள் மூடப்பட்டுவிட்டால் நிலவரம் எவ்வாறு இருக்கும் என்பதை இஷான் மிகத்தெளிவாக அறிந்திருந்தான். போக்குவரத்தே இல்லாமல் ரயில் தண்டவாளத்தின் இடுக்கலான பாதைகளில் புற்களும் நாணல்களும் மிகுந்து வளர்ந்திருக்கும். அங்கிருந்த ஸ்டேஷன் மாஸ்டர் கூட வேறொரு ஊருக்கு மாற்றலாகிச் சென்றிருப்பார். மிச்சமிருப்பது என்னவோ அந்த நகரத்தில் கைவிடப்பட்ட, நிராகரிக்கப்பட்ட இரண்டு நூற்பாலைகளும் அவற்றில் அடைந்திருக்கும் எதற்குமே பயன்படுத்தாத கழிவுப் பொருட்களும் மட்டுமே. அங்கிருக்கக்கூடிய திரையரங்கு மட்டுமே மக்களால் நிறைந்திருக்கும். அதற்கு ஒரே காரணம் அவர்கள் தங்கள் யதார்த்த வாழ்க்கையிலிருந்து தப்பித்து, ஒரு கனவுலகிற்குள் சஞ்சரிக்க விரும்புபவர்களாகப் பசியோடு அந்தத் திரையைப் பார்த்தபடி இருப்பார்கள்.

இஷான் முதன்முதலாக லைலாவைப் பார்த்தபொழுது அவன் பாலத்தின் நிழலில் நின்றபடி இருந்தான். மற்ற எல்லோருமே நொண்டியடித்துக் கொண்டும் சிரித்தபடியும் பின்னால் வந்து கொண்டிருந்தார்கள். என்றாலும் லைலா அவனது பக்கத்தில் வந்தபிறகுதான் அவனைப் பார்க்கவே செய்தாள். வெயில் களமாடும் ஒரு நிலப்பரப்பில் தண்ணீர் கேட்டு வரக்கூடிய ஒரு அந்நியன் போலத்தான் அவள் இஷானை முதன்முதலில் பார்த்தாள். ஒரு புகைப்படம் மெல்ல மெல்ல சிவப்பு விளக்கினூடே ஒரு தட்டு நிறைய இருக்கக்கூடிய திரவத்திலிருந்து மெல்ல மெல்ல உருவங்கள் புலப்பட்டுத் தென்படுவது போலவே அவளது கண்பார்வைக்கு இஷான் மெல்ல மெல்ல உருவமாக மாறி, யாரென்று புலப்பட்டு நின்றான். உடனடியாக அவனை அடையாளம் கண்டு அவனை நோக்கி ஓடினாள்.

இஷானுக்கு இலேசாகத் தர்மசங்கடமாக இருந்தபடியால் அவள் தன்னுடைய ஓட்டத்தை நிதானமாக்கிக் கொண்டு, தன்னுடன் வந்த அடுத்த ஆசிரியரை இஷானுடன் பேச அனுமதித்தாள். அவள் பின்னால் வந்துகொண்டிருந்த மாணவிகள் அனைவரும் இஷானைப் பார்த்து தங்களுக்குள் ஏதேதோ கிசுகிசுத்துக் கொண்டார்கள். அதைக் கவனித்த லைலா அவனை நோக்கி நடக்க ஆரம்பித்தபோது, அவளுடன் வந்த ஆசிரியர் சிரித்தபடி இருந்த மாணவிகளைத் தன்னுடைய வெறித்த பார்வையால் அவ்வாறு செய்யாதிருக்க பார்வையாலே ஆணையிட்டார். லைலாவிற்குப் பின்னால் நடந்து வந்த சில மாணவிகள் மட்டுமே முன்செல்ல பிரயத்தனப்பட்டார்களே ஒழிய, மற்ற எல்லா மாணவிகளும் திரும்பி நின்று இஷானையும் லைலாவையும் பார்க்கத் தொடங்கினார்கள்.

ஜஸூல் நதிக்கரையின் வளைவுகளுக்கு அப்பால் இருந்த நூற்பாலைகளையும் நகரின் மறுபுறத்தில் இருந்த கல்லறைத் தோட்டங்களையும் நோக்கி இஷானும் லைலாவும் நடக்கத் துவங்கியிருந்தார்கள். லைலாவால் வார்த்தைகளைக் கோர்த்து, தன்னையழுத்தும் சந்தோஷத்தைச் சொல்ல இயலவில்லை, முழுக்க முழுக்க ஆனந்தத்தால் அவள் மூழ்கடிக்கப்பட்டிருந்தாள்.

அவர்கள் அந்தத் தெருவின் பின்பக்கமாய் நடக்கத் துவங்கியிருந்தபோது, அங்கிருந்த அனைத்து வீடுகளின் புழக்கடைகளிலும் துணிகள் துவைத்துக் காயப்போடப்பட்டிருந்தன. அவர்கள் இருவரும் தங்கள் கைகளை ஒருவரையொருவர் பற்றியிருக்கவில்லை. வார்த்தைகளையும் பகிரவில்லை. கல் படிகளின் மேலே ஏறி மையத் தெருவை அடைவதற்காக அவர்கள் நடந்தபொழுது இஷான் லைலாவிடம் அவளுடைய பாட்டியைப் பற்றி விசாரித்தான்.

அவர்கள் அவனைவரும் ஒன்றாகப் பள்ளி பயின்றபோது, லைலா, அவளுடைய சகோதரி மற்றும் இரு சகோதரர்கள் அவர்களுடைய பாட்டியுடனே தங்கியிருந்தார்கள். லைலாவின் பெற்றோர் தெற்கு ஆப்பிரிக்காவில் பொறியாளர்களாகப் பணியாற்றி வந்தார்கள். அங்குதான் நான்கு குழந்தைகளுமே பிறந்திருந்தனர். நால்வருமே பள்ளிக் கூடத்தில் எப்போதுமே அவர்களது பாட்டியைப் பற்றித்தான் பேசிக்கொண்டிருப்பார்கள்.

அந்த வயதான பெண்மணி அவர்களுக்கு நிறைய தண்டனைகள் கொடுத்தபடி இருப்பார் எனப் பகிர்ந்திருந்தார்கள்.

லைலா இஷானைவிட இரு வயது இளையவளாய் இருந்தாள். அவளது மூத்த சகோதரி சரீனா இஷானைவிட இரு வயது மூத்தவள். உலகத்திலேயே மிக சோகமான கண்களை உடையவள் சரீனா என்று இஷான் கருதினான். சரீனா மிக அடிக்கடி விபத்துக்குள்ளாவாள்- அவளை எப்போதுமே காயம்பட்டவளாக, சிராய்ப்புகள் மிக்கவளாக, நொண்டிக்கொண்டு நடப்பவளாக, கையைச் சுற்றி, உடலைச் சுற்றி, கட்டுப் போட்டவளாகவே பார்க்க இயலும். இஷானுடைய வகுப்பில்தான் அஷ்ரஃப் இருந்தான். ஜமீல் நான்கு வயது அவனைக் காட்டிலும் இளையவனாக இருந்தான். அவர்கள் சந்திப்பதற்கு இரு ஆண்டுகள் முன்னால் தனது பாட்டி இறந்துவிட்டதாக லைலா இஷானிடம் சொன்னாள். கண்ணாடி அணிந்து பயந்த சுபாவமுடைய அஷ்ரஃப் மருத்துவப் படிப்பு படித்ததாகவும், தென்னாப்பிரிக்காவுக்கே திரும்பி அங்கு பணியாற்றிக் கொண்டிருப்பதாகவும் தெரிவித்தாள். ஜமீலின் கதை இன்னும் சுவாரசியமாக இருந்தது. சிறுவயதிலேயே துறுதுறுப்பான ஒரு விளையாட்டு வீரனாக விளங்கிய ஜமீல் வீட்டை விட்டு ஓடிப் போயிருந்தான். பின்பு அவன் கத்தோலிக்க சபையில் செயின்ட் வின்சென்ட் தே பவுலுடைய திருச்சபையில் சேர்ந்து இந்தியாவில் ஒரு பாதிரியாராகப் பணியாற்றி வந்ததாகச் சொன்னாள். சரீனா கோவண்டியில் இருக்கக்கூடிய ஒரு பாழடைந்த கிணற்றில் தன் வாழ்வை தற்கொலை செய்து முடித்துக்கொண்டாள் என்று லைலா இஷானிடம் சொல்லும்போது அவளுடைய குரல் கம்மியிருந்தது.

“என்னுடைய பெற்றோர்கள் என்னைத் தென்னாப்பிரிக்காவுக்குத் திரும்பி வரும்படி சொன்னார்கள். ஆனால் நான் மறுத்துவிட்டேன். என்னுடைய பாட்டி இறந்தபோது அப்பாவும் அம்மாவும் என்னை மறுபடி அங்கு வரச் சொன்னார்கள். ஆனால், அதற்குள்ளாகவே வாழ்க்கை என்னை வெகுதூரம் அழைத்துச் சென்றிருந்தது. அவை எவற்றை என என்னால் வார்த்தைகளால் பகிர்ந்துகொள்ள முடியாத நிலையில் இருந்தேன். அவர்களுக்கு நான் வார்த்தைகளால் ஒரேயொரு விஷயம் புரியவைத்தேன். தென்னாப்பிரிக்கா எனது மண்ணல்ல, அது இன்னொரு நாடு மட்டுமே. அதனால் என்னை அவர்கள் மறுபடி பார்க்கவே மாட்டார்கள் என்று எழுதினேன்.

அதற்குப் பிறகு நான் அவர்களுக்கு எதுவுமே எழுதவில்லை. நான் இந்த நகரத்தில் இருக்கிறேன் என்றுகூட அவர்களுக்குத் தெரியாது. அப்பாவும் அம்மாவும் எங்களை அவர்களோடு வைத்திருக்க வேண்டுமே அன்றி, எங்களை இவ்வளவு தூரம் அனுப்பி எங்கள் பாட்டியுடனே இருக்க வைத்திருக்கக்கூடாது" என்று சொல்லியபோது தேம்பி அழுதாள். "மீண்டும் அவர்கள் எங்களுக்கு அதைச் செய்திருக்கவே கூடாது. எங்களுக்கு எப்போதுமே அதைச் செய்திருக்கக் கூடாது - பாவம் சரீனா, சரீனா, சரீனா" அவள் தேம்பினாள். இஷானுக்கு அவளை ஆறுதல்படுத்துவதற்கும் அவளது துயரத்துக்குள் நுழையாமல் இருக்கவும் அவனுக்குள்ளே ஒரு கடும் போராட்டம் நிகழ்ந்தபடி இருந்தது. அவள் திடீரென்று அழுவதை நிறுத்திவிட்டு அவனைப் பார்த்தாள். "அப்புறம்? நீ இநக்கி என்ன செய்து கொண்டிருக்கிறாய் உனக்கு கல்யாணம் ஆகிவிட்டதா? சொல்லு?" அவள் கண்ணீரோடு போட்டி போட்டுக்கொண்டு இந்த வார்த்தைகளைச் சொன்னாள். "உன்னைப் பற்றிச் சொல்லு. இருபது வருடங்கள் ஆகிவிட்டன அல்லவா? கடவுளே!"

இஷான் அவனது பட்டப் படிப்புக்குப் பிறகு அவனது பெற்றோர் தங்களது சொந்த சாதியிலேயே ஒரு பெண்ணைப் பார்த்து திருமணம் செய்து வைத்ததாகச் சொன்னான்; இஷானுக்கு இரு குழந்தைகள் இருப்பதாகவும், தற்போது அவன் வளர்ந்ததைக் காட்டிலும் பெரிய ஒரு அப்பார்ட்மெண்டில் அவர்கள் தில்லியில் வசிப்பதாக அவன் சொன்னான். அவர்கள் அப்படிப் பேசிக்கொண்டே கல்லறைத் தோட்டத்தைக் கடந்திருந்தார்கள். அவர்கள் பக்கத்தில் இப்போது அவர்கள் பேச்சின் எதிரொலிப்பாய்க் காய்ந்த நதிப்படுகையே இருந்தது. ஒரு பக்கம் கண்ணாடிச் சில்லுகள் குத்தி வைக்கப்பட்ட நூற்பாலையின் உயர்ந்த காம்பவுண்ட் சுவர்களும், மறுபுறம் வரிசையாய்க் கட்டப்பட்டிருந்த கிட்டங்கிகளும் இருந்தன. ஒரு வருடத்தின் குறிப்பிட்ட இந்தக் காலகட்டத்தில், அதுவும் இந்த வருடம் மட்டுமே ஜசூல் நதி ஊரிலிருந்து அனுப்பப்பட்ட சாக்கடைக் குட்டைகளும் கூட்டமாகக் காட்சியளித்தது. அந்த தூசு படிந்திருந்த நதிக்கரையோரம் நிறைந்திருந்த மேலோட்டமான அழுக்கு நீரில்தான் ஈக்கள் மொய்க்கும் எருமை மாடுகளும் பன்றிகளும் தங்களை ஊறவைத்துக் கொண்டிருந்தன. லைலா அவர்கள் இருவரின் வாழ்க்கையையும் பகிர்ந்த பிறகு கண்களை

அழுத்தமாகத் துடைத்துக்கொண்டு, “நான் மறுபடியும் வேலைக்குப் போக வேண்டும்” என்றாள். திடீரென்று எதிர்பாராத ஒரு கணத்தில் பதினைந்திலிருந்து இருபது நூற்பாலைத் தொழிலாளர்கள் அவர்கள் முன் தோன்றி எல்லாப் புறங்களிலும் சுற்றிச் சூழ்ந்துகொண்டனர் - சிலர் அந்த அழுக்குக் குட்டைகளில் கால் பதித்தும், சிலர் அந்த நதியின் குறுக்கே கடந்து வந்தும். அவர்கள் ஒன்றுகூடும் மையப்புள்ளியாக இஷானும் லைலாவும் இருந்தார்கள்.

இஷான் அங்கு வந்தது அதனாலேயே இரகசியமாக இருக்கவில்லை என்று தெரிந்தது. அது முன்னமே தெரிந்திருந்து அவர்கள் தங்களை முன் ஆயத்தப்படுத்திக் கொண்டிருந்தார்கள். இஷான் சுற்றும் முற்றும் பார்த்தான். லைலாவின் நீர்ச் செறிந்த கண்களில் பயம் ரேகையாக ஓடி, அதிலிருந்து கண்ணீர்த் துளிகள் கீழே தெறிக்க ஆரம்பித்தன. நூற்பாலைத் தொழிலாளர்கள் அவர்கள் இருவரையும் நோக்கி மெதுவாக நடந்து வந்தனர். யாரும் ஒரு வார்த்தைகூட பேசவில்லை. அவர்களுக்கு எப்படி இஷான் அங்கு வரக்கூடும் என்று தெரிந்தது? அவர்கள் மிகமிக அமைதியாக ஒரு பதட்டமான வட்டத்தை ஏற்படுத்தி அவர்கள் இருவரையும் சூழ்ந்திருக்கும்போது, மூன்று அல்லது நான்கு பேர் மட்டும் முன்னால் நடந்து வந்தார்கள். அவர்கள் ஒரே நொடியில் இஷானை சரமாரியாக அடிக்க ஆரம்பித்தார்கள். அடித்துக் கொண்டிருந்த வெயில் மெல்ல மங்கி சூரியன் இப்போது இஷானின் கண்களில் தெறித்தபடி இருந்தது. யாரோவொருவர் லைலாவின் கைகளைப் பின்னால் கட்டி பிடித்துக் கொண்டார். இஷான் தன் நினைவை இழக்கும் அளவுக்கு அவனை அடித்தபடியே இருந்தார்கள். அவனது உணர்வுகள் மெல்ல மெல்ல அவனைவிட்டு விலகி, அவன் பெரும் ரணத்தோடும் வலியோடும் ஒரு பெரும் கடலில் மிதந்து கொண்டிருப்பதைப் போல உணர்ந்தான்.

இஷான் தன்னுடைய படுக்கையிலிருந்து எழுந்து பார்த்தபோது அவன் ஒரு விசித்திரமான அறையில் இருந்தான். அவன் உடல் முழுக்க கட்டுக்கட்டி மருந்திடப்பட்டிருந்தது. ஒவ்வொரு தசை மூட்டும் அவனுக்கு வலியைப் பிரகடனப்படுத்திக்கொண்டே இருந்தது. அவனால் பார்க்கவோ நன்றாகப் பேசவோ இயலவில்லை. இரு கண்களும் பாரமாக உணருமளவுக்கு வீங்கியிருந்தன. அவனுடைய இரண்டு பற்களை அவன் இழந்திருந்தது அப்போதுதான் அவனுக்குத் தெரியவே

செய்தது. அவன் தனித்திருந்தான். அவனது விலா எலும்பைச் சுற்றி அரிப்பு தரும் ஒட்டுகிற டேப்பை வைத்துக் கட்டுப் போடப்பட்டிருந்தது. அங்கிருந்த படுக்கையின் பக்கமிருந்த மேஜையின் மேல் பள்ளிக்கூடப் புத்தகங்கள் அடுக்கப்பட்டிருந்தன. மங்கித் தெரியும் கண்பார்வைக்கு நடுவே அவனது உணர்வுகள் பார்வையாக மாறி, அவன் லைலாவின் இடத்தில் இருப்பதை அவனுக்குச் சொல்லிற்று. அவனது படுக்கைக்குப் பக்கத்திலிருந்த ஜன்னல் வழியாக அவனுக்கு அந்த வீடுகளின் பின்பக்கம் இருக்கக்கூடிய புழக்கடை கண்ணில் பட்டது; சில பெண்கள் தெருவின் மையத்தில் இருக்கும் பைப்பில் இருந்து தண்ணீர் சேந்திக் கொண்டு வந்தார்கள். இஷான் ஜன்னலின் வழியாகக் கட்டிலில் இருந்து பார்த்தபடி இருக்கும்போது, அவன் நடப்பதற்கு உதவியாய் கைத்தடி வைத்திருந்த ஒரு வயதானவரையும் இரு குழந்தைகளையும் பார்த்தான். அவர்கள் அவனை வெறித்தபடி இருந்தார்கள். அவன் எழுந்துவிட்டான் என்பது ஜன்னல் வழியாகப் பார்த்தவர்களுக்குப் புரிந்து மெல்ல மெல்ல இன்னும் சில முகங்கள் ஜன்னல் வழியாக அவனைப் பார்க்கத் துவங்கிற்று: அவர்களில் இருவர் சுவாரசியமாக தங்களுடைய கைகளில் இருந்த ஈரத்தை முந்தானையில் தாளமிடுவதுபோல ஒரே ஜதியில் துடைத்துக் கொண்டிருந்தார்கள். அவர்கள் தங்களுக்குள் கிசுகிசுத்துக் கொண்ட வார்த்தைகள் மெல்ல மெல்ல சிதறி அவனது காதுகளுக்கு வந்தெட்டியது. இஷான் ஜன்னல் பக்கத்திலிருந்து தன்னுடைய பார்வையை விலக்கிக்கொண்டு தனது படுக்கையில் இன்னும் மெல்ல படுக்கையின் மையத்துக்குள் தன்னை ஆழமாக நகர்த்திக்கொண்டு தன் கண்களை மூடிக்கொண்டான். தூங்கு. அவன் பிரயாசப்பட்டு அவனுடைய பள்ளி நாட்கள் குறித்த கனவுளில் மூழ்கிக்கொண்டான்.

மாலை வேளையில் இஷானை மற்ற குரல்கள் வீட்டின் வரவேற்பறையிலிருந்து எழுப்பிற்று. அவன் எழுந்து உட்கார முயற்சித்தான். லைலா மற்றும் ஒரு மருத்துவருடன் நூற்பாலையின் மேலாளரும் அறைக்குள் நுழைந்தார்கள். இஷான் அந்த அறையில் இல்லவே இல்லை என்ற பிரமையோடு அல்லது அவனை உயிரற்று அங்கு கிடத்தியிருந்தார்கள் என்ற நினைப்போடு அவர்கள் இஷானைப் பற்றி விவாதித்தார்கள். இஷானின் பகலும் இரவும் ஒன்றொடு ஒன்று பிணைந்து, இணைந்து பிரிந்து

ஓடினபடி இருந்தது. ஜன்னல்களுக்கு இப்போது அடர்த்தியான திரை இடப்பட்டிருந்தது. அறையில் வெளிச்சமே இல்லாததால் இரவு விளக்கு நாளெல்லாம் எரிந்தபடியே இருந்தது. தொடர்ந்த தூக்க மாத்திரைகளால் தூக்கத்திலேயே வைக்கப்பட்டாலும் கூட ஒவ்வொரு நாளும் தன் உடல் முன்னேறுதுவதை இஷான் உணர்ந்திருந்தான். அவ்வப்போது அந்தத் தனிமை மருத்துவர்கள், லைலா, அவன் அலுவலகத்தின் தலைமையகம் மற்றும் நூற்பாலையின் அதிகாரிகளால் உடைக்கப்பட்டபடி இருந்து. தற்போதைய பணி தற்காலிகமாக நிறுத்தி வைக்கப்பட்டு இஷானுக்கு சிறப்பு விடுமுறை அளிக்கப்பட்டு மறுபடி டெல்லிக்கு வரச்சொல்லி அழைப்புவிடப்பட்டது.

இஷான் அவனுக்கு எப்போது முடிந்ததோ, அப்போது லைலாவின் வீட்டிலிருந்து NK லாட்ஜிங் ஹவுசுக்கு இடம்பெயர்ந்தான். எப்போது உடல்நலமாய் இருக்கிறது என்று கருதினானோ அப்போது அவன் டெல்லிக்குத் திரும்பலாம் என்று அலுவலகத்திலிருந்து சொல்லியிருந்தார்கள். இங்கு அவனது வேலை முடிந்துவிட்டது. ஜூல் நூற்பாலை தொடர்பான அவர்களது முடிவுகளை அவர்கள் காலவரையற்று தாமதமாக எடுத்துக்கொள்ளலாம் என்று அவனது தில்லி அலுவலகத்திருந்து அவனுக்குத் தெரிவிக்கப்பட்டிருந்தது. இஷான் லைலாவுக்காகக் காத்திருந்தான். அவள் நாலரை மணிக்கெல்லாம் வருவதாய்த் திட்டமிருந்தது. ஆனால், அவள் ஆறு மணிக்கும் வழக்கம்போலவே வராத காரணத்தால் இஷான் அவளுடைய இடத்துக்கே சென்றுவிடலாம் என நினைத்தான். மழைக்கான காலம் அது அல்ல என்றாலும் தென்மேற்கு பகுதியிலிருந்து அடர்ந்த மை போன்ற இருள் மேகங்கள் சூழன்றபடி இருந்தன. இஷான் மெல்ல தன்னால் இயன்ற அளவு மெதுவாக லைலாவின் வீட்டை நோக்கி நடந்தான். அவன் வலியில் இருந்தான் என்றெல்லாம் சொல்லிவிட முடியாது. என்றாலும் அவன் அத்தனை நாட்கள் எடுத்துக்கொண்ட மருந்துகளும் தன்மீது அவனே புகுத்திக்கொண்ட ஓய்வும் அவனைக் கொஞ்சம் இலகுவாக மாற்றியிருந்தது. இஷானுக்குத் தான் காற்றில் மிதந்து சென்றுவிடுவோமோ என்ற சந்தேகமும் அச்சமும் ஒருங்கே இருந்தது.

இஷான் கடந்து சென்ற மனிதர்கள், கடந்து சென்ற வீடுகள் மற்றும் அந்த ஒட்டுமொத்த சூழலே இஷானின் ஒரு பகுதியாகவும்

அதே நேரம் அவன் மனதுக்குள் இருந்த இன்னொரு மாய உலகத்தின் ஒரு பகுதியாகவும் தோன்றிற்று. அப்போதுதான் எரியத் தொடங்கியிருந்த கீற்று விளக்குகளை மெல்ல மெல்ல மறைந்து கொண்டிருக்கும் மாலை நேரத்தின் ஒளி இல்லாமல் ஆக்கி அந்த மாய உலகத்தின் வினோதமான பிம்ப அலைகளை இன்னும் அதிகரித்தபடி இருந்தது. அங்கிருந்த காற்று மண்டலம் மெல்ல மெல்ல இறுகி உறைந்தது போலிருந்தது. அதே நேரம் இஷான் அதுவரையிலும் ஏற்படாதிருந்த ஓர் அற்புதமான உணர்வு கிடைக்கப்பெற்றிருந்தான். அவனுக்குத் தான் மீண்டும் பிறப்பது போன்ற ஒரு அற்புதமான உணர்வுக்குள் சிக்குண்டு இருந்தான். அவன் தெருமுனையில் திரும்பும்போது லைலா அவனைக் கடந்து வேகமாக சென்றபோது அவனைக் கவனிக்கவில்லை. இஷான் அவளை அழைத்தான். அப்போது அவள் முகத்தில் ஏற்பட்ட ஆசுவாசம் ஒரு வலி நிவாரணியை ஒத்ததாக இருந்தது. அவளது தாமதத்துக்கான காரணம், அன்று அவளது பள்ளியில் ஒரு குழந்தைக்கு விபத்தொன்று நேர்ந்திருந்ததாகச் சொன்னாள். அவள் பரபரப்பாகப் பள்ளியிலிருந்து நேராக லாட்ஜிங் ஹவுசுக்குச் சென்றதாகவும், அங்கு அவன் இல்லாத காரணத்தினால் திரும்ப வந்து கொண்டிருந்ததாகவும், அவன் வீட்டிற்கு வரும்பட்சம் அவனை வரவேற்க சரியான நேரத்துக்கு அங்கு சென்றுவிடும் நோக்கில் வேகமாக வந்ததாகவும் சொன்னாள். அப்போது அவளுடைய கண்கள் பரவசத்தில் மின்னிக்கொண்டிருந்தன - அந்தக் காற்று மண்டலத்திலிருந்த எதிர்மறை அயனிகள் அவளுக்குள் புகுந்ததுபோல.

அவர்கள் இருவரும் கீழே உட்கார்ந்து நிதானமாக உள்மூச்சு வாங்கிக்கொண்ட பிறகு அவள் சரீனாவின் மரணத்தைப் பற்றி சொல்ல ஆரம்பித்தாள். ஆனால் இஷானுக்கோ அதைப் பற்றி கேட்க விருப்பமேயில்லை. அவன் எழுந்து நடந்தபோது வியர்க்க ஆரம்பித்தது. எந்த நேரம் வேண்டுமானாலும் மழை அதற்கான பருவம் இல்லாதபோதும் பெய்யக்கூடிய ஒரு சலனத்தைக் காற்று மண்டலம் புழுக்கத்தின் மூலம் உருவாக்கி இருந்தது. அதெல்லாவற்றுக்கும் மேலாக இஷானுக்குத் தன்னுடைய தலையை லைலாவின் மார்பில் சாய்த்துக்கொள்ள வேண்டும் என்ற உந்துதல் ஏற்பட்டிருந்தது. அவள் அவனை மடியில் போட்டுத் தாலாட்ட வேண்டும் என்ற ஏக்கம் அவனுக்கும் மிகுந்திருந்தது. பாலியத்தின்

காலகட்டத்திற்குள் மீண்டும் ஒரு விசையின் மூலமாக அவன் நுழைய விரும்பினான் - அவர்கள் இருவரும் முதல்முறையாக ஒருவரையொருவர் அறிய ஆரம்பித்தபோது, அவர்களின் உடலில் ரகசியமாய்த் தென்பட்ட படபடக்கும் வானத்தின் கீழே இருக்கும் ஒரு சிறிய குன்றிலிருந்து சுரந்த அமைதியான ருசிகரமான தண்ணீரைப்போல. அவர்களின் உடல் சிறுபிராயத்துக்குள் நுழைய வேண்டுமென விரும்பினான்.

"சரீனா தற்கொலை செய்துகொண்டாள்" என்றாள் லைலா. ஆனால் அவளை நாம் அதற்கு முன்பாகவே கொன்று புதைத்துவிட்டோம். அவள் ஒவ்வொரு வார்த்தைக்கும் நடுவே தேம்பல்களைத் தவிர்த்து மெதுவாகப் பேசினபடி இருந்தாள். அவள் உடல் மெதுவாக அவ்வப்போது அவள் பேசுவதையொட்டி அதிர்வுக்குள்ளாகிக் கொண்டிருந்தது. "உனக்குத் தெரியும் இல்லையா இஷான்? என்னுடைய பாட்டி அவளை மிகவும் வெறுத்தாள். ஒரு கட்டத்துல சரீனாவுக்கும் அந்த வெறுப்பு தந்த வலி தேவைப்பட்டதோ என்று நினைக்கிறேன். ஒவ்வொரு ஞானிக்கு பின்னாலும் சொல்லப்படாத ஒரு விஷயம் இருக்கிறதென நான் நம்புகிறேன். அவ்வாறு நாங்கள் சரீனாவின் நிலைமையைப் பற்றி அவ்வளவாக யோசிக்கவில்லை என்றே நினைக்கிறேன். ஆனால் நாங்களும் வருஷங்கள் போகப்போக மெதுமெதுவாஹா எங்களோட பாட்டியுடன் சேர்ந்து சரீனாவுக்கு எதிராக ஒரு சதவீதமாவது இந்நாள் கொடுத்திருப்போம் முதலில் நாங்கள் அமைதியான பார்வையாளர்களாக எங்கள் பாட்டி அவளுக்கு இழைத்த கொடுமைகளுக்கெல்லாம் சாட்சிகளாக இருந்தோம். பாட்டி அவளை அடிக்கும் போதெல்லாம் நாங்களும் அதையே செய்தோம் போகப்போக எங்கள் பாட்டியைக் காட்டிலும் நாங்கள் அவளை மோசமாகக் கையாளத் தொடங்கினோம். ஒருபோதும் எங்கள் பாட்டி எங்கள் யாரிடமும் அவ்வாறு நடந்து கொண்டதில்லை." கண்ணீர்த் துளிகள் அவள் கன்னங்களைவிட்டு கீழிறங்கிக்கொண்டிருந்தது. அவள் அதைத் துடைக்கக்கூட மறந்து உறைந்து போய் உட்கார்ந்திருந்தாள். இப்போது அவள் அந்த வார்த்தைகளைப் பேசவில்லை என்றால், எப்போதுமே அவள் அந்த வார்த்தைகளைப் பேசமாட்டாள் என்று இவனுக்குத் தோன்றியது. "நாங்கள் அவளைத் துன்புறுத்தியதற்குக் காரணம், எங்கள் பாட்டி எங்களை அடிப்போதிலிருந்தோ தண்டனை

கொடுப்பதிலிருந்தோ நாங்கள் தப்பித்துக் கொள்வதற்காகத் தானா என்று எனக்கு இப்போதுகூட புரியவில்லை.. அப்படி அவளை நாங்கள் அவளைக் கஷ்டப்படுத்தியதால் என்ன சாதித்தோம்? ஜமால் மட்டுந்தான் அவளைக் கஷ்டப்படுத்தும் போதெல்லாம், அமைதியாக இருந்ததைத் தவிர வேறு எந்த தவறையும் செய்யவில்லை. சரீனாவுக்கு நாங்கள் உடல் ரீதியாக கொடுமையான வன்முறையை செய்த போதெல்லாம் அவள் எங்காவது ஓடிப்போய் ஒளிந்து நின்றுகொள்வாள். அவள் நிழலில்கூட பயம் தெரியும். சரீனா ஒருநாளும் ஒருபோதும் சின்ன முனஙகள் மூலமாக கூட எங்களை அவள் திருப்பி அடித்ததில்லை. தன்னை காப்பாற்றி கொள்ள் வேண்டும் என்று கூட அவள் குறைந்தபட்சம் நினைத்ததில்லை. ஏன்? - கடவுளே ஏன்?” லைலா இப்பொழுது மடங்கிக் கிடந்தது அந்த மடங்கலுக்கு மத்தியில் தொடர் தேம்பல்களின் சத்தத்தோடு தன்னை உருக்கினபடி இருந்தாள். இஷானுக்கோ அவனுடைய திருமணம் அவளுடைய கண்ணீர்த் துளிகளில் கரைந்து போவதுபோல் இருந்தது - அவன் அவளது முகத்தைச் சுற்றி களைந்து படர்ந்திருந்த கேசத்தை விரித்துப் பார்த்தபடி இருந்தான். அவள் தேம்பும் சத்தங்களுக்கு இடையே வெளியே மழை பெய்யும் ஓசையும் சேர்ந்து கொண்டது. திடீரென்று வெளியே பெய்த மழையால் அறையிலிருந்த வெளிச்சத்தின் முனைகள் மெல்ல மெல்ல சுருங்க ஆரம்பித்தன. வெளிச்சத்தின் நீள்வெட்டுகள் குறைந்த காரணத்தினாலோ என்னவோ லைலா சட்டென எழுந்துபோய் வீட்டிலிருந்த விளக்குகளைப் போட்டாள். பின்பு அவள் முகத்தைக் கழுவுவதற்காகக் குளியலறைக்குள் நுழைந்தாள். வெளியே கதவைத் திறந்து வரும்பொழுதே அவள், “நீ என்னை ஒரு திரைப்படம் பார்ப்பதற்காக அழைத்து செல்கிறேன் என்று சொன்னாய் அல்லவா? சத்தியம் கூட செய்தாய்.” என்று கேட்டாள். அவர்கள் இருவரும் இரவு உணவருந்த வீட்டை விட்டு வெளியே வந்தபோது மழை நின்றிருந்தது. சாலைகள் எல்லாம் ஒரு ஈரப்பாம்பு போல தகதகவென தெருவிளக்கின் வெளிச்சத்தில் மின்னிக் கொண்டிருந்தன. என்றாலும் காற்றோ வெப்பம் சற்றும் குறையாமல் - இன்னுமொரு மழைக்கான முன்னுரையாக மிதந்தபடி இருந்தது. லைலா வெகு இயல்பாக அவனுடைய கைகளைப் பற்றிக்கொண்டு, விரல்களை அவனுடைய

விரல்களுக்குள் தைக்கிறாற்போல் பிடித்துக்கொண்டாள். திரையரங்கில் அவள் தன்னையே மறந்து முழுவதுமாக அந்தத் திரைப்படத்தின் கதைக்குள் தன்னை மூழ்கடித்துக்கொண்டாள். திரைப்படம் முடிந்து வெளியே வரும்போது அவள், "எனக்கு திரைப்படம் பார்ப்பது எவ்வளவு முக்கியம் என்று உனக்குப் புரியுமா என்று தெரியவில்லை என்னிடம் இருந்தே நான் முழுமையாக விடுதலை பெற்று, நான் யார் என்பதையே முழுவதுமாக மறந்து போய் வேறொரு நபராக உலா வந்து உருமாறுவது - கொஞ்ச நேரமே ஆனாலும் எனக்கு மிகுந்த நிம்மதியை தருகிறது இஷான். உனக்கு அது புரியாது."

திரும்பி வீட்டுக்கு வரும்போது அவர்கள் ஒரு பெருமழையில் மாட்டிக் கொண்டார்கள். அந்தப் பின்னிரவு நேரத்துத் திரைப்படப் பார்வையாளர்களுக்குள் அவர்கள் மழையினூடே ஓடினார்கள். சிரித்தபடியும் முழுவதுமாக நனைந்தபடியும் அவர்கள் வீடு வந்தடைந்தார்கள். ஒரேயொரு முறை தன்னைத்தானே குணமாக்கிக் கொள்வதன் முயற்சியாக அவள் அவனிடம் தொடர் நீட்சியாக மிகவும் மென்மையாகத் தன்னைக் காட்டிக் கொண்டாள் - அவள் அதுவரை பெற்றிருந்த ரணங்களின் சிக்கல்களுக்குள் - காலம் மனித உடல்மேல் செலுத்தியிருந்த அடர்ந்த ரணங்களுக்கெல்லாம் அவளுடைய பெண்மையின் உதட்டை மருந்தாக்கினபடி அவள் செயல்பட்டுக்கொண்டிருந்தாள். வெளியே மழை பேய்த்தனமாகப் பெய்துகொண்டிருந்தது. இஷானுக்கோ உள்ளுணர்வில் இன்னொரு உலகத்துக்குள் புகுந்தது போலவும் அவனுடைய கனவுகள் நிஜமாகும் ஓர் உன்னதமான இடத்தில் சஞ்சரிப்பது போலவும் தோன்றிற்று. அவனுக்குத் தூங்கத் தோன்றவில்லை. அந்த இரவு முடிய வேண்டுமென்றும் விருப்பமில்லை. கடமைகள் முற்றிலுமாகக் காத்திருக்கும் அடுத்த நாளுக்குள்ளும் அவன் புகுந்து செல்ல விரும்பவில்லை. அவன் நுழைந்த சாலையின் எல்லையில் அவன் திரும்ப இயலாமல் தத்தளிக்கும் பொழுது அவன் போய் நின்ற இடம் லைலாவின் மரணமாக இருப்பதுபோல் அவனுக்குத் தோன்றியது. ஆனால், அங்கிருந்து திரும்ப இயலவில்லை. அதற்கு மிகவும் தாமதமாகி விட்டிருந்தது.

அவன் மரணத்திலிருந்து எழும்பியவன்போல பார்க்கும் எல்லாமே வித்தியாசமாகப்பட்டது. லைலாவை மறுபடி சந்தித்தது, அவனுடைய வாழ்க்கையில் பல்வேறு விதமான மாற்றங்களை

உள்ளடக்கி, முன்னால் அவர்கள் இருந்த ஓர் உலகத்துக்குள் மறுபடி பிரவேசிக்கச் செய்யக்கூடிய வாய்ப்பை தந்தபடி இருந்தது. அவர்களுடைய வாழ்க்கை மறுபடி பழையதைப் போல இருக்காது என்ற தீர்மானம் எழுந்தது, மறுநாளே இஷான் அவனுடைய அலுவலகத்திற்குத் தான் மீண்டும் தில்லி வருவதாகச் செய்தி அனுப்பினான் - மனம் ஏதோவொரு திகைப்பிலும் தயக்கத்திலும் மாறி மாறி தத்தளித்துக் கொண்டிருந்தது. லைலாவை மீண்டும் ஒருமுறை அவன் வாழ்நாளில் பார்க்கப் போவதில்லை என்பதை அவன் நன்றாக அறிந்திருந்தான்; அவர்களுடைய சந்திப்பினால் அவள் மிகுந்த இளக்கத்திற்கு ஆளாகியிருந்தாள் என்பது போகவும், அவள் தன் உயிரை மாய்த்துக்கொள்ளும் வாய்ப்புகள் நிறைந்திருப்பதாகவும் அவனுக்குத் தோன்றியது. சிறுவயதில் மலைகளை நோக்கிப் போய் அங்கிருந்த ருசிகரமான நீரை தொட்டுப் பார்த்த அனுபவம் ஒரு கனவு அனுபவம் என்றால், இப்போது அவர்கள் இரண்டாம் முறையாகச் சந்தித்தது ஒரு கனவுதானா என்ற சந்தேகம் வந்தது. இப்போது அவர்கள் இரண்டாம் முறை சந்தித்தது நிஜமெனில், வெகுகாலத்துக்கு முன் நிகழ்ந்த அவர்களுடைய சந்திப்பு எப்படிப் பொய்யாகும்? வரலாறு வெகுசில நேரங்களில் அது தன்னைத்தானே பதிவு செய்துகொள்ளும். ரயிலுக்கு வெளியே துண்டாக அலைந்தபடி இருந்த வானம் மேகமூட்டங்களால் நிரம்பி இருந்தது. அவள் சரீனாவை வதைத்திருக்கிறாள் என்ற விஷயத்துக்காக லைலாவின் முடிவை அவன் ஓரளவுக்கு நியாயப்படுத்திக்கொண்டான். மற்ற எல்லாமே நிச்சயமற்ற தன்மையோடு இருந்தபோது இந்த ஒரு விஷயந்தான் அவன் மனதுக்குள் தெளிவை ஏற்படுத்தினபடி இருந்தது. மன்மத் சந்திப்பில் ரயில் நின்றபோது அவன் கண்விழித்தான். இப்போது பெருமழையாக ரயிலுக்கு வெளியே நீர்த்திரையாகக் காட்சியளித்தது. மழையின் ஜதிக்கும் ரயிலின் ஓசைக்கும் நடுவே ஒரு ஜதியை அவன் மனதோரமாய்ப் பின்னிக்கொண்டிருந்தான். அதன்படி அவன் உருவாக்கிய ஒரு உலகத்துக்குள் அவன் நுழைந்தபோது அவன் உறங்கி, அந்த உலகம் மறைந்தபோது அவன் கண்விழித்திருந்தான். அவன் வீடு சென்றடைய வெகு நேரமாகியிருந்தது.

குழந்தைகளின் அறையில் மட்டுமே வெளிச்சம் இருந்தது. ஜோத்சனா கதவை அவனுக்காகத் திறந்து, தூக்கத்திலேயே மெல்லியதாகப்

புன்னகைத்து, கிசுகிசுப்பான குரலில், “தருணுக்குக் காய்ச்சல் இருக்கிறது” என்றாள். தருணுடைய படுக்கையின் பக்கத்தில் அவள் நாற்காலியில் தன்னை அறியாமல் உறங்கியிருக்க வேண்டும். அடுத்த அறையில் மூத்தவள் சுவாதி அயர்ந்து தூங்கினபடி இருந்தாள். இஷான், ஸ்வாதியிடம் போய், அவளைத் தூக்கிக் கட்டிலில் தருணுக்குப் பக்கத்தில் கிடத்திவிட்டு அறையின் விளக்குகளை அணைத்து மீண்டும் ஜோத்சனா பக்கம் வந்தான். அவள் அப்போது நன்றாக விழித்திருந்தாள். அவனை இறுகக் கட்டிக்கொண்டு, “நான் உங்கள மிகவும் மிஸ் செய்தேன்” என்றாள் ஜோத்சனா. உண்மையிலேயே எதுவுமே மாறவில்லை. தான் தேவையில்லாமல் பயப்பட்டுவிட்டதாக அவன் நினைத்தான். அவன் மனது தடம் புரண்டதிலிருந்து அந்த நிமிடமே திரும்ப வேண்டியிருந்தது. “நானும் உன்னை மிஸ் செய்தேன்” என்று இஷான் வெகு அழுத்தமாக, வார்த்தையின் அர்த்தம் புரிந்து புத்தியிலிருந்து குதித்தபின், மீண்டும் ஒருமுறை, “நானும் உன்னை மிக அதிகமாகவே மிஸ் செய்தேன்” என்றான்.

தூக்கிலிடுபவனின் வாக்குமூலம்

நகரத்திலிருக்கும் மத்திய சிறைச்சாலையில் மரண தண்டனைக் கைதிகளைத் தூக்கிலிடும் பணிபுரிந்தவன்தான் லோக் தத் டோக்காஸ். அவனுக்குத் தூக்கிலிடும் பணி கிடைத்தபோது அது மிகவும் மரியாதைக்குரிய ஒரு பணியாகத்தான் அது இருந்து வந்தது. ஆனால் இப்பொழுது அது அதன் பிரபலத்தன்மையை மெல்ல மெல்ல இழக்க ஆரம்பித்திருந்தது. அங்கிருந்த பணியாளர்களும் வெவ்வேறு பணிகளுக்கு மாற்ற வேண்டி கேட்டுக்கொண்டிருந்தார்கள். மரண தண்டனைக் குற்றவாளிகளின் எண்ணிக்கையும் மெல்ல மெல்ல குறைந்து வந்தது.

பழைய நாட்களில் குற்றவாளிகளைத் தூக்கிலிடுவது என்பது பொது சமூகத்தின் முன் நிறைவேற்றப்பட்ட ஒன்றாக இருந்தது - கிட்டத்தட்ட மகிழ்ச்சியான திருவிழாவை ஒத்திருந்தது. நகரின் மையப்பகுதியிலிருந்த பெரிய சந்தையின் மத்தியில் தூக்கிலிடுவதற்குப் பல வாரங்கள் முன்னதாகவே இந்த நாளில் இன்னாரைத் தூக்கிலிடப் போகிறோம் என்ற அறிவிப்பு அதிகமாகப் பரவலாக்கப்பட்டது. எனவே தூக்கிலிடும் தினத்தன்று மனிதர்களின் கூட்டம் அலைமோதியது. அதுவரை கொண்டாட்டங்களும் பேச்சுகளும் அதிகமாக அந்த நகரத்தில் உலா வந்தன. அவையெல்லாம் அந்த முக்கிய நிகழ்வான தூக்கிலிடும் சம்பவம் வரைக்கும் நிகழ்ந்தபடியே இருந்தன. இரவெல்லாம் வெகு நேரமாகியும் பல வீடுகளில் இது குறித்துப் பேசியதால் விளக்குகள் எரிந்தபடி இருந்தன - அதேபோல

அதிகாலையிலும். நம்ப முடியாத அளவுக்கு வியாபாரிகளும் நடனமாடுபவர்களும் தெரு நாடகம் நடிப்பவர்களும் அந்தச் சந்தையின் மைதானத்தில் குழுமி, தங்களுடைய வியாபாரத்தை முன்னெடுத்துக் கொண்டிருந்தார்கள். மரணக்கிணறில் ஓட்டும் மோட்டார் சைக்கிள்காரர்களும் அங்கு காணப்பட்டார்கள். அவர்களின் உடை விசித்திரமாய் வண்ணமயமிக்க சாட்டின் துணியால் நெய்யப்பட்டு, அவர்களின் தலைக்கவசங்கள் மிருகத் தோல்களால் செய்யப்பட்டிருந்தன. அவர்களின் காலணிகள் முட்டிக்கால்வரை நீண்டிருந்தன. கிளி ஜோசியக்காரர்களின் கூண்டிலிருக்கும் கிளிகள் தங்கள் முதலாளிகளோடு பிரத்தியேகமாக ஒவ்வொருவருக்காகச் சொல்லப்படும் ஜோசியச் சீட்டுகளோடு அடைபட்டுக் கிடந்தன. பச்சைகுத்தும் வல்லுனர்களும் உடல் முழுக்க சாயம் பூசுபவர்களும், சவுக்கால் தங்களைத் தாங்களே அடித்துக்கொள்பவர்களும், அவ்வாறு அடித்துக்கொள்ளும்போது ஒரு வட்டமாக அவர்கள் நகர்வதையும், அவர்களின் ரத்தத் துளிகள் மண்ணில் சொட்டுச் சொட்டாக விழுவதையும் அங்கு பார்க்க நேரலாம். இன்னொரு பக்கம் பேய் பிடித்தவர்களை விரட்டுவதை ஒரு விளையாட்டுத்திடலில் உட்கார்ந்து பார்க்கும் தன்மையோடு பார்க்க ஒரு சிறு டென்ட் கொட்டகையின் முன்னால் நுழைவுச் சீட்டுகள் கொடுத்தபடி இருந்தார்கள். ஒரு பக்கம் பெரிய ஃபார்மாலின் கண்ணாடி ஜாடிகளில் பாம்புக்குட்டி, குழந்தை, பூனைக்குட்டி, கிளிக்குஞ்சு போன்றவை அடைத்து வைக்கப்பட்டிருந்தது. கட்டையாக இருந்த தாடிவைத்த ஒரு குள்ள மனிதருக்கு அவரைக் காட்டிலும் இரண்டு மடங்கு பெரிதான பிறப்புறுப்பு இருந்தது. அதேபோல எருமை மாட்டின் உடலைக் கொண்ட, மூன்று தலை கொண்ட ஒரு மனிதன் என்று எல்லாமே காட்சிக்காக வைக்கப்பட்டிருந்தது. அதேபோல அங்கு மசாஜ் செய்பவர்களும், காதில் அழுக்கு எடுப்பவர்களும், பாலுணர்வுக் கருவிகளை விற்கும் வியாபாரிகளும் மற்றும் சிலரும் கடை வைத்திருந்தனர். இருட்டான பிறகு இரவுத் தூக்கம் வராதவர்கள் தெருவில் மிகுந்திருந்தார்கள்; நிறைய மேக்கப் அணிந்திருந்த பெண்கள், குழந்தை பாலியல் தொழிலாளர்கள், திருநங்கைகள் மற்றும் அவர்களைத் தேடி அந்தத் தெருவிற்கு வந்த மனிதர்களும் இருந்தார்கள். ஓ, அப்போதிருந்த காலகட்டம்! அப்போதெல்லாம் தூக்குப் போடுகிறவர்கள் மிகவும் பிரபலமான மனிதர்களாகக்

கருதப்பட்டார்கள். அவர்கள் அந்தக் கூட்டத்தில் நம்பக்கூடிய மனிதர்களாக, மரியாதை செலுத்தக்கூடிய மனிதர்களாக, அதே நேரம் ஒரு திருவிழாவில் மைய ஈர்ப்பைக் கொண்டவர்களாக இருந்தார்கள்.

இவ்வாறு தூக்கிலிடப்படும் படலங்கள் எல்லாமே பொது ஜனங்களுக்கான நிகழ்வாகக் கருதப்பட்டன. அன்றைய தினம் நகராட்சி அதிகாரிகள் அந்த ஊருக்கு விடுமுறை அளித்திருந்தார்கள். என்றாலும் அற்புதமான சில புரணிகள் கிசுகிசுப்பான குரல்களில் இத்தகைய நிகழ்வுகளைக் குறித்துப் பரப்பப்பட்டுக்கொண்டிருந்தன. தூக்கிலிடும் அந்தக் குறிப்பிட்ட நேரத்தில் ஆண்களுடைய குறி விறைப்புத் தன்மையை அடைந்ததாகவும் அது கொஞ்சம்கூட பின்னால் அதன் இயல்பு நிலைக்குத் திரும்பவில்லை என்றும் சொல்லப்பட்டது. இன்னுமொரு சுவாரசியமான கூற்று என்னவாக இருந்தது என்றால், அவ்வாறு தூக்கிலிடப்பட்டு இறந்தவர்களின் நகமும் தலைமுடியும் இறந்ததற்குப் பிறகும் கெராட்டினின் சூழ்ச்சியால் வளர்ந்தபடி இருந்தது என்பதே. இறந்த மனிதரின் ஒவ்வொரு பாகமும் பில்லி சூனியம் செய்யவும் செய்வினை வைக்கவும் பயன்பட்டன. வெளியே பெயர் சொல்ல முடியாத ஒரு சில அமைப்புகள் இவ்வாறு தூக்கிலிடப்பட்டு இறந்தவர்களின் உடல்களை முன்வைத்துச் செய்யும் பூஜைகள் அவர்களுக்கு மற்றவர்களைக் காட்டிலும் மந்திர சக்தியைத் தருவதாக நம்பினார்கள் - இருந்தவர்களை உயிரோடு எழுப்புதல் கூட அதனால் சாத்தியமாகும் என்றே அவர்கள் தீவிரமாக நம்பினார்கள்.

இப்போதுள்ள காலகட்டத்தில் நீதிபதிகள் வெகு அரிதாகத்தான் குற்றவாளிகளுக்குத் தூக்கு தண்டனை அளிக்கிறார்கள் - வருங்காலச் சந்ததியினருக்கு அப்படி ஒன்று நிகழ்ந்ததாகக்கூட தெரிய வாய்ப்பில்லை. அல்லது ஓர் எடுத்துக்காட்டாக முன்வைக்கவும் வழியில்லை. எக்கச்சக்கமான தர்க்கமற்ற ஒழுக்க விதிகளை முன்வைத்து, மனிதாபிமான அடிப்படையில் தூக்குத் தண்டனைகள் மிக அரிதாகிவிட்டன. அப்படியே நிகழக்கூடிய ஒன்றிரண்டிலும் அந்தக் குற்றவாளிகள் பழைய சிறைச்சாலையின் நடுமத்தியில் இருக்கும் மைதானத்தில், அங்கிருக்கும் சிறைவாசிகளின் கண்களில்கூட படாமல், அது

ஒரு மிகக் கேவலமான செயலாகக் கருதப்பட்டு ரகசியமாகத் தூக்கிலிடப்பட்டார்கள்.

காலத்தின் மாற்றங்களை டோக்காஸ் சரியாகப் புரிந்து கொண்டிருந்தான். அவன் காலத்துக்குத் தக்கதாக மாறியிருந்தான் என்பதே உண்மை. அவன் தன்னால் மாற்ற இயலாததை எதையுமே அவன் மாற்ற விரும்பவில்லை. அவற்றை ஏற்றுக்கொண்டானே தவிர அவனுடைய இருதயம் மெல்ல மெல்லத் துடிப்பதை மெதுவாக்கிக்கொண்டிருந்தது. அவனுள் ஒரு வெறுமை மிகப் பிரகாசமாக விரிவாகிக்கொண்டிருப்பதை அவனால் ஏற்றுக்கொள்ளவோ, அவனே அவனைச் சமாதானப்படுத்திக் கொள்ளவோ இயலவில்லை. தன்னுள் நிரம்பிக் கிடந்த சுவாரசியமற்ற தன்மைகளுக்கும் மனச்சோர்வுக்கும் அவன் இரவு முழுவதும் ரெட் லைட் ஏரியாக்களைச் சுற்றிச் சுற்றி வந்தபடி மனநிலையை மாற்ற முயற்சித்துக்கொண்டிருந்தான். இரவு நேர மேகங்கள் அவனுடைய மனச்சோர்வை விலக்காமல் அவனை இன்னும் இன்னும் நம்பிக்கையின்மையின் இருளில் புதைத்துக் கொண்டிருந்தது. என்றாலும் அவன் இத்தகைய ஒரு சூழ்நிலையை அதிர்ஷ்டவசமாக சந்திரலேகாவைச் சந்தித்ததால் கடந்திருந்தான். சந்திரலேகா பகல்பொழுதுகளில் சிறு குழந்தைகளுக்குப் பாலூட்டும் தாதியாகவும், இரவு நேரங்களில் பாலியல் தொழிலாளராகவும் இருந்தாள். இரண்டு வருடங்களுக்கு முன் அவளுடைய குழந்தை இறந்து பிறந்திருந்தது. வாடகைத் தாயாக இருப்பதன் மூலமாக அவள் தனக்குள் ஒரு நிம்மதியைத் தேடியபடி இருந்தாள். எனவே அவள் ஒரு பாலூட்டும் தாதியாக மாறியிருந்தாள் - அதில் கிடைத்த சிறு தொகையினால் தன் வாழ்க்கையைக் கழிக்க அவளால் முடிந்தது. அது மட்டுமல்ல, இரவு நேரம் அவளுடைய பாலியல் தொழிலுக்கு வாடிக்கையாளராக இருக்கும் ஆண்கள், பாலூட்டும் ஒரு பெண்ணைப் பெரும்பாலும் விரும்பாத காரணத்தினால், அதைத் தொழிலாகச் செய்யும் அவளுக்குச் சிறு சம்பாத்தியமே கிடைக்கப்பெற்றது.

அவ்வாறு அவள் பாலூட்டும் தாதியாக வேலை பார்க்கும்போது, பொதுவாக ஒரு வீட்டில் அவள் ஒரு ஆயாவாகவோ, குழந்தையைப் பார்த்துக்கொள்ளும் ஒரு தொழிலாளராகவோதான் வேலைக்கு அமர்த்தப்படுகிறாள். சில வீடுகளில் அவள் குழந்தைகளுக்குப்

பாலூட்டும் முன் கண்டிப்பாகக் குளிக்க வேண்டுமென கட்டளையிடுகின்றனர்; அதே நேரத்தில் பாலூட்டும் முன் அவள் வயிறார உணவருந்தியிருக்கிறாளா என்பதிலும் அக்கறை கொள்கிறார்கள். அதே நேரத்தில் தாய்ப்பாலில் இருந்து மற்ற திட உணவுகளுக்குக் குழந்தைகளை மாற்றும்போது, வெகு இயல்பாகவே இப்படி தாதியாக வேலைக்கு அமர்த்தப்பட்டவர்களை வீட்டில் நிராகரிக்கிறார்கள் மற்றும் அலட்சியப்படுத்துகிறார்கள். இப்படி ஒரு பாலூட்டும் தாதியாக இருப்பது என்பது உண்மையில் தன் குழந்தைக்குப் பாலூட்டுவதாக இருக்கவே இயலாத ஒரு சூழலில் அது சம்பாத்தியத்தைத் தரும் என்ற ஒரே ஆறுதலைத் தந்துகொண்டிருந்தது. பாலூட்டும் நேரம் போகவும், மற்ற நேரங்களில் அவள் கொஞ்சம் தன்னை ஆசுவாசப்படுத்திக்கொள்ளக் கூடிய இடைவெளிகள் கிடைத்தன. அந்தப் பொழுதுகளில் எல்லாம் அவள் காலைக் குறுக்காலிட்டு தரையில் உட்கார்ந்து, அந்தக் குழந்தையைத் தன் மடியில் போட்டுக்கொண்டு, தனது சுட்டுவிரலால் தன் மார்பையும் அதன் காம்பையும் பிடித்து குழந்தைக்குப் பாலூட்டும் தருணங்களை மறக்க இயன்றிருக்கிறது. அந்த நேரங்களில் அவள் ஒளி மிகுந்தவளாக, மனதில் ஆரோக்கியம் நிறைந்தவளாக அவளுக்கே தோன்றுவாள். தன்னிலை மறந்தவளாக அவளுக்குப் பிடித்த ஒரு மிகப் பிரபலமான திரைப்படப் பாடலை அவள் முணுமுணுத்துக்கொண்டு அதைத் தன் மூச்சுக் காற்றினூடே மெல்ல அந்த வாடகைக்கு வாங்கிய சந்தோஷத்தை அவளுடைய மார்பினுள் அடைகாத்துக் கொள்வாள் (ஒருமுறை அவள் ஒரு தம்பதியினரின் இரட்டைக் குழந்தைகளை ஒரேநேரம் பாலூட்டினாள் - அந்தத் தம்பதியினருக்குப் பத்து வருடங்களாகக் குழந்தையில்லாமல் இறுதியாக அந்த இரட்டைக் குழந்தைகள் பிறந்திருந்தன.)

லேகாவுக்கு இருவத்தொன்பது வயதான பின்பும் அவள் சிறு பிராயத்துப் பெண் போலவே தோற்றமளித்தாள். அவளுக்கு நீண்ட கரிய கூந்தலுடன், மாநிற தேகத்துடன் கண்களிலிருந்து புறப்படும் புன்னகை மெதுவாக அவள் உதடுகளில் தவழவிடுவது போலத் தோற்றமளிப்பாள். அவளுடைய சாயல் ஒவ்வொன்றும் மிக சாதாரணமானது. ஒட்டுமொத்தமாக அவளுடைய தோற்றத்தைப் பார்க்கும்பொழுது அது பார்த்தவுடனே ஈர்க்கக்கூடியதாக இருக்காது. ஆனால், அவளோடு நேரத்தைச் செலவழித்த ஆண்கள்

எல்லோரும் அவளை சுவாரசியமானவளாக மட்டுமல்ல, ஈர்ப்பை உடையவளாகவே கருதினர். அவர்களால் அவள் வாழ்ந்தாள். என்றாலும் அதிலும் சிலர் அவளை விட்டு தூரச் செல்வதற்கான ஒரே காரணம், அவளுடைய அடுக்கடுக்கான புகார்களைக் கேட்டு சலித்ததுதான். எப்போதும் ஏதாவது ஒன்றைப் பற்றி, யாராவது ஒருவரைப் பற்றி அவள் புலம்பல்களோடு அலைந்தபடி இருந்தாள். அவள் பேசுகிறபோதோ, உரையாடல்களைக் கேட்கிற போதோ (கேட்பது எப்போதாவதுதான் நிகழும்) அவளது பார்வை எங்கெங்கெல்லாமோ அலைந்து, பாதி வாக்கியங்களில் அவளுடைய கண்கள் கீழே குனிந்து ஒருவிதமான வெட்கத்தைப் பறைசாற்றும். மூச்சுவிடாமல் பேசும் ஒரு பழக்கம் அவளுக்கு இருந்தது. அந்தத் தன்மையே அவளுடைய புலம்பல்களின் நம்பகத்தன்மையை மறுபடி கேட்பவருக்கு ஊர்ஜிதப்படுத்திக் கொள்ளும் ஒரு யுக்தியாகவே தோன்றிற்று. அதைத் தன்னுடைய குணத்திற்குக் கவசமாக அவள் உபயோகித்துக் கொண்டாள். சிறுவயதில் அவள் வளர்ந்த ஆசிரமத்திலிருந்து அவள் ஓடி வந்திருந்தாள். அதற்குப் பிறகு ஒரு பாரில் நடனக் கலைஞராக அவள் தனது காலத்தை ஓட்டிக்கொண்டிருந்தாள். அப்போது அங்கு வந்திருந்த அவள் நடனத்தைப் பார்த்துக் களித்த ஆண்களிடம் அவள் நெருங்கிப் பழகலானாள். சிறுவயதிலிருந்தே அவள் ஒரு விளையாட்டைத் தான் பழகும் எல்லோரிடமும் கைக்கொண்டிருந்தாள். அது விசித்திரமான பிரத்தியேகமான இடங்களுக்குள் நுழைந்து அங்கு காணாமல் போவது - அப்பகுதிகள் பெரும்பாலும் யாருடைய கண்களுக்கும் புலப்படுவதில்லை. எல்லோரும் புழங்கக்கூடிய ஆனால் ரகசியமான ஓரிடம் அவளுக்குப் போதுமானதாக இருந்தது - நகரின் பழைய பகுதிகளில் போக்குவரத்தற்ற ஓரிடத்தில் நிற்கும் கரிய மாதுளம் பழமரத்தின் பக்கத்திலிருக்கும் ஓர் உடைந்த சுவர்; பிரதான நெடுஞ்சாலையில் இருக்கும் முள்காட்டினுள் சரிந்து கிடக்கும் ஒரு தகர பேனருக்குப் பின்னால். அவள் இதுபோன்ற இடங்களில் வாடிக்கையாளர்களைத் தேடி நின்றபடி இருந்தாள். அவளது குழந்தை இறந்து, அவளுடைய கர்ப்பம் கலையும்வரை அவள் தனக்கு ஒரு பெண்குழந்தை வேண்டுமென நினைத்திருந்தாள். அந்தக் குழந்தைக்கு அவள் தயா-லத்தா என்று பெயரிட்டிருந்தாள். மருத்துவர்கள் அவளிடம் அவளுக்குக் இருக்கக்கூடிய பல்வேறு கோளாறுகள் காரணமாக

அவள் இன்னொரு குழந்தையை இனி வாழ்நாள் எல்லாம் சுமக்கவே இயலாது என்பதைத் தெரிவித்திருந்தார்கள். அவளது பல கனவுகளில் முக்கியமானதாக அவள் கருதியது, ஒரு சில்லு விளையாட்டில் சிரித்தபடி மற்ற குழந்தைகளோடு விளையாடும் ஓர் அழகிய மகளை அவள் பேண வேண்டும் என்பதே.

அவளைப் போன்ற ஒரு நிலையிலிருக்கும் பெண்ணிற்கு எந்தவொரு ஆசிரமமோ அல்லது குழந்தை தத்தெடுத்துக் கொடுக்கும் நிறுவனமோ ஒரு குழந்தையைத் தத்துக் கொடுக்க அனுமதிக்கவே அனுமதிக்காது. அது அவளுக்கும் தெரிந்திருந்தது. தனக்கு ஒரு மகள் வேண்டும் என்ற அவளது முந்தைய எண்ணமானது, இப்போது வெறுமனே ஓர் அசைக்க முடியாத நம்பிக்கையாக மட்டுமே அவளிடம் குடிகொண்டிருந்தது.

டோக்காஸ் முதன்முதலில் லேகாவைச் சந்தித்தது மிக மோசமாக ஒளியூட்டப்பட்ட சாலையோரமாகத் திறந்த கழிவோடைகளின் மத்தியில் புகைமண்டலங்களாய்ப் பனிபடர்ந்த மழைக்கால இரவொன்றில்தான். நள்ளிரவைத் தாண்டிய நேரமது. டோக்காஸ் வெகு அலட்சியமாகத்தான் குறைந்த கூட்டமிருந்த தெருக்களில் நடந்தபடி இருந்தான். அவன் மிகுந்த சலிப்புடையவனாக இருந்தான். அப்போதுதான் அவன் லேகாவைச் சந்தித்தான். அறியப்படாத ஒரு சடங்காய் அவனைச் சுற்றியிருந்த மௌனத்தைக் கிழித்துக்கொண்டு முதன்முதலாக அவளுடைய ஓயாத பேச்சைக் கேட்டு அவன் சிறிதளவு அவள்பால் ஈர்க்கப்பட்டான். லேகா தன்னுடைய கஷ்டங்களைக் குறித்து மிகப் பிரத்தியேகமான தன்னிலை மறந்த சுயத்தோடு அவனிடம் பகிர்ந்துகொண்டிருந்தாள். உடலுறவை மீறிய ஓர் ஒன்றுபடுதலை டோக்காஸ் இருவருக்குள்ளும் அடையாளப்படுத்திக்கொண்டான். அதில் முக்கியப் பங்காற்றியது லேகாவின் விடாத பேச்சு. அவள் பேசப்பேச அவன் ஒரு பீடியை முடித்து மற்றுமொரு பீடிக்கும், அதையும் முடித்து அதற்கு அடுத்த பீடிக்கும், மாறி மாறித் தாவிக்கொண்டிருந்தான். உலகத்திலேயே அத்தனை உண்மைகளை அவளைப்போல அவனிடம் வேறு எவரும் பகிர்ந்தது இல்லை என்பதுபோல ஓருணர்வும் நெருக்கமும் அவனுக்கு ஏற்பட்டது. அவள் அறைக்கு இருவரும் சென்றபின்புதான் இன்னும் பாலூட்டும் நிலையில் இருப்பதாக வாக்குமூலம் ஒன்றை அவனிடம் கொடுத்தாள்.

அதேபோல காலையில் தான் ஒரு பாலூட்டும் தாதியாக வேலை பார்ப்பதாகவும் தனது குழந்தையைச் சிலகாலம் முன்பு அவள் இழந்ததாகவும் அவனிடம் சொல்லி அவள் வேதனைப்பட்டாள். லேகா அவனைப் பார்த்து மிகவும் ஆச்சரியப்பட்டாள் - இப்படி உட்கார்ந்து புகைபிடித்தபடி அவளது புலம்பல்களை நிதானமாக காசு கொடுத்துவிட்டுக் கேட்கும் ஒருவனை அவள் பார்க்கவேயில்லை. உடனடியாக அவனிடமிருந்து எந்தப் பாலியல் முன்னெடுத்தல்களும் இல்லை; பதிலாக அவன் கட்டிலின்கீழே உட்கார்ந்து அவள் வாழ்க்கைக் கதையைப் புகைபிடித்தபடி உற்று அவள் கண்களை நோக்கிக் கேட்டபடி இருந்தான். அவள் வாழ்க்கைக் கதையென்று அவள் வேறெதைச் சொல்வாள் - தொடர் பிரச்சினைகளின் அட்டவணை ஒன்றை அவள் கொஞ்சம்கூட சோர்வுறாமல் அவன்முன் கணக்கிட்டு ஒப்பித்தபடி இருந்தாள். அவை ஒவ்வொன்றையும் ஒவ்வொருமுறை மறுபடி மறுபடி அவள் சொல்லச் சொல்ல புதியதொரு பரிணாமத்துடன் அதைச் சொல்லத் தொடங்கியிருந்தது அவளுக்கே புலப்பட்டது.

லேகா அவனிடம் மருத்துவர்கள் அவளிடம் இனிமேல் ஒரு குழந்தையை அவளால் பெற்றெடுக்க முடியாது என்று சொன்னதைச் சோகத்துடன் பகிர்ந்துகொண்ட பின், ஆனாலும் தான் ஒரு மகளைப் பாசத்தோடும் அக்கறையோடும் வளர்த்து இந்தவெளி உலகத்துக்கு அவளை அத்தனை மகிழ்ச்சியுடன் வலிகள் எதுவும் அனுபவிக்காத வாழ்க்கையுடன் அனுப்ப விருப்பமென்று தெரிவித்தாள் - ஏனெனில் அப்படியான ஒரு வாழ்க்கை அவளுக்குக் கிட்டவில்லை. நீங்கள் எனக்கு உதவி செய்ய முடியுமா என்று அவள் கேட்டாள். அதற்கு முன்பாக அவனிடம் இதுபோல் யாருமே கேட்டதில்லை. அவன் ஒருமுறை அவளுக்கு உதவ முற்படலாம் என்று தோன்ற சரியென்று தலையசைத்தான். அவள் மறுபடி அவன் கரங்களைப் பற்றிக்கொண்டு, இந்த ஒப்பந்தம் இருவரின் தனிப்பட்ட வாழ்க்கையை எந்தவிதத்திலும் மாற்றாது என்று உறுதியளித்தாள்.

“நாம ரெண்டுபேரும் இந்த ஒப்பந்தத்தைச் செஞ்சிக்கிறதுனால கல்யாணம்லாம் பண்ணிக்க மாட்டோம்னு நீங்க பயப்பட வேண்டாம். அப்படி வேடிக்கையா கூட நீங்க நெனச்சிடக் கூடாது. அதுவுமில்லாம அந்தக் கொழந்தைக்கு நீங்க ஒரு அப்பாவாகவோ,

இல்ல சொந்தக்காரராகவோ, இல்ல அவளுக்குத் தெரிஞ்ச ஒரு ஆளாகவோகூட இருக்க வேண்டாம்.”

டோக்காஸ் உடனடியாக இந்த நிபந்தனைகளை ஒத்துக்கொண்டான். அவனைப் பொறுத்தவரை அவனது வாழ்க்கை இதுவரை ஒரு வனாந்திர வறட்சியை அனுபவித்து சருகுபோலக் கிடந்தாற் போலிருந்தது. ஆனால் அவளுக்கு அது மட்டும் போதுமானதாக இல்லை. “நீங்க நினைக்கிறது போல நா சொல்றது அவ்ளோ லேசுபட்ட விஷயம் இல்ல” என்று அவள் சொன்னாள். “அது அவ்வளவு எளிதாக ஏன் இருக்காதுன்னா, நாம ரொம்ப பொறுமையா இருக்கணும். அதேநேரம் நாம ஒரு குழந்த கிடைக்கிறதுக்காகத் தொடர்ச்சியா தீவிரமா பார்த்துக்கிட்டே இருக்கணும். மகப்பேறு மருத்துவமனைகள்ல இருக்கக்கூடிய வார்டு பையன்கள், செவிலியர்கள்கிட்ட நாம நெருக்கமா இருக்கணும். அவங்களுக்கு நாம அப்பப்ப கொஞ்சம் காசு குடுத்து அவங்க நமக்கு கொழந்தைங்க தத்தெடுக்கத் தோதா இருக்றாங்களான்ற செய்திய சொல்ற மாதிரி வச்சுக்கணும்.” அவளுடைய வார்த்தைகளுக்குள் இருக்கும் ஆன்மா என்னவாக இருப்பினும் அவனுக்கு அந்த வார்த்தைகள் முழுக்க நம்பிக்கையின் சிறகுகள் விரித்தாற்போல் இருந்தது.

அவள் பேசுவதற்காகத் தேர்ந்தெடுத்த வார்த்தைக் கோர்வைகள் டோக்கோஸுக்கு மிகவும் பிடித்திருந்தது. அவன் மிகவும் தீவிரமாகக் கண்காணித்து ஒரு குழந்தையைத் தத்தெடுத்துக்கொள்வதற்குச் சம்மதித்தான். “ஆசிரமங்கள் மற்றும் தத்தெடுக்கும் அமைப்புகள் எதுவுமே நம்மைப் போன்ற மனிதருக்கு எந்த உதவியும் செய்யாது. ஆனால் நிறைய குழந்தைகள் தங்களுடைய குடும்பங்களைத் தவறவிட்டு வாழ்ந்துகொண்டிருக்கிறார்கள். நிறைய குழந்தைகள் தெருவெங்கும் வீடில்லாமல் நெடுஞ்சாலைகளில் வசித்தபடி இருக்கிறார்கள். உன்னுடைய குழந்தைகளை நாம் அதுபோல் ஒரு சமூகத்திலிருந்து தத்தெடுக்க வேண்டும்” என்றான்.

இந்த வார்த்தைகளைக் கேட்டபிறகு லேகாவிற்கு அவளுடைய நீண்டகால அபிலாஷைகள் எல்லாம் நிஜமாகிக்கொண்டிருக்கும் காலகட்டம் நெருங்கிவிட்டது போலிருந்தது. அவள் சட்டென டோக்கோஸுடைய கைகளைப் பற்றிக்கொண்டு, அவற்றைத் தன்னுடைய மார்புக்கு மத்தியில் வைத்து, ஒருவிதமான

இசையோடு அழுத்துவதுபோல அழுத்தினாள். அந்த அழுத்தத்தில் அவளுடைய கனவுகளுக்கு ஓர் உருவம் கொடுக்க வேண்டுமென்ற இறைஞ்சுதல் இருந்தது. அவள் அப்படியே அவளுடைய சட்டையும் உள்ளாடையும் அவளது தாய்ப்பாலால் நனையும்வரை செய்து கொண்டிருந்தாள். “இங்க பாருங்க” என்றாள் அவள். டோக்காஸ் அவளுடைய மார்புப் பிளவை மெல்ல நிமிர்ந்து பார்த்தான். அவள் உடனடியாக அவனுடைய தலையைத் தன்னுடைய மார்பில் வைத்து அழுத்தினாள். டோக்காஸ் உடனடியாக ஒரே சின்ன அசைவில் கண்களைத் திறந்து அவளது ஜாக்கெட்டின் பொத்தான்களைப் பிரிக்க ஆரம்பித்தான். அந்தக் காலகட்டத்துப் பெண்கள் நிறையபேர் தங்கள் ஜாக்கெட்டுகளில் ப்ரஸ் பண்ணும் பொத்தான்களை வைத்துத் தைக்கும் பழக்கமுடையவர்களாய் இருந்தார்கள். பழுப்பு நிறச் சாயம் தோய்த்த ஒளி ஒன்று ஜன்னலின் தட்டுகளுக்கு இடையே இடையே தடுமாறி அறையினுள் வந்து விழுந்தபடி இருந்தது. அவர்கள் இருவருக்குமே அந்த இரவு மிகவும் புதிதான ஒன்றாக அமைந்திருந்தது.

டோக்காஸ் மெல்ல மெல்லத் தன்னை லேகாவிடம் இழந்து கொண்டிருந்தான். அவன் வாழ்க்கையில் வேண்டுமென்று ஆசைப்பட்ட எல்லாவற்றின் ஒட்டுமொத்த உருவமாக அவள் அவனுக்குத் தோன்றினாள். அப்படியொரு உறவு அவனுக்குக் கிடைக்குமென்று அவன் ஒருபோதும் நினைத்ததில்லை. ஆனால், லேகாவுக்கோ அவன் மற்றுமொரு வாடிக்கையாளனாக மட்டுமே இருந்தான். எல்லா வாடிக்கையாளர்களையும் எப்படிப் பொறுமையாக அவள் நடத்துவாளோ அதேபோலத்தான் டோக்காசையும் அவள் நடத்தினாள். அவன் மிக அன்பாக அவளுடைய புலம்பல்களைக் கேட்டபோதும் அவனிடம் அவளுக்கு ஒரு வக்கிரம் தென்படவே செய்தது. உதாரணத்துக்கு, அவன் இரவு முழுவதும் அவளுடன் தங்குவதற்காக காசு கொடுத்தபோதும் அவள் பக்கத்திலேயே வராமல் இருப்பது; அவன் அவளுடன் இருப்பதற்காகக் காசு கொடுத்த நேரங்களில்கூட அவள் மற்றவர்களுடன் செலவழிக்கும்போது அவன் வெளியே காத்திருப்பது. இதெல்லாம் லேகாவுக்குப் பெரிய விஷயங்களாகப் படவில்லை. இயல்பாகவே அவள் டோக்காஸுக்கும் அது பெரிய விஷயமாக இருக்காது என நினைத்தாள். டோக்காஸ் அவனுக்கான ஒரு வழிமுறையில் லேகாவை நிதர்சனமாகக் காதலித்தான்.

அவள் பார்வையில் அவன் மிகப் பிரத்தியேகமான ஒரு ஆணாக நிச்சயம் தோன்றியிருக்க முடியாது என்று தெரிந்தபோதும் மெல்ல மெல்ல அவனிடம் நெருங்கி வந்தவள் முழுவதுமாக அவனை ஆக்கிரமிப்பதை அவன் ஓர் அன்னியன்போலப் பார்த்தபடிதான் இருக்க முடிந்ததை உணர்ந்தான். லேகா அவனுடன் இருந்த நாட்களிலும் அவனோடு இல்லாத நாட்களிலும் அவனது நாட்களின் ஒவ்வொரு நொடியையும் அவள்தான் செதுக்கினபடி இருந்தாள். அவனுடைய இரவுகளை அவள் கட்டமைத்தாள். அவனுக்கே புலப்படாத வழிகளில் எல்லாம் லேகா மெல்ல மெல்ல அவனுக்கு ஓர் இருப்பிடமாக மாறியபடி இருந்தாள்.

மந்திராவின் தகப்பனார் ஒரு நோய்வாய்ப்பட்ட, குடிகார, மனைவியை இழந்த மனிதராக இருந்தபோதும், சேரியிலிருந்த உடைந்துபோகக்கூடிய அளவிலிருந்த அவருடைய குடிசை அவருடைய முதலாளியின் வீட்டைக் காட்டிலும் மிக ஸ்திரமானதாக இருந்தது. மந்திரா ஒரு நிராகரிக்கப்பட்ட குழந்தையாகவே வளர்ந்தாள் - அவள் தேவைகள் அதிகமுள்ள ஒரு குழந்தையாக, கனவுகள் நிறைந்த கண்களோடு, ஒரு வறுமைவாய்ப்பட்ட ஜிம்னாஸ்டிக் செய்பவரின் உடலோடுதான் காட்சியளித்தாள். அவள் தெருவிலிருந்த மற்ற குழந்தைகள் எல்லாம் அனாயாசமாக அவளை அண்ணாந்து பார்க்குமளவுக்கு அவளால் அவளது உடலைப் பல்வேறுவிதமாக மடக்கியும் சுழற்றியும் இரண்டாக மடித்தும் ஜிம்னாஸ்டிக் செய்ய முடிந்தது. அதே நேரத்தில் மற்ற பெண் குழந்தைகளைப் போல அல்லாமல், அவளை நோக்கிப் பல்வேறு விதமான தாக்குதல்களும் இருந்தன. டோக்கோஸ் அவளை முதன்முதலாகப் பார்த்தபோது மந்திரா அவளுடைய முன் நெற்றியைச் சுற்றி ஒரு கட்டுப் போட்டிருந்தாள் - அந்தக் கட்டினுள் வயலட் நிறத்தில் ஜென்ஷியம் கறைகள் இருந்தன. இரட்டை ஜடை போட்டு ரிப்பன் கட்டியிருந்தாள். அடுத்த நாள் டோக்கோஸ் லேகாவை அழைத்து வந்து இரு தெருக்களை இணைக்கும் கல் பாலம் மத்தியில் நின்றுகொண்டு கீழே போய்வரக் கூடிய ஆதரவற்ற குழந்தைகள் விளையாடிக் கொண்டிருப்பதைக் காட்டினான். அப்போது மந்திராவின் தலைக்கட்டு கையோடு வந்திருந்தது. மந்திரா அன்று ஒரு நீலப் பச்சை வண்ணக் குர்தா அணிந்திருந்தாள். அது அவளுக்கு மிகவும் நீளமானதாக இருந்தது - கிட்டத்தட்ட ஒரு ஃப்ராக்

போல. அதனுடைய முடிச்சை அவள் கட்டினபடி இருந்தாள். அவளைச் சுற்றி வட்டமாகப் புல் எலிகள் ஓடினபடியும் கீச் கீச்சென்று கத்தினபடியும் இருந்தன.

டோக்கோஸ் மந்திராவின் தகப்பனிடம் போய் அவனை அவ்விடத்திலிருந்து நகரச் செய்வதற்காகக் கொஞ்சம் பணமும் சாராயமும் கொடுத்தான். மந்திராவை மெல்ல மெல்ல பாராட்டுகளின் மூலமாகத்தான் வென்றெடுக்க வேண்டியிருந்தது. அவள் தானாகவே லேகாவுடன் தனது விளையாட்டைத் துவங்கியிருந்தாள் - இவ்வளவு ஏன்? அவள் அந்தப் புது வாழ்க்கையை ஏற்றுக்கொண்டு லேகாவை ‘அம்மா’ என்று அழைத்தாள். என்றாலும், அவள் தன்னுடைய பெயரை தய-லத்தா என்று மாற்றம் செய்ய ஒத்துக்கொள்ளவில்லை. அவளுடைய பழைய பெயரான மந்திராவையே தொடர்ந்து உபயோகிக்க வேண்டுமென வற்புறுத்தினாள். மந்திரப் புன்னகை நிறைந்த பெரிய உதடுகளைக் கொண்டவளாக, மிக நீளமான கண் இரப்பைகள் உடையவளாக, அந்த இரப்பைகளின் நிழல் அவளுடைய மாநிறக் கன்னங்களில் விழுமாறு தோற்றமளித்தாள். அவளுடைய பெரிய கண்களின் மூலமாக அவள் அடிக்கடி புன்னகைத்தாள். ஒன்றுபோல் தோற்றமளித்த தன்னுடைய உதடுகளையும் மந்திராவின் உதடுகளையும் முன்னிறுத்தி, லேகாவிற்கு அவர்கள் இருவரும் ஒருவருக்கொருவர் சரியான இணை என்ற எண்ணம் மிகுந்திருந்தது. மந்திரா வந்த பிறகு லேகா அவளது வாடிக்கையாளர்களை வீட்டிற்கு வெளியேதான் சந்தித்தாள். என்னதான் அவசரம் என்றாலும், எவ்வளவுதான் பணம் கொடுத்தாலும் அவள் வாடிக்கையாளர்களை ஒருபோதும் வீட்டிற்குள் அனுமதிக்கவில்லை. அவளுடைய கடந்தகாலத்தின் நிழல் மந்திராவின் எதிர்காலத்தின் மேல் படிவதை அவள் விரும்பவில்லை. இதனால் அவளுடைய விலை சர்ரென்று ஏறியது. பாலூட்டும் தாதியாக அவள் வேலை பார்த்ததும் நின்றுபோனது; அவளுடைய இடது அக்குளில் இருந்த மயிர்க் கற்றைகளில் இலேசான ஒரு நோய்த் தொற்று தென்பட்டதும் ஒரு காரணமாக இருந்தது. இதுதான் அவளுடைய இடது மார்பில் கேன்சர் வளர்வதற்கான இருட்டிக்கப்பட்ட முன்னுரையாக அமைந்திருந்தது - இத்தகைய புற்றுநோய்க் கட்டிகள் மெல்ல மெல்ல வளர்ந்து, ஒரு பூ முழுமையடைந்து பின் அதிலிருந்து

கனி வருவதுபோல மனித உடலில் அத்தனை மாற்றங்களைக் கொண்டுவரும். லைலாவின் புது வாழ்க்கை மந்திராவைச் சுற்றியிருந்தது. அவளுக்காக மட்டுமே இருந்தது. டோக்கோஸ் இந்த உறவுக்கு மிகவும் பயனுள்ள மனிதனாக அவர்களைச் சுற்றியிருந்தான் - அவளுக்கு முன்னால் நிகழ்ந்த அவளுடைய கஷ்டங்கள் எல்லாவற்றையும் அவள் பேசப் பேசக் கேட்டு, கேட்பதன் மூலமாகவே அதைத் தீர்க்கக்கூடிய ஒரு சக்தியை உடையவனாக இருந்தான். என்றாலும்கூட எப்போது மந்திரா அவர்களுடைய வாழ்க்கைக்குள் வந்தாளோ, அப்போதே லேகாவிற்கு அவளைக் குறித்து சிந்திக்க எப்படி நேரமில்லையோ, அப்படியே டோக்கோஸிடம் பேசுவதற்கும் எதுவுமில்லை என்பது போலாகிவிட்டது. ஆனால், டாக்கோஸின் உலகமாக லேகாவே அப்போது மாறியிருந்தாள். லேகாவிற்கு ஒரு தாய்மையின் கூடாரமாக மந்திரா இருந்ததுபோகவும், டோக்கோஸிற்கு அவள் அவளது வாழ்க்கையின் ஓரத்தில் ஒரு புள்ளியாக மட்டுமே இருந்தாள். ஆனால் லேகாவிற்கு மந்திரா அவளது பழைய துக்கங்களையும் ரணங்களையும் சமன் செய்யக்கூடிய அளவுக்கான ஒரு பந்தத்தையும் இனிமேல் வரக்கூடிய நல்ல நாட்களை அவள் கட்டுமானம் செய்பவளாகவும் தோன்றினாள்.

ஒரு ஆகஸ்ட் மாதத்தின் மத்தியான வேளையில் லேகா அவளுடைய படுக்கையின் ஓர் ஓரத்தில் ஒண்டி உட்கார்ந்து, மந்திரா எதிர்த்தாற்போலிருந்த அவளது படுக்கையில் படுத்து உறங்கிக்கொண்டிருந்ததைப் பார்த்தபடியே இருந்தாள். அந்த அறையை இரண்டாகப் பிரித்தெடுக்க ஒரு போர்வையைத் திரைச் சீலையாகப் போட்டிருந்தாள். தெருவில் எங்கோ ஓரிடத்திலிருந்து மெல்லியதொரு புல்லாங்குழல் இசை ஜன்னல் வழியே உள்ளே நுழைந்துகொண்டிருந்தது. வெளியிலிருந்து வெயில் கற்றைகள் மூடப்படாத வென்டிலேட்டர் வழியாக மேலிருந்து கடவுளின் ஆசிர்வாதம் போலத் தூங்கிக்கொண்டிருக்கும் மந்திராவின் முகத்தில் அலைந்து அருளியபடி இருந்தது. லேகா மெதுவாக எழுந்து மந்திரா படுத்திருக்கும் கட்டிலுக்குப் போய், குனிந்து அவளுடைய நெற்றியில் கை வைத்து, அவளுக்குத் தற்போது காய்ச்சல் இருக்கிறதா என்று பரிசோதித்தாள். இன்ஃபுளுயன்சா காய்ச்சலின் தாக்கத்திலிருந்து மந்திரா அப்போதுதான் மெல்ல மெல்ல மீண்டுகொண்டிருந்தாள். உடனே மந்திரா எழுந்து, அந்தப்

படுக்கையில் உட்கார்ந்து, மெல்ல மெல்ல தன் உடலை நீட்டியும் முறுக்கியும், அழகியல் சார்ந்த உடல்,மொழியை அப்பட்டமாக வெளிப்படுத்தும் சைகையைச் செய்தாள். அவளுடைய மிகக் கருமையான கருங்கூந்தல் மதிய நேரத்து சூரியனின் ஒளிபட்டு, பின்னால் புத்தருக்கு ஒளிர்வதுபோல ஒளிர்ந்தபடி இருந்தது. லேகாவின் கண்கள் மந்திராவின் நெகிழ்ச்சியான உடலின்மீது மெதுவாகப் பார்வையை அலையை விட்டிருந்தன. அவளது கைகள் தொடர்ச்சியாக, மெல்லியதாக மந்திராவின் உடலைத் தட்டிக் கொடுத்தபடியே இருந்தது. அதன் வேகம் அதிகரித்து, மந்திராவுக்கு உடலில் ஒரு மின்சாரச் சூடுபோல ஏற்பட்டு விடுமோ என்ற அச்சமும் லேகாவுக்கு இருந்தது. லேகா தன்னுடைய மகள் ஒரு குழந்தையல்ல - ஒரு அழகான இளம்பெண் என்பதை அந்த நொடி புரிந்துகொண்டாள். அப்போதுதான் மந்திரா, லேகாவை நோக்கித் திரும்பி சிரித்தாள். அப்போது அவளுடைய விரல்கள் முடிக் கற்றைகளில் அலைந்தபடி இருந்தது. லேகா, மந்திராவைச் சீக்கிரமாகத் திருமணம் செய்து கொடுத்துவிட வேண்டுமென்று நினைத்தாள். தன்னுடைய இனம்புரியாத, பெயரிடப்படாத பயங்களை எல்லாம் ஒரு இயந்திரத்தனமான புன்னகையின் பின்னால் லேகா மறைத்து வைத்துக்கொண்டு, தன்னுடைய வலது கையால் அவளது இடது மார்பில் மெல்ல முளைவிட்டிருந்த கட்டியைத் தொட்டுப் பார்த்தாள். மருத்துவப் பரிசோதனையில், மார்பில் வளர்ந்த அந்தக் கட்டி கேன்சர் கட்டி என்று முத்திரை குத்தப்பட்டு, அதை நீக்குமாறு அறிவுரை சொல்லப்பட்டது. என்றாலும், லேகாவுக்கு அதை நீக்கும் எண்ணம் துளியுமில்லை. வியாதியா, நானா என்று அவள் சவால் விடும் மனநிலைக்குப் போயிருந்தாள். டோக்கோஸ் லேகாவிடம் அவர்கள் நாசிக்கில் இருக்கும் கோவிலுக்கு ஒரு புனித யாத்திரை சென்று வரலாம் என்று ஆலோசனை சொன்னான். ஒட்டுமொத்த குடும்பத்தின் சார்பாகவும் டோக்கோஸ் இரண்டு நாட்கள் உண்ணாவிரதம் இருந்து கடவுளிடம் மன்றாடினான். பிரயாணம் கிளம்புவதற்கு முன்பாக அங்கிருந்த எளிய மனிதர்களுக்குத் தேவைப்பட்ட பணத்தைப் பரிசாகக் கொடுத்தான். அந்த யாத்திரையின் மையப் புள்ளியாக உடல் சுகவீனம் இருந்தபோதும், மூவருமே அதை ஒரு விடுமுறைக்கான தருணமாக மனதளவில் சித்திரம் எழுதிக் கொண்டார்கள்.

எல்லாக் கோவில் நகரங்களும் கிட்டத்தட்ட ஒன்றுபோல்தான் இருக்கும். ஆனால் எந்த இரண்டு கோவில் நகரங்களும் எல்லாவிதங்களிலும் ஒன்றாக இருக்காது. பிராட் கேஜில் இருந்து மீட்டர் கேஜ்-க்கு மாற்ற வேண்டிய இடத்தில் இவர்களைப் போலவே நிறைய பக்தர்களும் பயணிகளும் இத்தகைய பயணங்களில் இருக்கக்கூடிய புனிதத் தன்மையைப் பற்றிப் பேசிக் கொண்டிருந்தார்கள் - எப்படி நாசிக் என்ற அந்தப் புனித ஸ்தலம் இந்தப் பூலோகத்திலேயே மிகவும் சக்தி வாய்ந்தது என்றும், அங்கு எப்படி காந்தம் செயலற்றுப் போகும் என்பது பற்றியும், கைக்கடிகாரங்களும் எப்படி ஓடாமல் நின்றிருக்கும் என்றும் - அப்படியே ஓடினாலும் அவை பின்னோக்கி ஓடும் என்றும் தங்கள் நம்பிக்கையைப் பறைசாற்றிக் கொண்டிருந்தார்கள். நாசிக்கில் இருக்கக்கூடிய ஒரு மந்திர அதிர்வு கடவுள் நம்பிக்கையற்றவர்கள் கூட அங்கு செல்லும்பொழுது ஆற்றல் அதிர்வுகளாய் மாறி அவர்களை எப்படி முழுமையாகக் குணப்படுத்தும் என்பதை ஆச்சரியப்பட்டு பேசிக் கொண்டிருந்தார்கள்.

அவர்கள் சென்ற ரயில் சுரங்கப் பாதையை விட்டு மெல்ல ஒரு புழுதிப் படலத்தை ஒட்டுமொத்தமாகக் கட்டிய புயல் போல சுரங்கப் பாதையின் இருளைக் கிழித்துக்கொண்டு நாசிக்கின் முன்பகல் சூரியனைப் பார்க்க வெளியே வந்தது. இந்திய நாட்காட்டிகளில் இருக்கக்கூடிய கடவுள்களையும் சுற்றியிருக்கக்கூடிய அதிர்வு நிறைந்த, அதிர்ச்சிகரமான வண்ணங்களையும் கொண்ட ஓர் இடமாகத்தான் நாசிக் காட்சி அளித்தது. அந்த ரயில்நிலைய நடைபாதை முழுவதுமாக கை,கால் இழந்தவர்களும் (அவர்களில் பெரும்பாலானோர் யாசகம் கேட்போர்) மற்ற அனைவரும் ஒரு நிவாரணத்தை எதிர்பார்க்கும் வியாதியஸ்தர்களாகவுமே இருந்தார்கள். அந்தக் கூட்டத்தில் மந்திரா தொலைந்துவிடக் கூடாது என்பதற்காக லேகா அவளுடைய கரங்களை இறுகப் பற்றியிருந்தாள். டோக்கோஸ் அவர்கள் இருவரின்மீதும் பாதுகாப்பான ஒரு பார்வையைச் செலுத்தியபடி இருந்ததைப் பற்றி லேகா பெரிதாகக் கவலைப்பட்டதாகத் தெரியவில்லை. ரயில் நிலையத்திலிருந்து மூன்று கைகள் விரிந்திருந்ததைப் போல படர்ந்த மூன்று தெருக்களை யாத்திரிகர்கள் வந்து சேர்ந்த பேருந்துகளும், சைக்கிள் ரிக்ஷாக்களும் நிறைத்திருந்தன. சுவரெங்கும் வண்ணமயமான திரைப்பட போஸ்டர்கள் ஒட்டப்பட்டிருந்தன.

அதப் பேருந்துகளுக்கென்று தனியான வழித்தடங்கள் இல்லாமல், ஏறும் பயணிகள் எங்கு செல்ல வேண்டுமென்று யோசிக்கிறார்களோ, அதுவே அது சென்றடையும் இடமாக மாறினபடி இருந்தது. பேருந்துகள் தங்கள் இருப்பை வெளிப்படுத்துவதற்காக உள்ளுக்குள் இருக்கும் வண்ணத் தொலைக்காட்சியில் சவுண்ட் டால்ஃபி சிஸ்டத்தில் கடைசியாக வந்த பரபரப்பான திரைப்படத்தைச் சத்தமாக ஒலிக்கவிட்டிருந்தார்கள். மந்திரா ஒரு ஆரஞ்சு சோடா குடிக்கவேண்டுமென்று சொன்னதால் மூவரும் ஒரு கடைக்குப் போய், அங்கிருந்த துருப்பிடித்த ஒரு ஐஸ் பெட்டியிலிருந்து எடுத்துக் கொடுக்கப்பட்ட அதிக நுரையுள்ள குளிர்பானம் ஒன்றைக் குடித்தார்கள். பேருந்தில் ஏறி அவர்கள் தாங்கள் செல்லவேண்டிய கோவிலை நோக்கிப் பயணித்தபோது அவர்கள் ஏறத்தாழ தூங்கியிருந்தார்கள். பேருந்து நதிக்கரை ஓரமாய் பல்வேறு கோவில்களைக் கடந்து பயணித்துக்கொண்டிருந்தது.

அவர்கள் அந்தக் கோவிலின் பெரிய குகை வாசலில் நுழைந்தபோது, அங்கு வியர்வையின் நெடி, நசுங்கிய பூக்களின் வாடை மற்றும் எரிந்த எண்ணெய் காற்றில் கலந்த நெடி அடித்தபடி இருந்தது. அந்தக் கோவில் ஒரு குட்டி மலை மீது இருந்தது. செல்லும் வழியின் இரு பக்கங்களிலும் கிரானைட்டினாலான திரைகள் பல்வேறு விதமான முடிச்சிடப்பட்ட கயிறுகளால் கட்டப்பட்டு தொங்கவிடப்பட்டிருந்தன - கடவுளை வணங்குவதற்கான ஒரு வழிமுறையாக அது கடைப்பிடிக்கப்பட்டது. இவர்கள் மூவரும் அங்கு போய் கயிறு கட்டி, தங்கள் பிரார்த்தனைகளைக் கர்ப்ப கிரகத்தில் இருக்கக்கூடிய தெய்வத்தின் முன்பு முணுமுணுத்த குரல்களில் பரிமாறி, கர்ப்பகிரகத்தின் உள்ளார்ந்த இருளில் வெளிச்சத்தைத் தேடி, அங்கு வழுக்கைத் தலையுடைய சாமியார்களின் சமஸ்க்ருத மந்திரங்களுக்கு மத்தியில் இவர்களின் சாமி தரிசனம் வெற்றிகரமாக நிறைவேறியது.

அன்றிரவு அவர்கள் தங்கியிருந்த பங்களாவில்தான் லேகாவுக்கான வியாதி தன்னுடைய முதல் நண்டு கிடுக்குப்பிடியில் காலெடுத்து வைத்தது. இரவு காவலாளி இரண்டாம் ஜாமத்தில் உலா வந்து கொண்டிருந்தபோது, லேகா விட்டுவிட்டு வயிறு சுருங்க ரத்த வாந்தி எடுத்தபடி இருந்ததால் மூவருமே விழித்திருந்தார்கள். தான் இறந்துவிடுவோம் என்ற பயத்தில் டோக்கோஸிடம் இத்தனை காலம்

விட்டேத்தியாகத் தன்னுடைய உணர்வுகளை வெளிப்படுத்திய லேகா அவனைத் தன்னோடு இழுத்து அணைத்துக்கொண்டு, ஒரு சத்தியம் செய்தாள் - கிசுகிசுப்பான குரலில் அவள் வைத்த விண்ணப்பம் என்னவெனில், அவளுடைய இறப்பிற்குப் பிறகு அவன் மந்திராவை நன்றாகக் கவனித்துக்கொள்ள வேண்டும் என்பதேயாகும். ஒரு கனவு முடிந்ததைப்போல அவர்கள் மூவரும் வீடு திரும்பினார்கள். வழியெங்கும் பிரயாணத்தில் லேகா உறங்கிக் கொண்டே வந்தாள் - அந்த உறக்கம் ஒவ்வொரு நொடியும் விழிப்பிற்கும் நடுவே தஞ்சம் அடைந்தபடி இருந்தது.

வீட்டுக்கு வந்த பிறகு லேகா நாளுக்கு நாள் மோசமாகிக்கொண்டே போனாள். எதைச் சாப்பிட்டாலும் அவளுக்குக் குமட்டிக் கொண்டே வந்ததால் அவளால் எதையுமே சாப்பிட இயலவில்லை. அவள் மிகவும் பலவீனமானவளாக மாறியிருந்தாள். அவளது வலது மார்பும் இடது மார்பைப் போலவே மெல்லியதாக வீங்க ஆரம்பித்தது. என்றாலும் இடது மார்பு வலது மார்பை விடவும் மிக அதிகமாக வீங்கி இருந்ததால், அவள் படுத்திருக்கும்போது அவளது மார்புகள் சரிந்து வேறொரு பிம்பத்தைக் கொடுத்தபடி இருந்தது. என்றாலும் அவள் மனதில் முந்தைய பிள்ளைப்பருவத்து ஞாபகங்கள் ஊஞ்சலாடிக்கொண்டிருந்தன. கொஞ்சம்கூட சந்தோஷமோ அல்லது ஞாபகங்களோ இல்லாத ஒரு வறண்ட குழந்தைப் பருவத்தை அவள் மறுபடி மறுபடி மனதில் அசை போட்டபடி இருந்தாள்.

அவள் தன்னுடைய சிறு பிராயத்தில் தன்னுடைய அம்மாவுடன் தங்கியிருந்த ஒற்றை அறை வீட்டில் நிறையத் தலைமுடியுள்ள, கண்ணாடி போட்ட ஒரு விருந்தினர் வீட்டிற்கு வந்து அம்மாவுடன் பேசிக்கொண்டிருப்பார். அந்த மாதிரியான சில நேரங்களில் அம்மா சணலை முடிச்சுப் போட்டு மாடிப்படிக்குக் கீழே தள்ளிக்கொண்டிருப்பாள். லேகாவுக்குத் தூரத்தில் கேட்ட இடிச் சத்தம் சுவர்களில் அதிர்ந்தபடி இருந்தது. ஜன்னலின் வழியே மின்னலின் ஒளி உள்ளே வந்து பின், அறையை விட்டு வெளியேறியது. இப்போது அம்மாவையும் அந்த விருந்தினரையும் அவள் கண்ணுக்கெட்டியவரை பார்க்க முடியவில்லை என்றாலும், அந்த விருந்தினரின் குரலை அவளால் கேட்க முடிந்தது. அம்மாவின் சிரிப்புச் சத்தம் அதுவரை அவள் கேட்டிராத

ஒன்றாக, பழக்கமற்ற ஓர் ஒலியைக் கிளப்பிக்கொண்டிருந்தது. மழை வேகமாக தண்டவாள இரும்புக் கம்பிகளால் செய்யப்பட்டிருந்த காம்பவுண்ட் சுவரை நிறைந்த சத்தத்தை எழுப்புமாறு அடித்துப் பெய்துகொண்டிருந்தது. வழிநெடுக, வெட்டிப்போட்ட காய்கறித் தோல்கள் கீழே சிதறிக் கிடந்தன; காம்பவுண்ட் சுவருக்கு அந்தப் பக்கம் ஒரு கழுதை மழையைக் கொஞ்சம்கூட பொருட்படுத்தாமல் தன் முதுகின் அரிப்பைத் தண்டவாள இரும்புக் கம்பிகளில் தேய்த்து சொறிந்தபடி நின்றது. மழை நீர் வீட்டினுள் வந்துவிடாதபடி, கோணிப்பைகளின் கீழ் படுத்திருந்த லேகா தன்னுடைய கற்பனை சகோதரனான முன்னாவிடம், “நாம ரெண்டு பேரும் சேர்ந்து வெளில போகலாம். நாம ரொம்ப தூரம் நடந்து நடந்து போயி யாருமே கண்டுபிடிக்க முடியாத ஒரு எடத்துக்குப் போயிடலாம். அங்க நாம மழைல பேயாட்டம் போடலாம். சகதிக்குள்ள மழை பெய்யுறப்ப உருண்டு புரண்டு எழும்புறது எவ்ளோ சந்தோஷமா இருக்கும்?” அவள் அவனுடன் பேசுவதாக நினைத்துத் தனக்குத்தானே பேசிக்கொண்டிருந்தாள். ஒரு கோடைக்கால மத்தியானம் லேகா முன்னாவிற்கு உடல் நலமில்லாமல் அவன் பசியோடு இருப்பதாகக் கற்பனை செய்துகொண்டாள். அவள் அவனுக்கு உணவு ஊட்டிக் கொண்டிருக்கும்போதுதான் அவளது அம்மா அறைக்குள் நுழைந்தாள். அம்மாவுடன் இரண்டு விருந்தினர்கள் உள்ளே வந்தார்கள் - அவர்களுக்கு உரத்த குரல்கள் இருந்தன. லேகா புளிய மரத்துக்குக் கீழே நன்றாக ஆழ்ந்து உறங்கிவிட்டு, மீண்டும் வீட்டுக்கு வந்தபோது, அவளுடைய அம்மா தரையில் குனிந்து உட்கார்ந்து, அவளுடைய இடது கையிலிருந்த ஒரு விரலை உற்றுப் பார்த்துக் கொண்டிருந்தாள். அது உடைந்திருந்தது. அம்மாவின் தலை குனிந்து, அவளது கண்கள் முழுக்க கண்ணீரால் நீந்தினபடி இருந்தது. “என்னாச்சு?” லேகா அம்மாவிடம் கேட்க, அம்மா அவளுக்குத் தலையில் ஏற்பட்டிருந்த ஒரு காயத்தை மறைக்கும் பொருட்டு, “என்னாச்சு? என்னாச்சு? என் கைவிரல உடைச்சிக்கிட்டேன். அவ்ளோதான். அதுதான் நடந்துச்சு. இப்ப நீ வீட்ட விட்டு வெளில போ. நா என்னோட வேலையெல்லாம் பாக்கணும்” என்று சொன்னாள்.

அது மிகக் கஷ்டமான ஒரு வாழ்க்கை முறையாக இருந்தால்கூட, அதில்கூட எப்போதாவது அற்புதமான தருணங்களில் சந்தோஷம் நிறைந்திருக்கும். நன்றாகக் காய்ச்சல் அடித்த ஒரு தருணத்தில்,

லேகா தொலைத்த தன் குழந்தைப் பருவக் கனவுகளைப் பற்றித் தொடர்பில்லாத, கிசுகிசுப்பான குரலில் வெளியே வெகு இயல்பாகவும் எளிதாகவும் பகிர்ந்தபோது, "அவள் ஏற்கெனவே இப்படித்தான். அன்றாட வாழ்வில் பல பாஷை பேசினபடி இருப்பாள்" என்று கேட்கிற யாராக இருந்தாலும் நினைக்கக்கூடிய வகையில் இருந்தது அவளது ரகசியப் புலம்பல்கள். லேகாவை நோக்கி வந்த முடிவு அவளைக் கிட்டத்தட்ட ஒரு பசியோடு இருக்கும் ஞானியைப் போன்ற ஒரு பிம்பமாக மாற்றியிருந்தது - அவளுடைய எலும்புகள் மிகப் பிரகாசமாக அவளது கண்ணாடி போன்ற தோல் வழியாக ஒளிர்ந்தபடி இருந்தது. டோக்கோஸ் எப்போதெல்லாம் அவனால் வந்து பார்க்க இயலுமோ, அப்போதெல்லாம் வந்து பார்த்தபடி இருந்தான். அவனுக்கு அவள்மேல் அளவில்லாத பரிவு இருந்தது. அவன் லேகாவின் எழும்பும் தோலுமான கைகளைத் தனது புடைக்கும் கைகளால் பிடித்து அவளுக்கு ஆறுதல் சொல்வதாய் நினைத்துக் கொண்டான். லேகா மெதுமெதுவாகத் தன்னுடைய கற்பனைப் பிம்பங்களிலிருந்து விடுபட்டு, யதார்த்தமான நிஜ உலகம் என்னவென்று இப்போது கிட்டத்தட்ட உணர்ந்திருந்தாள். மந்திராவிடம் அவள் அடிக்கடி பேசியது அதைப் பற்றியதாக இருந்தது. டோக்கோஸிடம் சொல்ல அவளுக்கு எந்த வார்த்தைகளோ சொற்களோ மிஞ்சி இருக்கவில்லை - அவனும் அதில் எதையும் எதிர்பார்க்கவும் இல்லை; அவளுக்கு என்னென்ன தேவையோ அவையெல்லாவற்றுக்குமாக அவன் அங்கெ இருப்பதாகக் கருதிக்கொண்டான். மந்திரா அவளுடன் பேச முயற்சிக்கும் போதெல்லாம் அவள் மந்திராவிடமும் தான் சொல்ல வந்ததைச் சொல்ல முடியாமல் தத்தளித்தாள்.

லேகாவுடைய மரணத்துக்குப் பிறகு டோக்கோஸ் முழுவதுமாக உடைந்திருந்தான். அவனுக்கு உண்மைகளெல்லாம் மெல்ல மெல்லப் புரியத் தொடங்கியிருந்தன - ஆனால் மெதுவாக. அந்தக் காலகட்டத்தில் அவன் தனக்குள் உடைந்து சிதைந்து போயிருந்தான்; பல்வேறு விதமான சம்பவங்கள் நடைபெற்றிருந்தன. அவையெல்லாவற்றையும் இப்போது காலமும் இடமும் பிரித்துப் போடப்போட அவனுக்கு அவற்றைத் தொடர்ச்சியான சம்பவங்களாகப் பார்க்க இயலாமல், தன்னைத்தானே யதார்த்த உலகத்திலிருந்து அந்நியப்படுத்திக் கொள்ளும் முயற்சி தோற்றுப் போய்க்கொண்டிருந்தது. எப்படியாக இருந்தாலும் வேறு

யாருக்குமே இந்த மனப்போராட்டம் தெரிந்திருக்கவில்லை.

அவன் சிறைச்சாலையின் அலுவலகத்தில் உட்கார்ந்து ஒரு சில கோப்புகளைப் பார்த்துக்கொண்டிருந்தபோது, திடீரென்று அவனுக்குக் கண்கள் இருட்டின. வெளியே மழை வேகமாக அடித்துப் பெய்துகொண்டிருந்தது. அவன் மெதுவாக எழும்பி, சுடுகாட்டின் முனையில் இருந்த யாருமற்ற பிணங்கள் எரியூட்டுவதற்காக வைக்கப்பட்டிருக்கும் வரிசையை வந்து பார்த்தான். அதற்கும் அடுத்த புறத்தில் நிறையப் பிணங்கள் எரிந்தபடி இருந்தன. அவன் தார்ப்பாலின் ஷீட்டுக்குக் கீழே மழை சற்றும் படாமல் முழுவதுமாக நனையாமல் இருந்தான் - ஆனால் வரிசையில் இருந்த பிணங்கள் எல்லாமே மழையில் நன்றாக தெப்பலாக நனைந்திருந்தன. அவையெல்லாம் அதே ஈரத்துடன் தங்களுடைய முறை எப்போது வருமென்று அந்த வரிசையில் காத்திருந்தன. அவனுக்கு அந்த இடம் பரிச்சயமாக இருந்ததன் ஒரு காரணம், அதற்கு முன்னால் தூக்கிலிடப்பட்ட உடல்களை அங்கு எரியூட்ட அவன் ஏற்கெனவே வந்திருக்கிறான். அவனது வெறித்த பார்வை அவன் பக்கத்தில் எரிந்துகொண்டிருந்த பிணத்தின் சாம்பல்களை மேய்ந்தபடி இருந்தது. தூரமாக லேகாவை எரியூட்டும்போது தீயினுள் லேகாவின் மூடாத கண்கள் அவனையே பெய்துகொண்டிருந்த மழையினூடே உற்றுப் பார்ப்பது போலிருந்தது. அவன் அவளுக்கு ஏதும் பாவனைகள் காட்டுவதற்கு முன்னால், எரிந்துகொண்டிருக்கும் அவளுடைய உடல் தன்னுடைய கருகும் கைகளை இரு பக்கமும் பரிதாபமாக விரித்து, அவனை "வா" என்று தான் அந்தத் தீயில் கரைந்து ஒரு கங்கு மினுங்கும் சாம்பல் மேடாய் அடங்கிப்போவதற்கு முன் அணைக்கக் காத்திருந்ததுபோல் தோன்றியது.

மூன்றாவது ரகசியச் சம்பவம், அந்த வேனிற் காலத்தில்தான் நடைபெற்றது. அதுவொரு சோம்பேறித்தனமான ஞாயிறு காலை. அவன் வீட்டில் மிக சாவகாசமாக வேலை பார்த்துக் கொண்டிருந்தான். அவனுக்குக் குழந்தைகள் வெளியே விளையாடும் சத்தம் நன்றாகக் கேட்டது. அதையெல்லாம் பார்த்துக் கொண்டிருந்த மந்திரா தான் வளர்த்துவிட்டதாகக் கருதி, அந்த விளையாட்டுகளில் கலந்துகொள்ளாமல் சமையலறையிலேயே தங்கிவிட்டாள். டோக்கோஸ் கீழே சிமென்ட் தரையில்

உட்கார்ந்தபடி வேகமாக ஓடிக்கொண்டிருந்த மின்விசிறிக்குக் கீழே எல்லாச் செய்தித்தாள்களையும் ஓரங்கள் பறக்கவிடாமல் கையால் அழுத்தி, அதை அடுக்கினபடி இருந்தான். அப்போதுதான் நினைத்துக் கூடப் பார்க்க முடியாத, நம்பத்தகாத ஒரு விஷயம் நடைபெற்றது. அவனுக்கு திடீரென்று அவனது வலது கை காணாமல் போனதுபோல் இருந்தது. அதை அவனால் பார்க்கக் கூட முடியவில்லை. அல்லது அடுத்த இடது கையை வைத்துத் தொட்டுப் பார்க்கும்போது அது தென்படவுமில்லை. அவன் வேகமாகக் கண்ணாடியை நோக்கிப் போனான். அங்கு அவன் அவனுடைய பிம்பத்தையே பார்க்கவில்லை. லேகாவுடைய முகமே கண்ணாடியில் புலப்பட்டது. லேகாவுக்கும் வலது கை இல்லை. அவன் அசைவற்று அப்படியே பயத்திலும் தன்னிரக்கத்திலும் நின்றிருந்தான். கொத்தாக அப்படியே சுவரிலிருக்கும் ஒரேயொரு ஆணியில் தொங்கிக்கொண்டிருந்த அந்தக் கண்ணாடியின் கீழ் அப்படியே மடிந்து விழுந்தான். அவன் மேலெங்கும் முழுக்க வியர்த்திருந்தது. அவன் தரையில் விழுவதற்கு முன்னர் கண்களை இறுக மூடிக்கொண்டான். அவன் எழுந்தபோது அது இரவாக இருந்த காரணத்தினால் இருட்டாய் இருந்தது. அவனுக்கு அவன் விழுந்த தருணம் மிக மிக மெல்லியதாய் ஞாபக அடுக்குகளில் இருந்த காரணத்தினால், அவன் இவ்வளவு நேரம் கண்ணாடியின் பின்னிருந்த வீட்டுப் பல்லி கூப்பிட்டதுகூட கேட்காமல் தூங்கிக்கொண்டிருந்தான் என்பது புலப்பட்டது. ஆனாலும் அது எந்தவிதத்திலும் அவனுக்கு இடரை ஏற்படுத்தவில்லை - ஏனென்றால் அவன் இப்போது இரு கைகளுமுடைய முழுமையான மனிதனாகத் தனக்குத்தானே வடிவெடுத்திருந்தான்.

அந்த வருடத்தின் கார் காலத்தில் குளிர் காற்றடித்த ஒரு நாளில், டோக்கோஸ் லேகாவைப் பற்றி கனவு கண்டிருந்த சமயம் திடீரென நள்ளிரவு கண்விழித்து அவன் மார்பில் பால் சுரந்ததை உணர்ந்தான். அவனுடைய போர்வைகளை அவன் பதட்டத்தில் தூக்கி எறிந்து, அவனுடைய குர்தாவை ஒருவிதமான படபடப்பிலும் பயத்திலும் கிழித்து எறிந்தான். முடி சூழ்ந்த அவனது மார்புக் காம்பின் பக்கத்தில் பால் சுரந்தபடி இருந்தது. மார்புக் காம்புகளில் லேசான ஓர் அரிப்பு தென்பட்டது. அதேசமயம் ஏற்கெனவே சுரந்த பால் மார்புக் காம்புகளுக்குக் கீழே கட்டியாக பவுடரைப் போல் தென்பட்டது.

அவன் மந்திராவிடம் விரைந்து, தூங்கிக் கொண்டிருந்த அவளை அப்படியே தூக்கி வைத்து, சம்மணம் போட்டு அந்தக் கட்டிலில் உட்கார்ந்து, மந்திராவின் முகத்தை அவனுடைய மார்பில் வைத்து அழுத்தினான். மந்திரா அதை அதை எதிர்பார்க்காததினால் திமிறியும் கத்தியும் அழுதும் அவனிடமிருந்து தப்பி அந்த அறையின் ஒரு மூலையில் போய் நின்று டோக்கோஸை பார்த்தவண்ணம் அவளுடைய இரு கைகளையும் தன் வாயில் வைத்து பயத்துடன் பொத்தினபடி நின்றாள். அவனது சட்டையணியாத மார்பையும், வெறும் பைஜாமா அணிந்திருந்த உடலையும் அந்தக் குளிர் இரவில் பார்க்க அவளுக்குப் பயமாய் இருந்தது.

அன்று இரவு டோக்கோஸ் காணாமல் போயிருந்தான். நாட்கள் நீண்டபடியே மாதங்களுக்குள்ளாகத் தங்களை மடக்கிக்கொண்டு, வருஷங்களுக்குள்ளாகத் தங்களுடைய நிழல்களை நீட்டித்தபடி பருவங்களைக் கடத்திக்கொண்டிருந்தன. மந்திரா இப்போது தன்னுடைய பெயரை தயா-லத்தா என்று மாற்றியிருந்தாள். அவள் மறுபடி தன் வாழ்வில் சந்தித்த எல்லா இடர்களையும் தாண்டி, தெருவினில் நின்று, தான் ஒரு காலத்திலிருந்த அதே தெருவின் பழைய போக்குவரத்து நெடிக்குள் நுழைந்ததுபோல் உணர்ந்தாள். முன்பு சிறுவயதில் அப்படித் தெருவில் அலைந்தபோது, ஒருவிதமான குழந்தை என்ற ஒரு சிறு சலுகையில் போக்குவரத்தினால் அவளுக்கு எந்தவிதமான ஆபத்துகளும் இல்லை. ஆனால், இப்போது அந்தப் பாதுகாப்பு அவளுக்கு இல்லாததுபோல் இருந்தது. என்றாலும், அவளுக்கு நடனமாடும் பார்களின் கதவுகள் திறந்து, வேறுவிதமான பாதுகாப்பைக் கொடுத்ததுபோல் இருந்தது. அதுவே தயா-லத்தா தன்னுடைய கனவுகளை நோக்கி முன்னேறிய ஒரு படிக்கட்டாய்த் திகழ்ந்தது.

பார்களில் நடனமாடும் பெண்களைப் பற்றிப் பொதுவாகவே ஓர் அபிப்பிராயம் உண்டு - இளம்பெண்களான தயா-லத்தா போன்றவர்கள் ஒரு நீண்ட காத்திருப்பு காலத்துக்கு உள்ளான பின்புதான் பிரபலமாவார்கள் என்பதே அது. ஆனால், ஆச்சரியப்படும்படி அதற்கு எதிரான ஒன்றுதான் தயா-லத்தாவுக்கு நடந்தது. முதல் நாளிலிருந்தே அவள் ஒரு அற்புதமான, வெற்றிகரமான பார் நடனப் பெண்மணியாக அங்கீகரிக்கப்பட்டாள். இதில் இன்னொரு சுவாரசியமான வதந்தி

என்ன உலவிற்று என்றால், அந்தக் குறிப்பிட்ட பாரில் இருக்கக்கூடிய பிரபலமான ஒரு நடன மங்கை ஒரு கன்னி என்பதே. அந்த பாரின் முதலாளி தயா-லத்தாவை நடனப் பெண்மணியாக விழுங்கும் கண்களுக்கும், பெண்ணழகைத் திருட முயலும் கைகளுக்கும் அறிமுகப்படுத்துவதற்கு முன்பாகவே தனக்கான பணத்தை லாபமாக ஈட்டியிருந்தான். எந்த வழிப்பாதையில் தயா-லத்தா போயிருக்கக் கூடாதோ, அவளது வளர்ப்புத் தாயின் பாதைகளில் அவள் தன்னை அறியாமலேயே காலம் முன்னால் தள்ள அவள் பயணப்பட்டிருந்தாள் - அவள் அம்மாவின் ஆவி அந்த பாரில் அவள் ஆடும்போது கைதட்டியவர்களின் கைதட்டல்களுக்கு நடுவே ஒளிந்து ஒளிந்து போனதுபோல் தோன்றிற்று. அவள் வெகு சீக்கிரத்திலேயே மிகவும் பிரபலமாகி அவளுடைய புகைப்படங்கள் பொதுவெளிகளில் வைக்கப்பட்டிருந்தன. தயா-லத்தா இந்தப் பிரபலத்தன்மையை மிகவும் விரும்பினாள். அதற்குப் பின்பாகவே அவள் திரைப்படங்களில் நடிக்கத் தொடங்கி, அதையும் முழுக்க முழுக்க தனதாக்கிக் கொண்டாள். கண்ணாடி அட்டைப்படங்களைப் போல மின்னிய பத்திரிகையின் அட்டைகளில் அவள் வெகு சாதாரணமாக இடம்பெற்றிருந்தாள். அதன் உச்சம் என்னவெனில், தெய்வங்களாக அவள் உடையுடுத்தி, அணிகலன்கள் அணிந்து எடுத்த புகைப்படங்கள் எல்லாமே நாட்காட்டிகளில் புகைப்படங்களாக பலரின் வீடுகளிலும் தொங்கினபடி இருந்தன. பிற்காலங்களில் தயா-லத்தாவின் முகம் வரலாற்றின் ஒரு பகுதியாகவும் சின்னமாகவுமே கருதப்படும்.

டோக்கோஸ் இறுதியாக நகரத்திற்குத் திரும்பி வந்திருக்கிறேன் என்ற எண்ணமே இல்லாமல் நகரத்திற்குத் திரும்பியிருந்தான். அவன் மிகவும் சோர்வடைந்திருந்தான். இத்தனை ஆண்டுகளாக அவன் தேடிச் சென்ற பலனற்ற பயணங்கள் அவனைத் துரத்தியடித்தபடி இருந்தன. இருளின் போர்வைக்குள் ஒளிந்திருந்த பகலொன்றில் அவன் அதிகாலையிலேயே நகரத்திற்குள் வந்து இறங்கினான். அதுதான் அதுவரை வரலாற்றிலேயே பதிவிடப்பட்ட மிகப் பனி பெய்யும் ஒரு கார்காலமாக இருந்தது. இருந்தாலும், அந்தக் குளிரிலும் டோக்கோஸ் தெருக்களில் மிக வேகமாக நடந்தபடி இருந்தான் - தெருவிளக்குகளில் மினுக்கிடும் பனி அலைச்சலில் லேகாவின் ஆவிக்குரிய உருவத்தைத் தெருவோரமாய்த் தேடியபடி- அந்த அடர்ந்த பனியிலும் சிறைச்சாலையின் கோபுரத்தைச் சுற்றி

ஒலித்த கண்ணுக்குத் தெரியாத காகங்களின் இரைச்சல் வெகு தூரம் கேட்டபடியே இருந்தது. அவை மெல்ல காற்றின் அலைச்சலில் பனியின் அடர்த்தியில் கிரானைட் கோட்டைகளில் தொங்கும் கிழிந்த கொடிகள் போலத் தோற்றமளித்தன. அங்கு பரவியிருந்த மெல்லிய வெளிச்சத்தில், யாராக இருந்தாலும் மிக அருகில் வந்தால் மட்டுமே, சிறைச்சாலை கோபுரத்தைச் சுற்றி எழுப்பியிருந்த தற்காலிகக் கட்டுமானத்தில் தானே போட்டுக்கொண்ட ஒரு முடிச்சின் மூலமாக அங்கு உடல் முழுக்க முடியோடும், ஒரு துணியும் இல்லாமல் நிர்வாணமாய்த் தொங்கிக்கொண்டிருந்தது டோக்கோஸ் என்று அடையாளம் கண்டிருக்க முடியும்.

9/11க்கு முன்

அவன் மன்சூர் அலி ரோடாடை சந்தித்த பிறகு மெல்ல மாற ஆரம்பித்தான். ரேச்சல் ஸ்டேன்ஸ்டேட்டுடனான அவனுடைய உறவு தாமதமாக அரும்பியது என்றாலும், அதனாலும் அவனை மீட்க இயலவில்லை. இறுதியாக அவன் என்னவாக நினைத்தானோ, அதுவாகவே மாறினான்.

எஹ்டிஷாம் எந்தவிதமான தியாகத் தன்மை வாய்ந்தகுரல் பதிவுகளையோ, அல்லது பிரிவு உபசாரக் கடிதங்களையோ விட்டுவைத்துவிட்டுக் கிளம்பவில்லை. அவர் கிளம்பும்போது அங்கு விட்டுச் சென்றது எல்லாமே அவரைச் சார்ந்த ஒரு சில தனிப்பட்ட விஷயங்களே - ஒரு டைரியின் சில பக்கங்களில் அவருடைய கையெழுத்துடன் கூடிய பதிவுகள் இருந்தன (அவை எல்லாமே அனேகமாக மிகவும் பிரசங்கத் தன்மை வாய்ந்தவையாக இருந்தவையே அன்றி தனிப்பட்ட எந்தப் பதிவும் அந்த டைரியில் இல்லை.) அவையெல்லாம் குட்டிக் குட்டிப் பதிவுகளாக மட்டுமே, ஆரம்பிப்பதற்குள் முடிவடைந்துவிடும் ஒன்றாக அமைந்திருந்தன. இன்னொன்றில் அவர் ஒரு கோப்பில் *A4* பேப்பர்கள் வைத்திருந்தார்.

ரேச்சலுடைய குறிப்புகளில் ஒன்றோடொன்று பிணைக்கப்படாத எழுபத்தியெட்டு *A4* பேப்பர்களில் சகதி நிறைந்த சதுப்பு நிலப் பகுதியில் கண்டெடுக்கப்பட்ட பிணங்களைப் பற்றிய குறிப்புகளும் (சிறு சிறு மாற்றங்களுடன்) மற்றும் இயற்கைசார் குறிப்புகளும்

இருந்தன. திரும்பத் திரும்ப கையாளப்பட்டிருக்கும். இத்தகைய தோற்றுப்போன பதிவுகள் பற்றிய அராஜக மனப்பான்மைகள் எதுவுமே உடனடியாக வெளிப்படுவதில்லை; வரலாறு மட்டுமே இந்தப் பயங்கரவாதத்தை மெல்ல மெல்ல காலத்தின் போக்கில் நமக்கு வெளிப்படுத்துகிறது. எஹ்டிஷாம் கையால் எழுதப்பட்ட இந்தப் பதிவுகள் எல்லாவற்றிலும் கேலிச் சித்திரங்களும் அவ்வப்போது நுணுக்கிய கையெழுத்தால் வரையப்பட்ட கிறுக்கல்களும் நிறைந்திருக்கும். ஒரே ஃபைலினுள் அத்தனை தாள்களும் வைக்கப்பட்டு, ஃபைலுக்கு மேலே 'குறிப்புகள்' என்று குறிப்பிடப்பட்டிருந்தது. (இவையெல்லாம் கருத்துக்கு ஆதாரமாகச் சொல்லப்படுகிற உண்மைகள்) 9/11 அன்று நடந்த பயங்கரவாதத்துக்குப் பிறகான பல்வேறு விதமான விசாரணைகளில், விசாரணை அதிகாரிகளை வடக்கு டாக்கோவில் இருக்கக்கூடிய இந்தக் குறிப்புகள் மூலமாக டேடோனா பீச்சில் ஒரு சிறு நகரத்திலிருக்கும் ஒரு விமானப் பயிற்சிப் பள்ளிக்கு விசாரணை அதிகாரிகளை இட்டுச் சென்றது. தொலைந்துபோன ரேச்சல் ஸ்டேன்ஸ்டேட்டைப் பற்றி ஒரேயொரு குறிப்பில் மட்டுமே இருந்தது. இந்தக் குறிப்பின் அடர்த்தியின்மையை முன்வைத்துப் பல்வேறு நீர்நிலைகளுக்கு ரேச்சலும் எஹ்டிஷாமும் போய் வந்திருக்கக் கூடும் என்று அனுமானித்ததையெல்லாம் கணக்கில் எடுத்துக் கொண்டாலும், அதனால் எந்தப் பயனும் ஏற்படவில்லை. மீட்டெடுக்கப்பட்ட ஏழு பிணங்களைப் (எல்லோருமே குடும்பத்தைவிட்டு ஓடிவந்திருந்த, பொன்னிற முடியை உடைய, பதின்ம வயதுடையவர்களாய் இருந்தார்கள்.) பற்றிய விவரணைகள் வருமாறு: முதல் உடல், பாயோ தேசத்திலுள்ள மூங்கில்காடுகளில் கீச்சிடும் வெட்டுக்கிளிகளின் மத்தியில் கண்டெடுக்கப்பட்டது. அந்த இளம் பிராயத்துப் பெண்ணுடைய உடல் வெகு காலமாக நீரினுள் மூழ்கிக் கிடந்ததில் அவ்வுடலின் பாகங்களை அங்கிருந்த மீன்கள் தின்றபடி இருந்தன. அவள் வீட்டை விட்டு ஓடிவந்திருந்தாள். நீரின்மேல் அலையும் குப்பைகளுக்கும் நாணல்களுக்கும் நடுவே நீண்ட முடியைக் கொண்ட அவளுடைய சிதைந்த உடல், மெல்ல மெல்ல தண்ணீரில் பிரம்மாண்டமாக வளர்ந்திருந்த சைப்ரஸ் கிளைகளில் மாட்டி, அங்குமிங்கும் அசைந்தபடி இருந்தது. தண்ணீர் மிகவும் கலக்கமாக பிரவுன் நிறத்தில் இருந்தபோதும், சில இடங்களில் குட்டைகளாகத் தேங்கியிருந்தபடியால் பச்சை

பூத்திருந்தது. அந்தப் பகுதியைச் சரியாகப் பார்க்க முடியவில்லை - நீர்க்குமிழ்களுக்கு மத்தியில் அலைந்த மங்கிய வெளிச்சம் மெல்ல நீந்துகின்ற காய்ந்த சருகுகளுக்கு மேல் படிந்ததால் குழப்பம் அதிகரித்தபடி இருந்தன.

இரண்டாவது உடல், மிசோரியில் கண்டெடுக்கப்பட்டது - அவள் 19 வயது நிரம்பிய பொன்னிற முடிக்கற்றைகள் கொண்ட பெண்ணாக இருந்தாள். அவள் உடலை முதன்முதலில் பார்க்கும்போதே அவள் கொலை செய்யப்பட்டிருப்பது தெரியவந்தது. அவளது உடல் இலையுதிர் காலம் ஒன்றில் ஓசேஜ் சமவெளிகளுக்கும் ஓசார்க் மலைகளுக்கும் நடுவே ஓரிடத்தில் தூக்கி எறியப்பட்டிருந்தது. இலையுதிர் காலத்தின் சாயம் மெல்ல மெல்ல தென் மிசோரியிலிருந்து வடக்கு மிசோரிக்குக் கசிந்தபடி செப்டம்பர் மாதத்தின் மையப் பகுதியில் ஆரம்பித்து, மெல்ல மெல்ல அக்டோபர் மூன்றாம் வாரத்தில் தன்னுடைய உச்சபட்ச வண்ணத்தை வெளிப்படுத்தும். அவள் அதற்கும் முன்பான காலகட்டத்தில் கொலை செய்யப்பட்டிருக்க வேண்டும். எரியும் தீப்பிழம்பு வெளிப்படுத்தும் வண்ணங்கள் மெல்ல மெல்ல சாயமிழந்துபோவதுபோல, இலைகளெல்லாம் காய்ந்து, சுருண்டு, கீழே விழுந்து - மெல்ல பூமியின் மேல் ஒரு கம்பளம் விரித்தது போல - கடல் பாசி டெரகொட்டாவின் சாயல்களை அணிந்தபடி பரந்து கிடந்தது. ராஜபட்டாம்பூச்சிகளின் கூட்டம் விஷச் செடி பதர்களின்மேல் பறந்தபடி இருக்க, மஞ்சள் வண்ணம் கொண்ட லில்லி பூக்கள் தரையெங்கும் படர்ந்து கிடந்தன. நவம்பர் மாதத்தின் இறுதியில், காட்டு வான்கோழிகள் தங்களுடைய அலகால் தரையைக் கீறியபடி கீழே விழுந்து கிடக்கும் இலைகளில் இருக்கும் விதைகளைத் தோண்டினபடி நடந்தபடி இருக்கும். அப்படியான தருணத்தில்தான் அழுகிக்கொண்டிருந்த இந்தப் பெண்ணின் உடலை அவை அலகால் கொத்தியிருக்கின்றன. அப்போது அவள் உடலின்மேல் மஞ்சள் லில்லி பூக்களின் பசை படர்ந்து இருந்திருக்கின்றது.

அபுபக்கர் எஹ்டிஷாம் பெரும் தாட்டியான உடலைக் கொண்டவனாக இல்லாதிருந்தும்கூட, அவனுக்கு மிகக் கூர்மையான சாயல் இருந்தது. மின் கம்பங்கள் காற்றிலாடுவது போல அலைபாய்ந்த அவனுடைய கருங்கூந்தலை அவன்

பின்பக்கமாய் வாரியிருந்தான். அவன் முகத்தில் பளிச்சிடும் ஆர்வத்துக்குப் பின்னுள் அவனுள் அடங்கிக்கிடந்த ஓர் உள்முகியின் தன்மை மெல்லிய வெட்கம் படர்ந்தே இருந்தது. அவனது நெருக்கமான காதல் நிமிடங்களில் அவனது கண்கள் போர்த்திக்கொண்ட பல்வேறுவித உணர்வுகளில் இந்தத் தன்மை தான் ஒளிந்திருந்தது. தனக்குள்ளேயே உள்நோக்கி மூழ்கிப்போகும் ஒரு பார்வையை அவன் வெளி உலகிற்குக் கொடுத்தபடியே இருந்தான் - என்றாலுமே அது பார்வைக் குறைபாடுடைய ஒன்றாகவே இருந்தது. அந்த முகம் நாளடைவில் மிகவும் மோசமான- வயதான ஒரு சாயலைப் பெற்றுக்கொள்ளக்கூடியது என்றாலும் அவனது வாழ்க்கையில் அப்படியொரு தருணம் வரவே இல்லை.

அவன் அவ்வளவு பக்தியுள்ளவன் அல்ல; சியல்காட்டில் இருக்கும் அல்லமா-இக்பால் சௌக் பகுதியிலிருந்து அவன் ஒரு பாரம்பரியமான பக்தியுள்ள குடும்பத்திலிருந்து வந்திருந்தாலும்கூட அவனுடைய வழிபாட்டு முறைகள் வேறாக இருந்தன. அவன் ஒரு நாளைக்கு ஐந்துமுறை தொழவில்லை - நன்றாக சவரம் செய்த மேலுதட்டுக்குக் கீழ் நீண்டதாக தாடி எதுவும் வளர்க்கவில்லை. அவன் பொறியியல் கல்வியை விருப்பமில்லாமல் படித்து இன்று அதில் அதிக நாட்டமில்லாத ஒரு பொறியாளனாக இருந்தான். இயற்கைசார் கல்வியை அவன் வடக்கு டகோடா மாஃபிட்டில் உள்ள உயர்கல்விப் பள்ளியில் பயின்றான். அங்கிருக்கக்கூடிய புரையேறும் சிநேகமற்ற தன்மை அவனுடைய பிரியங்களின் விகுதியைக் கூட்டியிருந்தன. அனாமதேயமாக இருக்கக்கூடிய இடங்களின்மீது அவனுக்குப் பெரிய ஈர்ப்பு இருந்தது. அவனது அறியப்படாத இலக்குகளை நோக்கி அவன் தெளிவாக நகரவும், அவன் தன்னைத்தானே அதில் இழந்துகொள்ளவும் மாஃபிட் அவனுக்குச் சரியான இடமாக இருந்தது. ஆனால் பட்டப்படிப்பிற்குப் பிறகாக அவன் பல்வேறு விஷயங்களில் தன்னை ஈடுபடுத்திக்கொண்டான் - அவை பெரும்பாலும் - கார் பயணங்களின்போது ஸ்டீரியோக்களில் ஒலித்த நிலப்பரப்பை வார்த்தைகளில் தீட்டிய நாடோடிகளின் எழுச்சிப் பாடல்களைக் கேட்பது மற்றும் ஒரு வேலையில் இருந்து இன்னொரு வேலைக்குத் தற்காலிகமாக மாறிக்கொண்டே இருப்பது போன்றவையாகும். அவன் மறுபடி வீடு திரும்பும் எண்ணத்திலேயே இல்லை. அதற்கு

முக்கியக் காரணம், அவனுடைய மனிதர்கள் அவனை ஒரு தோல்வியின் சின்னமாகப் பார்ப்பதை அவன் விரும்பவில்லை. இதை எதையுமே சரியாக ஆராய்ந்து தெரிந்துகொள்ளாமல், அவன் தன்னைத்தானே தேடிக்கொண்டிருக்கும் ஒரு மிகப் பெரிய பயணத்தில் திளைத்தவனாய், அவனது நம்பிக்கைக்கும், அவனுடைய நிஜ உலகிற்கும் இடையே இருக்கக்கூடிய மெல்லிய இடைவெளியில் தன்னுடைய வளர்ச்சியை மீட்டெடுக்கிறவனாகவே அவன் இருந்தான். அவனுடைய கற்பனை உலகத்துக்கும் நிஜ உலகத்துக்குமான இடைவெளி மெல்ல மெல்ல பாலமிடப்படும் என்றும், போதாத்தன்மையின் மிச்சம் மெல்ல மெல்லக் கரைந்து, ஒரு முழுமையான மனிதனாக அவனை மாற்றிவிடும் என்றும் பரிபூரணமாக அவன் தன்னைக் குறித்தே நம்பினான். மிக மிகத் தனிமையை விரும்பக்கூடிய தனித்துவம் வாய்ந்த மனிதர்கள் அலையும் ஒரு நிலப்பிரப்பில், அவன் தன்னுடைய சொந்தக்காரர்களைத் தேடினபடி இருப்பதில் எவ்விதமான பிரயோஜனமும் இல்லாதிருந்தது - அதுவும் மக்கள் அனைவரும் இருவேறு அடையாளமுடைய மதத்தின் பெயரால் பாதுகாப்பைத் தேடும் சொந்தக்காரர்களாகவும் சமூக ஒட்டுண்ணிகளாகவும் இருக்கின்ற நிலை அவனுக்கு மிகுந்த துயரமானதாக இருந்தது.

அதனாலேயே அவன் அமெரிக்காவிலே தங்கிவிட்டான். அவ்வப்போது சாலைகளுக்குச் சென்று, அங்கிருந்த ஒரு பழமையான வாகனத்தில் ஏறி, அந்த நகரத்தை அவன் சுற்றி வந்தான். அப்படி தனிமையில் அவன் இருப்பதும், நிச்சயமற்ற வருமானத்தைத் தரக்கூடிய மீனவ மற்றும் வனவிலங்கு பாதுகாப்பு மையங்களிலும் சேவையில் ஈடுபட்டு தன் நேரத்தைக் கழித்தான். மனம் விரக்தியில் இருந்த அப்படிப்பட்ட ஒரு வாழ்க்கைக் கட்டத்தில்தான் மன்சூர் அவனை முதன்முதலாக அணுகினான். அவன் கல்லூரியில் இருக்கக்கூடிய கேண்டீனில் இவனை நோக்கிப் பேச வந்தான். அவன் கைகளில் ஜோனத்தான் லிவிங்ஸ்டன் சீகலுடைய ஒரு பிரதியும், அன்டன் டி செயின்ட் எக்ஸ்யூபரியுடைய லிட்டில் பிரின்சின் பிரதியும் கையிலிருந்தன. இத்தனைக்கும் மன்சூர் ஒரு ஆசிரியரோ மாணவரோ அல்ல. ஒரு தலைவனுக்கான எல்லாவிதமான தன்னம்பிக்கையுடன் அவனது செய்கைகள் இருந்துவந்தன. இன்னும் சொல்லப்போனால் அவன் மாஃபிட்டில் இருந்து வந்தவனல்ல. பின்னே அவன் ஏன் அங்கே இருக்கிறான்?

சம்பாத்தியத்திற்காக என்ன செய்து கொண்டிருக்கிறான்? எதற்காக எஹ்டிஷாமை நோக்கிச் செயல்பாடுகள் இருக்க வேண்டும்?- இத்தனை கேள்விகளுக்கும் இப்போது வரைக்கும் மன்சூரால் எந்தப் பதிலும் சொல்ல இயலவில்லை. அவன் ஒரு சிறுபிராயத்துப் பையனைப்போலவே தோற்றமளித்தான். என்றாலும், அவன் தோற்றத்துக்கு எதிர்மாறாக அதிக வயதுடையவனாக இருந்தான். அவனிடம் ஒரு ரகசியத்தன்மை ஒளிந்திருந்தது. அதன் மூலமாக அவன் தனக்கென ஒரு கட்டமைப்பை உருவாக்கிக்கொண்டு, பார்வையற்ற ஒருவனாகக் காட்டிக்கொள்வதன் மூலம் தன்னைப் பின்னால் மறைத்துக்கொண்டான். அதேநேரம் மன்சூர் எஹ்டிஷாமிடம் வெகு தெளிவாகவும் மறைமுகமாகவும் அவர்கள் இருவரும் ஒன்றுசேர்ந்தது முழுக்க முழுக்க ஒரு தற்செயலான விபத்தைப் போன்றதுதான் என்பதை அடிக்கோடிட்டபடி இருந்தான். பின்னாட்களில் அவன் மிகவும் விரிவான, பரவசமான ஓர் ஆசையை விமானம் ஓட்டுவதற்காக வைத்திருந்ததை அறிய முடிந்தது. விமானம் ஓட்டுபவர்களுக்குக் கிடைக்கும் சுதந்திரத்தை அவன் மிகவும் ரசித்தான். அவ்வாறான அவனுடைய ஆர்வம் மெல்ல மெல்ல எஹ்டிஷாமிடம் ஓட்டுவாரொட்டி போல ஒட்டிக் கொண்டதில் அவனிடமிருந்த மிகமிக மோசமான தனிமையைக் கூட அது கிழித்தெறிந்திருந்தது.

மன்சூரைச் சந்தித்த அந்தத் தருணம்தான் எஹ்டிஷாமின் வாழ்க்கையில் ஒரு வடிவமைப்பை உருவாக்கிய தருணமாக இருந்தது. இருவரும் ஒரே மதத்தைச் சார்ந்தவர்களாக இருந்தாலும், வெற்றி பெறுவதற்காகப் போராடும் மன்சூரின் குணாதிசயமும் அது சார்ந்த அவனது சுதந்திரமான மனமும், சில நேரங்களில் அவனுக்கு ஏற்படக்கூடிய தாழ்வு மனப்பான்மையும் கூட எஹ்டிஷாமின் மனநிலையோடு ஒருமித்து இருந்ததால் அவர்கள் இருவரிடமும் ஒரு ஐக்கியம் ஏற்பட்டதற்கான காரணமாக இருக்கலாம். எஹ்டிஷாமும் அவனுக்குப் பரிசளிக்கப்பட்ட இரண்டு புத்தகங்களையும் நெஞ்சோடு அணைத்துக்கொண்டு, மன்சூரிடம் ஃப்ளோரிடாவுக்கு எவ்வளவுக்கு எவ்வளவு விரைவாகச் செல்ல முடியுமோ, அவ்வளவு விரைவாகச் செல்வதற்கு ஒத்துக்கொண்டான்.

மன்சூர் அதிகமாகச் செலவழிக்கக்கூடிய ஆளாக இல்லாவிட்டாலும்கூட, ஓரளவு பரந்த மனப்பான்மையும்

நன்றாக உள்ளுணர்ந்து உபசரிக்கும் விருந்தளிப்பவராகவும் இருந்தான். அதுவொரு அற்புதமான வெள்ளிக்கிழமை காலையாக இருந்தது. மே மாதம் வேறு. அவர்கள் இருவரும் ஒக்கிச்சோபி ஏரியின் கரையோரமாக பாம்புபோல் நெளியும் அதன் பாதையில், சிறு புற்கள் காற்றில் ஓர் அலைபோலத் தங்கள் தலைகளை அசைத்துக்கொண்டிருக்க, உப்புக் காற்றடிக்கும் வளைகுடாவில் நிறைந்திருக்கும் சதுப்புநில முகத்துவாரங்களை நோக்கி நடந்து கொண்டிருந்தார்கள். அது வறண்ட பருவம் முடிவடைகின்ற காலம், அதற்கும் அடுத்த பருவம் மெல்ல மெல்லக் கிளைவிடுவதற்கான ஆரம்பக் கட்டங்களில் இருந்த ஒரு தருணம். எஹ்டிஷாம் அங்கு பிரம்மாண்டமாய் வளர்ந்திருந்த சைப்ரஸ் மர நிழலில் பரவிக்கிடந்த செடிகளை ஆர்வத்துடன் பார்த்தபடி வந்தான். பின்பு, மத்தியான வேளையில் திடீரென வானம் கருமையாக மாறி, இடிச் சத்தம் பயங்கரமாகக் கேட்க ஆரம்பித்தது - வசந்தம் அந்த நாட்டில் ஓர் ஈர அத்தியாயத்தை எழுதிப்போவதற்கு அந்த வசந்த காலத்தின் இடி மின்னல்கள் முன்னுரையை எழுதினபடியிருந்தன.

ஒருநாள் மிக ஆச்சரியமாக வெகு விரைவாகவே மாலை நேரத்தில் இருட்டத் தொடங்கியிருந்தது. சூரிய அஸ்தமனத்தைப் பார்க்க கிட்டத்தட்ட ஒரு நவீன நாடகத்தின் கூறுகள் இருந்தன. அவர்கள் இருவரின் முன்னமும் ஆவி பறக்கும் காபிக் கோப்பைகள் இருந்தன. எஹ்டிஷாம் மன்சூரிடம் அவனுடைய மாலை நேரப் பிரார்த்தனையைச் செலுத்தப்போகிறானா எனக் கேட்டான். மன்சூர், “இல்லை, உனக்கு வேண்டுமானால் நீ தொழுகை செய்துகொள். இல்லையெனில் - பக்கத்தில் இருக்கும் மசூதிக்குச் சென்று வருகிறாயா?” என்று கேட்டான். எஹ்டிஷாம் கொஞ்சம் கூர்மையாக அவன் சொல்வதைக் கவனித்து, பின்பு இல்லை என்று பதிலளித்தான். அன்றிரவு அவர்கள் இருவரும் பறவைகள் ஓரிடத்தில் இருந்து இன்னொரு இடத்திற்குப் புகலிடம் தேடிப் போவது மற்றும் விமான சாகசங்கள் குறித்த காணொளிகளைப் பார்த்தபடியே இருந்தனர். பின்பு இருவரும் ஒருநாள் முழுவதும் அலைந்து திரிந்து, ஒரு திரைப்படம் பார்த்து மிகவும் களைப்பாகத் திரும்பினார்கள். இருவரும் வெளியே மழை பெய்யும் ஓசை கேட்க தரையில் படுத்துக் கிடந்தனர். இரவு நேரமெங்கும் பேசினபடியே இருக்க, மின்னலின் கீற்றுகள் ஜன்னல் வழியாக, அவர்கள் தூங்கிக்

கொண்டிருந்த கட்டடத்துக்குள் அங்குமிங்குமாக ஒரு டார்ச் லைட் அடிப்பதுபோல் மின்னி மின்னி போயிற்று. திடீரென மின்சாரம் நின்றுபோனது. அதற்கு அடுத்த நொடி பெரிய இடிச்சத்தமும் கேட்டது. குழந்தைகள் புயலைப் பார்த்து எப்படி மிரளுவார்களோ அப்படி அவர்கள் இருவரும் சடாரென எழுந்து ஜன்னலை நோக்கி வேகமாகப் போனார்கள். நகரத்தைக் கழுவி விடுவதைப் போல பெய்த மழைக்கு மத்தியில் இருளடைந்த நரகம் வெளியே பம்மிக்கிடந்தது. திடீர் மின் செயலிழப்பு காரணமாக அவர்கள் இருவரும் ஒருவருக்கொருவர் பழைய நண்பர்கள் போல நீண்ட மௌனங்களைப் பேசிக்கொண்டிருந்தார்கள். மன்சூர் அவர்களின் உரையாடல்களில் மிக அதிகமாகப் பேசுபவனாக இருந்தான். அவனது பேச்சு பெரும்பாலும் விமானம் ஓட்டுவதைப் பற்றியதாகவே இருந்தது. என்றாலும் ஒரு நொடியில் அவனுடைய பேச்சின் மையப்பகுதியை மாற்றி மிக அனாயாசமாக அதைத் தனிப்பட்ட விஷயங்களைப் பற்றிய உரையாடலாக மாற்றிவிடக் கூடிய வல்லமை அவனுக்கு இருந்தது. அவன் தன்னுடைய சொந்தக்காரர்களைப் பற்றியே நிறைந்த அதிருப்தியுடன் பேசினபடி இருந்தான். “என்னுடைய அப்பாவும் அவரது சகோதரனும் இந்த நாட்டின் லஞ்சம் மிகுந்த அரசாங்கத்தின் ஒரு பகுதியாக இருக்கிறார்கள். இந்த ஊழலுக்கு முட்டுக்கொடுப்பது அமெரிக்கா. என்னுடைய நாடு அதனுடைய மக்களையே விற்றுக் கொண்டிருக்கின்றது - பண்டமாற்றாக. பெட்ரோலிய வர்த்தகம் என்ற போர்வையில் கள்ளப் பணம் இந்தியாவினுள் நுழைந்தபடி இருக்கிறது. அமெரிக்காவின் முரணே, அது எந்த நாட்டுக்கு ஜனநாயகத்தைப் பரிசாக அளிக்க விரும்புகிறதோ, அதே நாட்டை நோக்கித்தான் போரைச் செலுத்துகிறது. இஸ்லாமியக் கூட்டணிகளில் ஒன்றுகூட ஜனநாயகத்துக்கான சுவாசமோ ஆசுவாசமோ எதுவும் இல்லாமல் முழுக்க முழுக்க கறைபட்ட கட்டமைப்புகளாகத்தான் இருக்கின்றன. நான் உங்களிடம் சொல்கிறேனே தவிர, இதற்கு முன்னதாக யாரிடமும் இதைப்பற்றிச் சொன்னதேயில்லை; என்றைக்காவது ஒருநாள் என்னுடைய தந்தை என்னவெல்லாம் செய்தார் என்று நான் உங்களுடன் சொல்லக்கூடிய அளவுக்குத் தெம்புள்ளவனாய் மாற வேண்டுமென நினைக்கிறேன். ஓ! அவையெல்லாம் எவ்வளவு வெட்கக்கேடானது! உலகத்தில் எங்கள் பகுதியில் என்ன

நடக்கிறதென யாருக்குமே தெரியாதென நினைக்கிறேன். நான் உங்களுக்கு அந்தப் பொருட்களை எல்லாம் காட்டுகிறேன் - அந்த இறுதி சாட்சியம் - என் நண்பர்கள் அதை அனுப்பி வைத்திருக்கிறார்கள். அதைப் பார்த்தால்கூட நீங்கள் அதை நம்பமாட்டீர்கள்."

"எனக்குக் காட்டேன்" என்றான் எஹ்டிஷாம் எழுந்து உட்கார்ந்தபடி.

"இப்ப இல்ல" என்றான் மன்சூர். "இங்க எந்த வெளிச்சமும் இல்ல. இன்னொரு விஷயம், நீ இத இப்ப பாத்தன்னா மறுபடி அதே எஹ்டிஷாமா இருக்க மாட்ட. இன்னொரு தடவ நீ அதப் பாரு - நா உனக்கு சத்தியம் பண்ணிக் குடுக்றேன்."

"நா உன்ன பாத்த அந்தத் தருணத்திலேயே எனக்கு நன்றாகவே தெரிந்துவிட்டது - நான் ஒனக்குள்ள பம்முகிற ஒரு பக்திமானைப் பார்க்கவில்லை. ஒரு நிஜமாவே கடவுளை நம்புகிற ஒரு மனிதன தான் உங்கிட்ட நா பார்க்கிறேன்."

இந்த வார்த்தைகள் எஹ்டிஷாமிடம் ஒருவித மெல்லிய அதிர்வை ஏற்படுத்தியிருந்தது - அதில் ஒரு தருணத்தில் அவன் தன்னுடைய கைகளை, தன்னிடமே உள்ளார்ந்து இருக்கக்கூடிய சுய அகதியின் கைகளைப் பிடிப்பதற்காக நீட்டினான். ஏற்கெனவே சொன்னதைப் போலவே அவனுக்குள் இருந்த அவனுடைய நம்பிக்கைசார் உலகமும் நிஜ உலகமும் ஒரு போருக்கு ஆயத்தமாகி, தங்களுக்குள்ளேயே இனம்புரியாத ஒரு மோதலை உருவாக்கிக் கொண்டிருந்தன. அந்தக் கணத்தை அவன் கடப்பதற்கு அவன் காத்திருந்தான்.

பின்பு, மன்சூர் அவனிடம், "எனக்கு உன்னுடைய அறிவுரை தேவை. நா கொஞ்ச நாளாகவே இதப் பத்தி யோசிச்சிட்டு இருக்கேன். நா வீட்டுக்குத் திரும்பப் போகவா? இல்லன்னா, அமெரிக்கால இங்கயே இருந்துட்டு இன்னும் கொஞ்சம் பணம் சம்பாதிக்கவா?" என்று கேட்டான்.

திடீரென்று மன்சூர் அப்படிக் கேட்டதும் எஹ்டிஷாம் என்ன சொல்லவென்று தெரியாமல் ஒருவிதமான பிரமையில் உட்கார்ந்திருந்தான். அவன் வெகு நேரத்திற்கு ஒரு தகுதியான பதிலைத் தேடினபடி இருந்தான். மன்சூர் உடனே, "இங்க பார்,

உன்னுடைய நேர்மையைப் பற்றி இதத்தான் நான் குறிப்பிட்டுச் சொல்ல விரும்புறேன். நான் உன்னிடம் பல விஷயங்களை பற்றிப் பேச விரும்புறேன். ஆனா எனக்கென்னமோ அத சொல்ல ஆரம்பிக்கிறலாம் ரொம்ப கொஞ்ச நேரந்தான் இருக்கிற மாதிரி தோணுது. அதனால, அதப்பத்திலாம் யோசிக்காத நா இங்க இருக்கணுமா, போகணுமா? அத மட்டும் உன்னோட உள்ளுணர்வு என்ன சொல்லுதுன்னு சொல்லு.”

“அமெரிக்காலயே இருந்துரு, நீ வீட்டுக்குப் போக வேணாம்” என்றான் எஹ்டிஷாம். அவனுக்கு அவன் என்ன சொல்கிறான் என்றுகூட அப்போது தெரியவில்லை.

“நீ சொல்றது சரிதான். நம்மளோட அம்மாவையும் சகோதரிகளையும் ரொம்ப மோசமா கேவலப்படுத்துற அன்னியர்கள் அலையுற ஒரு தேசத்துக்கு நா என் திரும்ப போணும்?” என்றான் மன்சூர்

ஒரு நீண்ட மௌனத்தை உடைத்து. எவ்வளவு வேகமாக அவன் அமெரிக்காவுக்குச் செல்வதைப் பற்றிப் பேச ஆரம்பித்தானோ, அதே அளவுக்கான அவசரத்தோடு அவன் அதைக் கை விடவும் செய்தான். அதன் பின் அவன் தனது தாத்தா பற்றிப் பகிர ஆரம்பித்தான்.

ஒருநாள் அவனுடைய தாத்தா வீட்டை விட்டு தூரமாய் ஒரு வனாந்திரத்துக்குள் சென்றவர் மறுபடி திரும்பி வரவேயில்லை. எந்தவொரு முகமறியாதவரை அதற்குப்பின் சந்தித்தால்கூட அவர்கள், இங்கு ஒரு நல்ல குடும்பஸ்தர் ஒரேயொரு நாள் வனாந்தரத்துக்குள் சென்று பின் காணாமல் போனார் - அப்படிப் போவதற்கு முந்தைய நாள் மனதிலிருக்கும் வனாந்திரத்தைப் பற்றி விலாவாரியாகப் பேசிக்கொண்டிருந்தார் என்றே சொன்னார்கள். எட்டு மாதங்களுக்கோ அல்லது அதற்குப் பிறகோ ஏதோவொரு விலங்கு அவரது உறுப்புகளைப் பாதிப்பாதி கடித்த நிலையில், அவருடைய அழுகிய உடல் நூறு மைலுக்கும் அப்பால் சில மணல் திட்டுகள் நடுவே இருக்கும் ஒரு வறண்ட மணல்தரையில் சில ஒட்டகவர்த்தகர்களால் கண்டெடுக்கப்பட்டது. அவரின் உடலை வீட்டுக்கு எடுத்துவந்து ஒரு முறையான இறுதிச் சடங்கு அவருக்கு வழங்கப்பட்டது. அவர் ஒரு சூஃபி ஞானியாகவே வாழ்ந்துவந்த காரணத்தினால் அவர் வெள்ளிக்கிழமை அன்றுகூட மசூதிக்குப் போனதேயில்லை. அவர் நரம்புகளில் எப்போதும்

துள்ளித் திரியும் ஒரு தாளக்கட்டையே அவரது பிரார்த்தனைகளே உருவாக்கியிருந்தன. (அவர் விட்ட ஒவ்வொரு மூச்சும் - தூங்கிக் கொண்டிருக்கும்போதும் சரி, விழித்துக்கொண்டிருக்கும்போதும் சரி- பிரார்த்தனைகளாக மட்டுமே அமைந்திருந்தன)

மன்சூர் தன் தாத்தா. அவர் ஒருமுறை எங்கிட்ட, "வனாந்திரப் பகுதியில வாழ்ற மக்களுக்கு 'விடோயன்ஸ்னு பேரு - அவங்கட்ட ஒரு பழமொழி வழக்கத்தில உண்டு; நீ எதைப் பற்றி ஆசைப்படுகிறாயோ அதுகிட்ட நீ எச்சரிக்கையா இருக்கணும்- ஏன்னா, அது உண்மையாகிவிடும்னு சொல்லுவாங்க. நான் அவர்ட்ட, நான் எதுக்குமே ஆசைப்படலன்னு சொன்னேன். அவரு அவரோட தலைய சோகமாக ஆட்டிக்கிட்டார். அப்ரம் எங்கிட்ட, "நீ ரொம்ப சின்னப் பையனா இருக்கிற. ஒரு நாள் ஒரு ஆண் ஒன்னோட வாழ்க்கையில வருவான். நீ அவனை நோக்கிப் போகவும் முடியாது - அவன் வர்ற அந்த நாளுக்காகக் கணக்கிட்டு காத்திருக்கவும் முடியாது. ஒரு நல்ல நேரத்தில, நல்ல நாளில அவன் உன்னை வந்து சேருவான். அப்புறமா. அவன் தான் உன்ன சரிசெய்யவும் செய்வான்" என்று சொன்னதாகச் சொன்னான்.

"அது எப்டி நடக்கும்?" என்று எஹ்டிஷாம் அந்தக் கதையினுள் முற்றிலும் தொலைத்தவனாகக் கேட்டான்.

"ஆமாம்" என்றான் மன்சூர். "ஆனால் இந்த விஷயங்கள் எல்லாம் தெளிவாக இப்படித்தான் நடக்கும்னுலாம் சொல்ல முடியாது. அது நடக்கும். ஆனா, அப்படி நடக்குங்கிறதே உனக்குத் தெரியாது. சிலநேரத்துல நமக்கு வாழ்நாள் பூரா நம்பிக்கையும் காத்திருத்தலுமாவே இருக்குறப்ப- அவ்வளவு மெதுவா எல்லாமே நடக்கிறத தாங்கிக்க முடியாது. தெளிவான ஒளிய மாதிரி எது இருக்குதோ அதுதான் நம்ம பார்வைல கடைசியா வந்து விழுற சித்திரம். அத பாக்கதான் யாருமே தவறிடக்கூடாது. இவ்ளோ நீளமா அது நம்மை இழுத்துட்டு போனாலும் நாம அதோட வழித்தடத்திலேயே போகணும்."

அவனுடைய விரிந்த கைகளை வைத்து அவன் எஹ்டிஷாமை நோக்கி ஒருவிதமான சைகை செய்தான். அது ஒரு நேர்ப்பாதையை அடையாளம் காட்டக் கூடிய ஒரு சைகையாக இருந்தது. அவனுடைய கை சைகை அந்த நேர்ப்பாதை ஒரு தூரத்து இலக்கை

நோக்கிப் பயணிக்கும் அர்த்தத்தையும் காட்டின. அவ்வாறு அவன் தன்னுடைய உடல் மொழியினால் சைகை செய்து, தான் சொல்ல வந்ததை உறுதி செய்வதுபோல் நடந்துகொண்டது அவன் வார்த்தைகளை அடிக்கோடிடுவதுபோலவும் இருந்தது. மெழுகுவர்த்தியின் மினுங்கும் ஒளியில் கடக்கும் ஓர் உருவமற்ற நிழலைப்போல அவன் தெரிந்தான். மறுபடி அவர்கள் இருவருமே அமைதியானார்கள். இருள் சூழ்ந்த ஜன்னல் அடுக்குகளின் வழியே அவ்வப்போது நுழைந்த மின்னல் கீற்றுகளை அவர்கள் உற்றுநோக்கியபடி இருந்தார்கள்.

“பூனை” என்றான் மன்சூர் திடீரென்று. “எனக்கு பூனையைக் கண்டாலே பிடிக்காது. ஒரு மாதிரி ஒரு அலர்ஜி எனக்கு வந்துரும். எனக்கு ஆஸ்துமா வேற உண்டு. ஒரு தடவ பட்டர்ஹானின்னு ஒரு இடத்திலிருக்கிற என்னோட ஃப்ரெண்ட் வீட்டில எனக்கு ஆஸ்துமா வந்து மூச்சிரைச்சிட்டே இருந்துச்சு. அவங்க எங்குட்ட சத்தியம் செஞ்சு அவங்க கிட்டயோ இல்லன்னா அவங்க பக்கத்து வீட்டிலோ வளர்ப்புப் பிராணியே இல்லன்னு சொன்னாங்க. ஆனா, நா அவங்க தோட்டத்துக்குப் போயி தேடுனப்ப, அங்க ஒரு காட்டுப்பூனை அஸ்பெஸ்டாஸ் ஷெட்டுக்குக் கீழே தன்னை மறைச்சிட்டு இருந்துச்சு. நா எப்பவுமே ஒவ்வாமைக்காக ஒரு இன்ஹேலரை உபயோகப்படுத்துவேன். நான் தும்மல் போட ஆரம்பிச்சதுமே - அத உபயோகிக்குற பழக்கம் எனக்குத் தன்னிச்சையாவே இருந்துச்சு. நிறைய பேரு இந்த மாரிலாம் ஒவ்வாமைனாலலாம் பாதிக்கப்பட்டு வாழுறவங்க ரொம்ப காலம் உயிர்வாழுவாங்கன்னு சொன்னாங்க. ஆனா - யோசிச்சுப் பாத்தா யாருக்குதான் ரொம்ப காலம் வாழணும்கிற ஆசை இருக்கு?”

தாயும் சேயும்: எரிந்த காகிதத்தின் கரித்துகள்கள்

ரேவாவுக்கு அபார்ஷன் ஆனதிலிருந்து அவள் தூக்கமின்மையாலும் அவதியுறத் தொடங்கியிருந்தாள். அது அவளது முதல் கர்ப்பத்தின் ஏழாவது மாதம். அதுவரை ரேவாவும் சிக்காராவும் ஒரு சந்தோஷமான திருமண பந்தத்தில் இருந்தார்கள். தங்களுடைய பொருளாதாரத் தேவைகளின் உச்சத்திற்காக மும்பையைத் தங்களுடைய சொந்த ஊராகக் கருதிய பல்லாயிரக்கணக்கான தம்பதியர்களுள் அவர்களும் ஒருவராக இருந்தனர். ஒரு பதிலளிக்கப்படாத பிரார்த்தனையைப் போல ரேவா அத்தனை அழகாக இருந்தாள். சிக்காராவை அவள் திருமணம் செய்துகொண்டு வந்தபோது (ஓடிவந்தபோது) அவள் பேரழகான ஒரு பத்தொன்பது வயதுப் பெண்ணாக இருந்தாள். சுட்டெரிக்கப்பட்ட வெண்கல நிறத்தில் அவளது சருமம் மினுமினுத்துக்கொண்டிருந்தது. அவளது நடையிலும் அவளது பார்வையிலும் ஒரு விண்மீனின் தன்மை ஒளிந்திருந்தது. அவளுடைய கால்களில் அத்தனை அழகும் ஒட்டுமொத்தமாக சங்கமித்திருந்தது. உணவு விடுதிகளில் வேலை பார்க்கும் சிறுவர்களைப்போல அவள் தலைமுடியை வெட்டியிருந்தாள். அதனாலேயே என்னவோ அவளைப் பார்க்கும் மனிதர்கள் எல்லாரும், அவளை ஒரு வித்தியாசமான பார்வையுடன், அவளை ஒரு புகைப்படக் கலைஞராகவோ அல்லது புகைப்படங்களுக்கான மாடலாகவோ இருப்பாள் என்று ஐயமுற பார்த்தபடி கடந்துபோவார்கள்.

சிக்காரா அவனுடைய பெற்றோரை இளம்வயதிலேயே மேற்குத் தொடர்ச்சி மலையிலிருக்கும் லொனாவ்லா எனும் மலைப்பாதையில் ஏற்பட்ட விபத்தொன்றில் இழந்திருந்தான். அவன் பார்ப்பதற்கு முடி நிறைந்தவனாக, மிகவும் அன்புடையவனாக, அதேநேரம் அவனைக் குறித்து ஓர் அழகான விஷயம் அவனைச் சுற்றியிருப்பதாலேயோ என்னமோ - அவன் அவனுடன் பழகும் பெண்களுக்கெல்லாம் ஒரு தாயைப்போலத் தோற்றமளித்தான். மிகவும் கேளிக்கையான, வேடிக்கையான பொழுதுகளிலும் அவன் நல்லதொரு ஆணாகவே தன்னை நிறுவிக்கொண்டான். அதேநேரம் மிகவும் லேசான மனநிலையுடன்,- எல்லோருடனும் ஒரே மனோபாவத்துடன் பழகும் திறந்த மனம்பொருந்தியவனாகவும் அவன் இருந்தான். குழந்தையை இழந்தபிறகு அவனிடம் ஒரு புதிய மாற்றம் ஏற்பட்டது. சிக்காரா அவன் தூங்கும்போதெல்லாம் சத்தமாகக் குறட்டைவிட்டுக் கொண்டு, தன்னுடைய பற்களை இடையிடையே மிக வேகமாக அரைப்பதுபோலச் செய்துகொண்டிருந்தான். இது ரேவாவிற்குள் மிக மோசமான விளைவுகளை உள்ளடக்கிற்று - அவள் இப்போது பெரும்பாலான இரவுப்பொழுதுகளை நேராக உட்கார்ந்து, கண் இமைக்காமல் கட்டிலைச் சுற்றியுள்ள இடத்தை வெறித்தபடியே இருந்தாள்.

பாப்யா கட்யான் மும்பையிலேயே அவளுடைய படிப்பிற்குப் பிறகு அங்கேயே தங்கி, தன்னுடைய வாழ்விடமாக மும்பை நகரத்தை மாற்றிக்கொண்டவள் மேற்கு அரியானாவில் உள்ள ரோட்டக் மாவட்டத்திலுள்ள ஒரு தூரத்துக் கிராமம் ஒன்றிலிருந்து வந்திருக்கும் அவள் கூடுமானவரை தன்னுடைய கிராமப் பின்னணியையும், சந்தோஷமில்லாத கடந்தகால வாழ்க்கையையும் பற்றி நினைக்காமல் இருக்க முற்பட்டாள். அவள் மிகவும் உயரமானவளாக, அழகான வடிவமைப்பைக் கொண்டவளாக, நீண்ட கழுத்தை உடையவளாக இருந்தாள் - அலைபுரளும் கூந்தல் அந்த அழகுக்கு மேலும் அழகூட்டியது. அவளுடைய இடுப்புப் பகுதியில் சற்றே ஒரு ஆணுக்கான தன்மை இருந்தது, பின்புட்டம் லேசாகத் தூக்கினபடி இருந்தபோதும் அவளுக்கு மிகச் சிறிய மார்பே இருந்தது. ஒரு நண்பகல் அவள் ஏசியன் சொசைட்டி நூலகத்தின் கிரானைட் படிகளில் இறங்கிவரும்போது சிக்காராவை எதிர்கொண்டாள். ஒருகணம் அவள் பேச்சற்றுப் போனதன் முக்கியக் காரணம், அவனும் ரோட்டக் மாவட்டத்தைச்

சார்ந்தவன் என்றாலும், கடந்தகால நினைவுகளிலிருந்து தப்பிப்பவனாக அவன் இருக்கவில்லை. ஒரே நிமிடத்தில் அவர்கள் இருவரும் ஒருவரையொருவர் அடையாளம் கண்டு புன்னகைத்துக் கொண்டார்கள். இருவருமே அந்தத் தருணத்தில் தலைமுடியை உயரச்சீவி, போனி டெய்ல் போட்டிருந்தார்கள். அவர்கள் இருவரும் அதற்குப் பன்னிரண்டு வருடங்கள் முன்பாக, டெல்லியில் இருந்த டல்கடோரா கார்டனில் நடைபெற்ற பள்ளிகளுக்கு இடையேயான விளையாட்டுப் போட்டிகளில் கலந்துகொண்டிருந்தபோது, ஏற்கனவே சந்தித்திருந்தனர். அது கிட்டத்தட்ட மூன்று நாட்கள் நடைபெற்ற ஒரு விளையாட்டு நிகழ்வு. அவர்கள் மிகவும் உற்சாகமாகவும் மகிழ்ச்சிகரமாகவும் இருந்த காலகட்டம் அது. அதனாலேயோ என்னவோ இருவருமே ஒருவரையொருவர் உடனடியாக அடையாளம் கண்டுபிடித்தார்கள். அவள் அவனைப் பார்த்த உடனேயே, முகத்துக்கு நேராக தான் ஓர் ஓவியர் என்று சொன்னாள். அவனோ அவளுடைய கண்களை நேருக்கு நேர் பார்க்காமல் அவளிடம், “நான் ஒரு பத்திரிகையாளராக வேலை பார்க்கிறேன் - என்னுடைய மனைவி ரேவா ஒரு தொழில்முறை புகைப்படக் கலைஞர். அவள் ஒரு பன்னாட்டுப் புகைப்பட நிறுவனத்திற்காக வேலைபார்க்கிறாள்: அவளுடைய வேலைகள் நேஷனல் ஜியாகிராஃபி சேனலில் வெளியாகி இருக்கிறது.” அவன் சொல்லி முடித்துவிட்டு சுயமரியாதை சிந்தும் புன்னகை ஒன்றை அவளைப் பார்த்து சிந்தினான் - இருவரும் ஒருவரையொருவர் பார்த்துப் புன்முறுவல் செய்துகொண்டு தங்களுடைய தொலைபேசி எண்களைப் பரிமாறிக் கொண்டார்கள். அதுவே அவர்கள் இருவரும் மும்பையில் சந்தித்த முதல் சந்திப்பாக இருந்தது.

பாப்யா வீட்டுக்கு வந்தபோது அவளுக்கு எரிச்சலுடன் கூடிய ஆச்சரியமாக அவளுடைய அம்மாவான மாலினியிடமிருந்து அவளுக்கு ஒரு கடிதம் வந்திருந்தது... அவளது எரிசலின் காரணம் என்னவெனில், அவர்களுக்குள் எந்தவிதமான கடிதப் போக்குவரத்துகளும் தொடர்ந்து ஏற்பட்டிருக்கவில்லை. எப்போதாவது ஒன்றிரண்டு கடிதங்கள் மட்டுமே இருவரும் பரிமாறி இருந்தனர். இன்னொரு முக்கியமான விஷயம், பாப்யாவுக்கு அவளுடைய அம்மாவிடம் அத்தனை அன்பு கிடையாது. அவள் பள்ளிக்கூடத்தில் படித்துக்கொண்டிருந்தபோது அவளுடைய தந்தை

காணாமல் போனதற்கு அவளது அம்மாதான் காரணம் என்று வெளிப்படையாகவே குற்றம்சாட்டுவாள். கட்யான், பாப்யா சிறு குழந்தையாக இருந்தபோதே காணாமல் போய்விட்டான். அத்தனை வருடங்களில் நடந்த தொடர் புரணிகளாலும் யூகங்களாலும் அவன் ஏன் காணாமல் போனான் என்று குறிப்பிட்டு எந்த ஒரு காரணமும் சொல்ல இயலவில்லை. திடீரென்று மறைந்த வெண்பனி போல கட்யான் காணாமல் போனான் - எந்தச் சிறு தடயமுமின்றி, ஏன் அப்படி நடந்தது என்றோ, அவன் எங்கு சென்றான் என்றோ எதுவுமே தெரியாமல்.

அந்தக் கடிதத்தில் இருந்த அதி முக்கியமில்லாத தகவல்கள் பின்வருபவை:

இருபது வருடங்கள் காணாமல்போனபிறகு கூன்விழுந்த தோள்களோடு அந்நியன் ஒருவன் உன்னுடைய தகப்பன் என்று தன்னை அறிவித்துக்கொண்டு இங்கு வந்திருக்கிறான். அவன் உன்னுடைய தகப்பனின் சாயலைப் பெருமளவுக்கு ஒத்திருக்கிறான் என்பதில் மாற்றுக் கருத்தில்லை. என்றாலும் அது தற்செயலான ஒரு நிகழ்வாக இருக்கக்கூடுமோ என்றும் தோன்றுகிறது; பல குறிப்பிட்ட நாட்களையும், பல குறிப்பிட்ட நபர்களின் பெயர்களையும் ஊர்த் திருவிழாக்களையும் அவன் சொல்லியபோதும் அவை எல்லாமே ஒரு பொதுத்தளத்தில் நிகழ்ந்த விஷயங்களாக மட்டுமே இருக்கின்றன. அவன் பேசும் எல்லா விஷயங்களும் ஒன்றோடொன்று தொடர்பில்லாமல் இருக்கின்றன - அவன் இத்தனை வருடங்கள் எங்கிருந்தான் என்றும், எதனால் நம்மை விட்டுச் சென்றான் என்றும், இப்போது ஏன் மறுபடி நம்மிடம் வந்து சேர நினைக்கிறான் என்றும். கிராமத்திலிருக்கும் மனிதர்கள் எல்லோருமே அவரவருக்கான வெட்கமற்ற காரணங்களுக்காக எங்கள் இருவரில் யாரோவொருவரின் பக்கத்தில் நிற்கிறார்கள். அதில் எது மிகவும் மிரட்சி அளிக்கக்கூடிய அதிர்ச்சிகரமான விஷயமாக இருக்கிறது என்றால், அவன் தன்னை நிரூபிப்பதற்காக நாங்கள் இருவரும் மிக நெருக்கமாக இருந்த தருணங்களையும், என் உடலில் இருக்கக்கூடிய அடையாளங்களின் விவரங்களையும் வெளிப்படையாகச் சொல்லத் தயாராக இருப்பதாகச் சொல்கிறான். உன்னுடைய அத்தையான ஷானாவும் தொலைந்துபோன கட்யான் இவன்தான் என்று ஆணித்தரமாகச் சொல்வது மிகவும்

கேவலமான விஷயமாக இந்தத் தருணத்தில் இருக்கிறது. இதில் மிகவும் மோசமான பாகம் என்னவெனில், - நானே என் இரு கண்களால் கட்யான் ஷானாவுடன் படுக்கையைப் பகிர்ந்து கொண்டிருப்பதைப் பார்த்திருக்கிறேன். அவன் இப்போது என்னைப் பார்க்க வேண்டும் என்கிறான். நீ திரும்பி இங்கு வரவேண்டும் என்றோ, நீ ஏதாகிலும் சொல்ல வேண்டும் என்றோ இந்தக் கடிதத்தை நான் எழுதவில்லை. ஆனால் இங்கிருக்கக்கூடிய இந்தத் துர்நிலையைப் பற்றி உன்னிடம் பகிர்ந்துகொள்ள வேண்டும் என்றேதான் இந்தக் கடிதத்தை எழுதுகிறேன்.

ஒருவேளை தன்னுடைய அம்மா நினைத்ததுபோல அந்தக் குறிப்பிட்ட நபர் அடையாளம் தெரியாதவராகவோ அல்லது வேறுவிதமாகவோ தோற்றமளித்தாலும், நிச்சயம் அது அவளுடைய தந்தையாகத்தான் இருப்பார் என்று பாப்யா நினைத்தாள் அவள் தன்னுடைய எண்ணத்தைத் தன்னுடைய அம்மாவுக்குச் சொல்லாமல் அமைதியாகவே இருந்தாள்- அந்த நாடகம் தானாகவே ஒரு முற்றுப்புள்ளிக்கு வருமென்று எதிர்பார்த்து

ரேவாவிற்கு எவ்வளவு நேரமானாலும் இருட்டுக்குள் உட்கார்ந்து கொண்டோ, அல்லது தூங்காமல் படுக்கையில் உருண்டபடியோ தன்னுடைய இரவைக் கழிக்க முடியும் - சிக்காரா தன்னுடைய பற்களை சத்தமாகக் கடிப்பதுபோல் எழும் ஒலி கேட்ட போதோ அல்லது அறையின் ஓரமாகக் கட்டிலுக்குப் பக்கத்தில் வைக்கப்பட்டிருந்த விளக்கினால் இரவின் அசைவில் நிழல்களின் கூட்டம் அறை ஓரமாய் அசையும்போதோ அவள் சட்டென எழுந்து உட்கார்ந்தாள். ஆரம்பக் காலகட்டத்தில் அவள் என்னவெல்லாமோ தன்னிச்சையாய் செய்தபடி இருந்தாள் - பக்கத்திலிருந்த ஒரு தாளை எடுத்து, அர்த்தமில்லாத கோடுகளைக் கிறுக்கினபடியும் தனக்குக் குழந்தைப் பருவத்தில் நினைவிருந்த குழந்தைப் பாடல்களையும் அப்போதிருந்த விளம்பரப் பாடல்களையும் கிறுக்கினபடியே இருந்தாள். வெகு சீக்கிரத்திலேயே அவள் இந்தப் பழக்கத்தைக் கைவிட்டுவிட்டு தன்னுடைய பிறக்காத குழந்தைக்குக் கடிதம் எழுத ஆரம்பித்தாள். அவள் அந்தக் கடிதத் துண்டுகளை வீட்டின் பல்வேறு இடங்களில் மறைத்து வைத்தபடி இருந்தாள். அவள் இந்த உலகத்தில் இருக்கக்கூடிய இன்னொரு மனித மனதிடம் இப்படியாகத் தன்னுடைய எண்ணங்களை

பரிமாறிக்கொண்டிருந்ததாக அவள் நினைத்தாள். என்றாலும் நிச்சயமாக அவள் தனக்குத்தானே பேசவில்லை என்பதில் தீர்மானமாக இருந்தாள். தான் ஒளிந்திருந்த இடங்களை விட்டுவிட்டு அவளே தன்னைக் காப்பாற்றி வெளியே வரச் செய்தாள். அவள் மனதிலிருந்த தீவிரம் எல்லாமே அவளுடைய எழுத்தில் ஒளிந்துகொண்டிருந்தது.

ஒருநாள் இரவு அவள் தன் படுக்கைக்குக் கீழிருந்த டிரங்குப் பெட்டியைத் திறந்து தான் எழுதியதை வைக்கவேண்டுமென நினைத்தபோது, அந்தப் பெட்டி முழுக்க அவள் ஏற்கெனவே எழுதிய பகிர்வுகள் கொண்ட தாள்களால் நிறைந்திருந்தது. ஆரம்பக் காலகட்டங்களில் அவள் மிக அதிகமாக வாசிக்கும் பழக்கம் கொண்டவளாக இருந்தாள் - சில நேரங்களில் அவள் தூங்கிச் செல்வதற்கு அந்த வாசிக்கும் பழக்கம் துணையாக இருந்திருக்கிறது. நிலைமை எப்போது மோசமாகத் தொடங்கியது என்றால், ரேவா வீட்டைச் சுற்றி மாட்டப்பட்டிருந்த கேமராக்களை எப்போதுமே பரிசோதித்துக்கொண்டே இருந்தாள். அவளுக்குத் தன்னுடைய இறந்த குழந்தை இரவு நேரத்தில் காட்சியளிக்கும் என்ற பெரும் நம்பிக்கை இருந்த காரணத்தினால் அந்தப் பழக்கத்திற்கு ஆளாகி இருந்தாள். அதைப்போலவே அவள் கண் துயிலாமல் விழித்திருந்து கேமரா மூலமாகக் கண்காணித்தபடியே இருந்தாள். தன்னுடைய இறந்த குழந்தையைத் தன்னால் காணமுடியும் என்று அவள் நம்பினாள். சிக்காரா இப்படி அவள் எழுதியிருந்த தாள்களையும் அவள் பகிர்ந்திருந்த விஷயங்களையும் ஒரு நாள் எதிர்கொண்டபோது அவன் ரேவாவிடம் அதைப் பற்றிப் பெருமளவில் எதுவும் கேட்டுக்கொள்ளவில்லை. ஏனெனில், அவளது அந்தப் பழக்கத்திற்கான காரணத்தை அவளே புரிந்துகொள்ளாத போது- அதை விளக்கிச் சொல்லவோ புரிய வைக்கவோ இயலாதென அவன் அறிந்திருந்தான். என்றாலும் நாட்கள் செல்லச்செல்ல அவன் தான் அப்படி நினைத்ததுகூட தவறானது என்ற முடிவுக்கும் வந்திருந்தான்.

தன்னைச் சுற்றியிருந்த மனோதத்துவ நிபுணர்கள் மற்றும் மருத்துவர்களை அவன் தேடினான். தன்னுடைய திருமண வாழ்க்கை தன்னை எந்தளவுக்கு விக்கித்துப் போகச் செய்திருக்கிறது என்று அவன் அறிய முற்பட்டான். தன்னால் அதைக் கண்டுபிடிக்க இயலாத நிலையில் அவர்களை அணுகுவது

என்பதாய் முடிவெடுத்தான். அவன் சென்று பார்த்த மகளிர் நோய் மருத்துவர்களும் அவர்கள் இருவரும் எவ்வளவுதான் பிரயாசப்பட்டாலும் ரேவாவால் மறுபடியும் கர்ப்பம் தரிக்க முடியாது என்றும் அவன் முகத்துக்கு நேராகவே சொன்னார்கள். சிக்காராவுக்கு ரேவா இப்படிச் சிதைந்துபோவது மிகவும் வேதனைக்குரியதாக இருந்தது. அவள் எப்போதுமே மிகவும் கலகலப்பான, துள்ளித் திரியும் ஒரு பெண்ணாகவே, ஒளியைப் பரப்பக்கூடிய பெண்ணாகவே வலம்வந்து கொண்டிருந்தவள். காலை வேளைகளில் அவன் தன்னுடைய தூக்கத்தின் அடுக்குகளிலிருந்து இரண்டு அல்லது மூன்று தேநீராலும் குளியலாலும் வெளிவர முயற்சித்துக்கொண்டிருக்கும் போதெல்லாம் - ரேவா அவனை ஒரு புன்னகையோடே எழுப்புவாள். இவை எல்லாமே தூக்கமின்மை அவளை ஆட்கொள்வதற்கு முன்னர்.

சிக்காரா, அவர்கள் இருவரும் ஒரு மலையகப் பிரதேசமான காந்தாலா என்னுமிடத்திற்கு ஒரு வாரம் தங்கி வர ஏற்பாடு செய்திருந்தான். என்றாலும் ரேவா அதை ஏற்கவில்லை. சிக்காராவுக்கு அவள் ஏன் அதை மறுக்கிறாள் என்ற காரணம் புலப்படவில்லை. அவர்கள் இருவரும் மாதரன் எனும் இடத்திற்குச் செல்லவேண்டுமென ரேவா வலியுறுத்தினாள். அப்படிச் செல்லலாம் என்று இவனும் ஒத்துக்கொண்ட பிறகு சாலை வழியேதான் பயணம் செய்யவேண்டுமென ரேவா சொன்னாள். அவனது பெற்றோரின் கோர விபத்துக்கு அவள் சொன்னது எந்தவிதத்திலும் தொடர்பில்லாதது என்றாலும், சிக்காரா எப்போதும் வளைந்து நெளியும் மலைச்சாலைகளில் செல்வதை வெறுத்தான், என்றாலும் ரேவாவின் விருப்பத்திற்கு இணங்க அவன் ரயிலில் முன்பதிவு செய்துவைத்திருந்த பயணச்சீட்டுகளை உடனடியாக ரத்து செய்து, சாலை வழியாகப் பயணம் செய்வதற்கான வாகனத்தை ஒழுங்கு செய்தான். அவர்கள் அமர்த்திய அந்த வாடகை ஊர்தி - அவர்களின் வீட்டின் முன் வந்து நின்றபோது சிக்காராவுக்கு பப்யாவிடமிருந்து சில தகவல்கள் கேட்டு ஓர் அழைப்பு வந்தது. சிக்காரா அவளிடம் ரேவாவும் தானும் ஒரு வாரத்துக்கு வெளியூர் செல்வதாகவும், தாங்கள் திரும்பிப் பிறகு தானே அவளை அழைப்பதாகவும் சொன்னான். ரேவா அந்தத் தொலைபேசி அழைப்பைப் பற்றி அவனிடம் கேட்டபோது, பப்யா அவனை அழைத்ததாக மட்டுமே

சொன்னான். என்றாலும், ரேவா மனக்கொந்தளிப்புக்கு உள்ளாகி, "உனக்கும் எனக்கும் நடுவில் வரக்கூடிய பல்வேறு பெண்களில் ஒருத்தியாக பப்யா இருக்கமாட்டாள் என்று நம்புகிறேன்" என்று சொன்னாள்.

மும்பையின் வழக்கமான கூட்டத்தைப்போலவே மாதரன் ஊர்ந்துகொண்டிருந்தது. வழக்கமாக பொழுதுபோக்குக்கு நடந்துபோவதைப் போலவே அவர்கள் மால்களில் நடந்து கொண்டிருந்தார்கள். அங்கிருக்கும் சந்தையின் மத்தியிலிருந்த வட்டமான மண்டபத்திலிருந்த காவல்துறையினரின் இசைக்குழு மாலைநேரங்களில் பாடிக்கொண்டிருந்தார்கள். ஸ்கேட்டிங் பண்ணக்கூடிய வளைவுகள் நிறைந்த இடங்களைச் சுற்றி மக்கள்கூட்டம் அதிகமாக இருந்தது, அதேபோலத்தான் அதிக விலையுடைய உணவுக்கூடங்களிலும். அதுமட்டுமல்ல, ஓபரா நிகழ்ச்சிக்காக உருவாக்கப்பட்ட கூடங்களில் இப்போது ஜனரஞ்சகமான ஹிந்தி சினிமாக்கள் திரையிடப்படுவதால் அங்கும் மக்கள்கூட்டம் நிரம்பி வழிந்தது. "இவையெல்லாம் ஒன்றும் பெரிய விஷயமல்ல - ஒரு மாறுதலுக்காகச் சிறு கேளிக்கை உணர்வை மட்டும் இவை தருகின்றன" என்றாள் ரேவா. புதிய இடத்திற்கு வந்தபிறகும்கூட அதிகாலை வேளைகளில் அவள் ஆயாசமான உணர்வுடன் சுருண்டபடி கிடந்தாள். சிக்காரா அந்தப் பொழுதுகளில் பிறக்காத தனது குழந்தைக்கு எழுதிய கடிதங்களின் துண்டுகளை அலைபாய்ந்து தேடினபடி இருந்தான். சிக்காரா கையோடே ரேவாவின் புகைப்படக் கேமராவையும் கொண்டுவந்திருந்தாலும் ஒரு புகைப்படம்கூட எடுக்காமல் அவர்களுடைய விடுமுறையைக் கழித்துவிட்டுத் திரும்பினார்கள்.

ரேவா பற்றிய மிக முக்கியமான எதிர்பாராத முன்னேற்றம் என்று சொல்லப்போனால், அது பாப்யாவை அவள் மும்பையிலிருந்து திரும்பியதும் சந்தித்ததின் விளைவாக ஏற்பட்டிருந்தது. பாப்யாவிடம் தன்னுடைய மனதைத் திறந்து பேசியதால் ரேவாவுக்குப் பெரும் பாரம் குறைந்தது போலிருந்தது. அவ்வளவு பெரிய ஒரு பெரும் நிம்மதியை அவள் அத்தனை மாதங்களில் அனுபவித்திருந்தாள். அதைப்போல அவள் நீண்ட நாட்களுக்குப் பிறகு அவர்களது உரையாடலுக்குத் தொடர்ந்து அயர்ந்து தூங்கினாள். இதில் முக்கியமான விஷயம் என்னவெனில், பாப்யாவிடம் ஓர் அளவில்லாத புரிதலும் வரவேற்பும் தென்பட்டது.

அதுமட்டுமல்ல, அவள் ரேவாவிடம் இத்தகைய சிக்கலான ஒரு சூழ்நிலை கிராமத்தில் ஏற்பட்டதைப் பகிர்ந்தாள் (அதுவரை அவள் யாரிடமும் அதுபற்றிப் பகிர்ந்திருக்கவில்லை). அவள் அந்தப் பெரும் நாடகத்தைப் பற்றிய அத்தனை விவரங்களுடன் உரையாடியபோது தன்னுடைய சொந்தப் பிரச்சினையைக்கூட தூரமாகத் தள்ளி வைத்துவிட்டாள். முதன்முறையாக சிக்காரா பாப்யாவின் பிரச்சினைகளைத் துண்டும் துகளுமாக ரேவா சொல்வதிலிருந்து புரிந்துகொண்டான்.

ரேவாவும் பாப்யாவும் தொடர்ந்து செமோல்ட் மற்றும் ஜஹாங்கீர் கலைக்கூடங்களிலும் உணவகம் மற்றும் கலந்துரையாடல் நிகழ்த்தும் அரங்கங்களிலும் சந்தித்துக்கொண்டனர். அப்போது அவர்கள் பகிர்ந்துகொண்ட தகவல்களும் வாழ்க்கைச் சம்பவங்களும் அத்தனை அடர்த்தியாக அவர்களுக்குள் ஒரு நெருங்கிய பந்தத்தை ஏற்படுத்தக்கூடிய அளவுக்கு இருந்தது. பாப்யா ரேவாவிற்கு அவளது சமீபத்திய ஆயில் பெயிண்டிங்கான 'அம்மாவும் குழந்தையும்' என்ற தலைப்பிட்ட ஓவியத்தைப் பரிசளித்தாள். அந்த ஓவியத்தில், கர்வாலி மரங்கள் நிறைந்த தோப்புக்குள் நிர்வாணமாக நின்றிருந்த ஆண்களும் பெண்களும் ஒருவரையொருவர் பின்னிக்கொண்டிருப்பதைப்போல இருந்தது; இந்த ஓவியத்தின் பிரசித்தம் என்னவெனில், இந்தக் கர்வாலி மரத்தின் கட்டமைப்பை மிகவும் வித்தியாசமாக வகுத்து, பாதி இலைகளை நீல வண்ணத்திலும், அடுத்த பாதி இலைகளைப் பச்சை வண்ணத்திலும் தீட்டியிருந்தார்கள். அது ஒரு மந்தமான மனநிலையைப் பிரதிபலிக்கும் ஓவியமாக - வண்ணங்களின் ஒவ்வொரு கோடும் ஒரு கருவண்ணத்தை நோக்கியே நிறக்குழப்பித் தட்டிலிருந்து கேன்வாசுக்கு மாறுவதுபோலத் தோன்றிற்று. படத்திலிருந்த வெளிச்சம் மிகச் சரியாக, துல்லியமில்லாத வகையில் அந்தப் படமெங்கும் பரவிக் கிடந்தது - அது ஒரு சில இடங்களை மிக வெளிச்சமானதாகவும், மற்ற இடங்களை வட்டமான வடிவில் விழுந்த சூரிய ஒளியின் அடர்த்தியில் நிழல்களை உருவாக்கியும் நிரப்பிக்கொண்டிருந்தது. ஒவ்வொரு முறையும் ரேவா அந்த ஓவியத்தைப் பார்க்கும்போதும் தன்னிச்சையாக அவள் அந்த ஓவியத்தினுள் நடக்கக்கூடிய நிகழ்வுகளுள் மூழ்கியபடி இருந்தாள். அதன் முன்பகுதியிலோ அல்லது பின்பகுதியிலோ நடக்கும் சம்பவங்களில் அல்ல, நடுமத்தியில் நடக்கும் சில நிகழ்வுகளில்.

அதன் இடப்புறத்தில் பல மனித உடல்களுக்கு நடுவே ஒரு பெண் தன்னுடைய இடுப்பை வளைத்து, ஒரு குழந்தைக்குப் பாலூட்டிக் கொண்டிருந்த அதே நேரத்தில், மஞ்சள் நிறத் தலைப்பாகை அணிந்த நீண்ட தாடியுடைய ஒரு கிழவன் அவளை அவளுடைய பின்புறமாக இருந்து உடலுறவு வைத்துக் கொண்டிருந்தான். கூர்ந்து பார்க்கக்கூடிய ஒரு பார்வையாளனுக்கு மட்டுமே வண்ணங்கள் குழப்பமாகச் சிதறிக்கிடந்த அந்த ஓவியத்தில் (மையமாகத் தெளிக்கப்பட்டிருந்த மஞ்சள் வண்ணத்தைத் தவிர) இருந்த காட்சி தெரியுமே அன்றி, மற்றவர்களுக்கு உடனடியாக அது தெரியாது.

ரேவாவுக்கும் பாப்யாவுக்கும் அந்த அறையில் தொடர்ந்து வீசிக்கொண்டிருந்த ஓவிய வண்ணக்கலவையின் வாசனையும் டர்பன்டைனின் வாசனையும் கிட்டத்தட்ட பழகியிருந்தன; அவர்கள் இருவருமே சேர்ந்துதாம் வரைவதற்கான புத்தகங்களையும் புகைப்படம் எடுக்கக்கூடிய பொருட்களையும் வாங்குவதற்கு கடைத்தெருவுக்குச் சென்றார்கள்; ரேவாவுக்கு ஒரு கைதேர்ந்த குணம் இருந்தது - அவள் அழகாக மரவேலை பார்ப்பவர்களிடம் பேசி, அந்த ஓவியங்களுக்கான சட்டகங்களை வடிவமைத்தாள். பின்பு அவை எல்லாவற்றையும் பாப்யாவுடைய இடத்தில் கொண்டு வைத்தாள். அவர்கள் இருவரும் அடிக்கடி நல்ல உணவகங்களுக்குச் சென்று உணவருந்தினார்கள் - சில பெயர் தெரியாத ஹோட்டல்களில் அவர்கள் அறையெடுத்து வார இறுதி நாட்களில் தங்கி, ஒரு சில நெருங்கிய நண்பர்களான ஷிரின் காண்ட்ராக்டர் மற்றும் க்ளைத்தி ஃபெர்னாண்டஸைச் சந்தித்தார்கள். சிக்காராவைப் பொறுத்தவரை அவனுடைய மனைவியின் திடீர் அறிவுசார் நடவடிக்கைகளைக் கவனித்த காரணத்தினால் அடிக்கடி பாப்யாவைச் சந்திக்கக்கூடிய வாய்ப்புகளை அவன் அதிகரித்திருந்தான் - என்றாலும் அவனைச் சுற்றி அவன்சார்ந்த நடவடிக்கைகளை அவன் அமைதியாக நின்று பார்த்தபடி இருந்தபோதும், அந்தக் காரியங்களின் வேகம் அவனைப் பிரமிக்க வைத்திருந்தன. அவன் மிகவும் கையாலாகாத ஒரு மனநிலையுடன் ரேவா மறுபடி தன்னுடைய சுயத்தை எப்படி அற்புதமாக மீட்டெடுத்துக் என்றும், எப்படி அவனிடமிருந்து விலகி அவள் பாப்யாவின் கைகளில் விழுந்தாள் எனவும் பார்த்தபடி இருந்தான்.

வீட்டிலுள்ள நிலைமை மிகவும் மோசமாக மாறினது. சிக்காரா நடு அறையில் தூங்க ஆரம்பித்திருந்தான் - (ரேவாவைப்போல அல்லாமல் அவன் அங்கு தூங்கிக்கொண்டிருந்தானே அல்லாமல் ஒருநாளும் கண்களைத் திறந்து ரேவா அங்கு இருந்ததைப் போலில்லை). ரேவாவுடன் அவன் ஒரு வார்த்தை பேசிப் பல நாள்கள் ஆகிவிட்டிருந்தன. அவன் முன்முடிவு செய்தது போலவே வீட்டைவிட்டு நீண்டகாலம் நீங்கியிருந்தான் - அதிகாலை வேளையில் வேலைக்குச் செல்லும் அவன் திரும்பி வரும்போது நள்ளிரவு ஆகியிருக்கும். மாலை நேரங்களில் அவன் பிரஸ் கிளப்பில் போய் குடிக்க ஆரம்பித்திருந்தான். அவன் சேர்ந்து குடித்த எல்லா சகாக்களுமே முன்பு என்றோ ஒருநாள் அவர்கள் வீட்டுக் கஷ்டத்தை நினைத்து அதை மறைக்கவே குடித்து மூழ்குகிறார்கள் என்று அவனால் கணிக்கப்பட்டவர்கள்தாம். முன்பெல்லாம் அவன் அதிகமாகக் குடித்தால்கூட மதுக் கோப்பையை கை நடுங்காமல் பிடிக்கக்கூடிய பலம் பெற்றவனாய் இருந்தான். ஆனால் இப்போதெல்லாம் அவனால் மதுக்கோப்பையைக் கைநடுங்காமல் பிடிக்க இயலவில்லை. அதுமட்டுமல்ல, அவனுடைய நினைவுகள் மெல்ல மெல்ல நொடிக்கொருதரம் அலைபாய்ந்து, அவன் எங்கிருக்கிறான் என்பதையேகூட மறந்துபோக ஆரம்பித்தான். அவனுடைய நிலைமையைப் பார்த்த அவனுடைய அலுவலக நிர்வாகத்தினர் அவன் பரிதாப உணர்வுடன் வேண்டிக் கேட்டுக் கொண்டதன்படி அவனை தில்லிக்கு மாற்றினார்கள். அந்த முடிவுக்கு அவனைத் தள்ளியது என்னவெனில், அவன் ஒருமுறை ரேவா இரவு நேரங்களில் உபயோகித்த பொருட்களைத் தன்னுடைய அலமாரியில் துழாவிக் கொண்டிருந்தபோது தூக்கிவாரிப்போடும் அளவுக்கான ஒரு விஷயத்தை அவன் கண்டுபிடித்தான். பலவிதமான சுருட்டப்பட்ட, கசக்கிய காகிதங்களுக்கு நடுவே ரேவா பாப்யாவை நிர்வாணமாக எடுத்த புகைப்படங்களை அவன் பார்த்தான். அந்தச் சூழலின் எதிர்வினையாக அவன் எப்போதும் இல்லாத அளவுக்கு பாப்யாவின் நிர்வாண உடல்மேல் திடீரென மையல் கொண்டான்.

அந்த உணர்வு அத்தகைய ஆழமாகவும் திடமாகவும் இருந்த காரணத்தால் அவன் உடனடியாகத் தன்னுடைய மனநிலையைக் கட்டுக்கோப்புக்குள் கொண்டுவந்து தன்னையே ஒவ்வொரு அடியாகப் பின்நகர்த்திக்கொண்டான். அவன் மும்பையை

விட்டு நகர்வதற்கான முக்கியக் காரணம் இதுவாகவே இருந்தது. அவ்வாறு அவன் மும்பையை விட்டு நகர்ந்து தில்லிக்கு வந்தபோது அவன் தன்னுடன் தன்னுடைய அலுவலகம் சம்பந்தமான கோப்புகளையும் அவனுடைய பள்ளி, கல்லூரிச் சான்றிதழ்களையும் அவனுக்குத் தேவையான தனிப்பட்ட அத்தியாவசியப் பொருட்களையும் (யோகா செய்வதற்கு அவன் உபயோகித்த முதிர்ந்த புற்களால் பின்னப்பட்ட பாயையும்) எடுத்துக்கொண்டான். என்றாலும் அவன் தன்னுடைய இசைக் கருவிகள் எதையும் எடுத்துக்கொள்ளவில்லை. அவனுடைய பெரும்பாலான துணிகளையும் எல்லாப் புத்தகங்களையும் அவன் மும்பையிலேயே விட்டுவந்து விட்டான். அவன் எப்போதுமே தன்னைவிட ரேவா ஒரு புத்தகப்புழு என்று முழுவதுமாக நம்பினான். எனவே அந்தப் புத்தகங்கள் அவளோடு இருப்பதுதான் சிறந்தது என்று முடிவு செய்திருந்தான்.

டெல்லிக்கு வந்த ஒரு நாள் இரவிலே அவன் தன்னை ஒரு முழுமையான அரசியல் செய்தியாளராகக் கருதிக்கொண்டான். எப்போதுமே சுய கழிவிரக்கத்திலேயும் மது போதையிலும் அவன் தன்னை மூழ்கடித்துக்கொண்டு, டெல்லியின் மிக முக்கியமான பிரமுகர்களுக்கு மத்தியிலும் அதிகாரப் பதவிகளில் இருப்பவர்களோடும் நெருங்கிப் பழகி, தலைநகரைத் தன்னுடைய அதிகார மையமாக்கிக்கொள்ள முயற்சித்தான். மும்பையில் கிடைத்த ஃபாஸ்ட் ஃபுட் வகைகளுக்கும் தில்லியில் கிடைத்த ஃபாஸ்ட் ஃபுட் வகைகளுக்கும் மிகப் பெரிய வித்தியாசம் இருந்தன. தெருவோர உணவகங்கள்மீது அவனுக்கு மிகப்பெரிய பித்து இருந்தது. அத்தகைய உணவகங்களின் மீது இருக்கக்கூடிய விலைப்பட்டியல் ஒன்றுக்கொன்று மிகவும் வேறுபட்டிருந்ததால் அவன் மிகவும் பசியோடு இருந்த காலகட்டங்களில் அவன் மும்பையின் தெருவோர உணவகங்களை மிக அதிகமாக நினைத்துக்கொண்டான் - அது மட்டுமல்ல, இதுபோன்ற விஷயங்கள் எல்லாமே அவன் தன்னைத் தனியனாக வாழப் பழக்கிக்கொள்வதற்கான பயிற்சி என்றே அவனுக்குத் தோன்றிற்று.

சிக்காரா டெல்லிக்குப் புலம்பெயர்ந்த அடுத்த நொடி பாப்யா, ரேவாவின் அடுக்குமாடிக் குடியிருப்புக்குக் குடிவந்தாள், என்றாலும் அவளுடைய பழைய அடுக்குமாடிக் குடியிருப்பை அவள் காலி செய்யவில்லை. ரேவா அவளுடைய பழைய வாழ்க்கையின்

புதிரான பகுதிகளை அலசி, ஆராய்ந்து, அதன் கூறுகளை ஆய்வு செய்தபோது - அவள் தன்னுடைய அலுவலக வேலையும் புகைப்படப் பயிற்சியும் அவளுக்கு மிகவும் வாழ்வில் திருப்தியளிக்கக் கூடியதாகவும். பொருளாதார ரீதியாக சுயசார்புடைய நிலையில் வைத்திருப்பதாகவும் உணர்ந்துகொண்டாள். அதுவே அவளுக்கு ஒரு ஆசுவாசத்தை ஏற்படுத்தியது. பாப்யா தன்னுடைய பழைய அடுக்குமாடிக் குடியிருப்பைப் புதுப்பித்து, ஒரு ஸ்டூடியோவாக மாற்றி, ரேவாவும் அதை உபயோகித்துக்கொள்வதற்கு ஏதுவானதாக மாற்றினாள். ரேவா உடனடியாக அதற்கு ஒத்துக்கொண்டு அதை மறுசீரமைக்கும் வேலையில் தன்னை ஈடுபடுத்திக்கொண்டாள் - என்றாலும் ரேவா அங்கிருக்கும் இருட்டான அறை தனக்குத் தேவையில்லை என்றும், அப்படியான ஒன்று தன்னுடைய அலுவலகத்திலேயே இருப்பதாகவும் சொன்னாள். அப்படி அந்த இடத்தைப் புதுப்பித்துக்கொண்டிருக்கும்போது பாப்யா ரேவாவை நோக்கி, “உன்னுடைய ஆகச்சிறந்த தனித்துவமான ஆற்றல் உன்னுடைய வேலையில் இருந்து ஒரு நொடியில் நீ பின்வாங்கக்கூடிய தன்மையுடையவளாக இருப்பதுதான். என்னுடைய நம்பிக்கைகளின்படி அதைப் பார்க்கும்போது அதுவே ஒரு நல்ல ஓவியருக்கும் ஒரு நிஜமான கலைஞருக்குமான எல்லா வித்தியாசத்தையும் வகுத்தளிக்கிறது” என்றாள். அவர்கள் இருவருமே அந்தப் பழைய அடுக்குமாடிக் குடியிருப்பை அழகாக்குவதில் மிகச் சிறந்த ஆர்வத்தையும் கேளிக்கை மனநிலையையும் கொண்டிருந்தார்கள். ரேவா அந்த அடுக்குமாடிக் குடியிருப்பு ஒரு ஸ்டூடியோவாக உருவெடுக்கும் வேலையில் நீண்ட நேரம் தன்னை ஈடுபடுத்திக்கொண்டிருந்தபோது, பாப்யா ரேவாவின் ஆலோசனைப்படி அதை மிகத் துல்லியமாகச் சுத்தப்படுத்தி அழகாக மாற்றி இருந்தாள். பாப்யா அதன் ஒவ்வொரு மூலை முடுக்கையும் சுத்தப்படுத்தியதில் பல்வேறுவிதமான கடிதங்கள், குறிப்புகள், நினைவூட்டல்கள், தொலையாமல் இருப்பவை, அழியாமல் இருப்பவை என பலவிதமானவை கிடைக்கப்பெற்றன. எல்லாமே ரேவா ஏற்கெனவே எழுதி மறைத்து வைத்தவை. சிக்காரா எந்த விதத்திலும் மடக்கியோ லேசாகக் கிழித்தோ வைக்காத எல்லாப் படங்களும் பப்யாவின் கைகளில் கிடைத்தன. அவை எல்லாமே மேலோட்டமாக அல்லாமல் மற்ற பொருட்களின் நடுவே திணிக்கப்பட்டு, மறைக்கப்பட்டுதான் இருந்தன. அவை

எல்லாவற்றையும் முறைமைப்படுத்தி, ஒரு பெட்டியிலிட்டு தன்னுடைய ஸ்டூடியோவுக்குக் கொண்டு சென்றாள். ஏனோ பாப்யா அவற்றை முறைப்படுத்தியதைப்போல சிக்காராவுக்குச் செய்யத் தோன்றவில்லை; அவற்றை எல்லாம் அவன் வாசிக்க மட்டுமே செய்திருந்தான்.

பாப்யா ஒருபோதும் அந்த வெள்ளைத் தாள்களில் இருந்த கறுப்புக் குறியீடுகளைக் குறித்து ஆலோசிக்கவோ யோசிக்கவோ, அவற்றைப் பாகுபடுத்திப் பார்க்கவோ இல்லை - அவை எல்லாமே ஒருபோதும் மீட்டெடுக்கப்படாத ஒரு குழந்தையின் தணிக்கப்படாத தாகத்தை ஒத்திருந்தன. மெதுவாக, அதிலிருந்த ஒவ்வொரு தரவுகளையும் மிக விரிவாகக் குறித்தபடி இருக்கும்போது ஒரு கட்டத்தில் அது வெகு இயல்பாக, அப்போது முடிக்கப்பட்ட ஓர் ஓவியத்தைப்போல மாறி, ரேவாவின் மனஓட்டம் அத்தனையையும் ஆத்மார்த்தமாக எந்தவித ஆடையும் இல்லாமல்- அதன் வண்ணங்கள் மூலமாக வெளிப்படுத்தி, உண்மையில் அந்தத் தரவுகள் என்னவாக இருந்தன என்பதை அவளிடம் அர்த்தப்படுத்திக்கொண்டிருந்தன; அதேபோல அந்த வண்ணங்கள் எல்லாமே அவளிடம் அவர்கள் இருவரும் ஒரு பெண் குழந்தையைத் தத்தெடுத்துக் கொள்ளுவதுபோல அறிவுறுத்தின. அன்றிரவு அவள் தூங்கப் போகும் நேரம் ரேவா தான் மிகவும் மகிழ்ச்சியாக இருப்பதாக மனதளவில் வரித்துக்கொண்டாள். எந்தளவு மகிழ்ச்சி என்றால், ஒரு குழந்தையைப் பெற்றெடுத்த ஒரு பெண்ணின் மனமகிழ்ச்சியை அவளும் பெற்றிருந்ததாய் நினைத்துக்கொண்டாள். அடுத்த சில நாள்கள் அவர்கள் இருவருமே மிகக் கொண்டாட்டமான ஒரு மனநிலையில் எப்படி ஒரு குழந்தையைத் தத்தெடுக்க முடியும் என்று தெரிந்துகொள்ள அங்குமிங்கும் அலைந்தபடி இருந்தார்கள்.

மழைக்காலத்தின் முதல் மழையின் சமயம், ரேவா அலுவலகத்திலிருந்து கொஞ்சம் தாமதமாக வீடு திரும்பியிருந்தாள். அவள் வீட்டிற்குள் நுழையும்போதே பாப்யா தொலைக்காட்சியின் முன்னிருந்த ஒரு சிறு இருக்கையில் உட்கார்ந்திருந்ததைப் பார்த்தாள் - அவள் சிக்காராவின் பழைய சட்டை ஒன்றை அணிந்தபடி இருந்தாள். பேரிரைச்சலோடு அந்த நகரத்தையே கழுவிவிட்டாற்போல் அமைந்திருந்த பெருமழையின் நடுவே அன்றிரவு இருவரும் ஒருவரையொருவர் கட்டியணைத்தபடி

மிகவும் நிச்சலனமாக ஒருவர் மற்றவரின் உடல் வாசனையை முகர்ந்தபடி இருந்தனர். ரேவா மெல்ல பாப்யாவின் காதுகளில், "இந்த உடல் மாற்றம்கூட நமக்குள் தேவையில்லை. நான் சொல்வது உனக்குப் புரிகிறதா? நமக்கு நடுவே அதெல்லாம் ஒரு விஷயமே இல்லை," என்றாள். அப்போது பாப்யா தன்னுடைய கைகளை ரேவாவின் இடுப்பின்மேல் வைத்து அணைத்தபடி இருந்ததினால், அவள் முதுகை லேசாகத் தட்டிக்கொடுத்தாள். வேறொன்றும் அவள் சொல்லவில்லை. அவள் தட்டிக் கொடுத்ததிலேயே அவள் ரேவா சொன்னதை ஒத்துக்கொள்கிறாளா இல்லையா என்பதை ரேவா உணர்ந்தாற்போல் இருந்தது. பாப்யா எப்போதுமே சிக்காரா காலை உடற்பயிற்சிக்குப் பயன்படுத்திய ஜாக்கிங் காலணிகளையும் உடைகளையும் தன்னுடைய ஸ்டூடியோவுக்குச் செல்லும்போதெல்லாம் அணிந்து சென்றாள். சிக்காராவைப் போலவே அவள் தன்னுடைய நீண்ட கூந்தலைத் தோள் வரைக்கும் இருக்குமாறு வெட்டிக்கொண்டாள். அதையும் சில நேரங்களில் அள்ளி ஒரு போனி டெய்ல் போல போட்டுக் கொண்டாள். சிக்காரா வைத்திருந்தது போலவே ரேபான்ட் குளிர்கண்ணாடியை வாங்கி, அதை அணிந்தபடியே எல்லா இடங்களுக்கும் சென்றுவந்தாள்; சில இடங்களில் அவள் அதைத் தன்னுடைய தலைக்குமேல் மாட்டிக்கொண்டாள்.

சோம்பேறித்தனமான ஓர் ஆகஸ்ட் மாத மதியம் ஒன்றில் பாப்யா ரேவாவை அழைத்து, "நாம் இருவரும் இன்று பாருக்குச் சென்று குடிக்கலாமா?" எனக் கேட்டாள். ரேவா உடனடியாக ஒத்துக்கொண்டாள். பாப்யா காலா கோடாவில் இருக்கக்கூடிய வேசைட் பாருக்குச் செல்லலாம் என்று சொன்னாள். சிக்காராவுக்கும் அதுவே மனதுக்கு மிகவும் பிடித்த இடமாக இருந்தது. அங்குதான் பெரும்பாலான நேரங்களில் சிக்காரா தன்னுடைய வெண்ணெய் வார்க்கப்பட்ட ரொட்டித் துண்டுகளை தேநீரில் முக்கிச் சாப்பிட்டபடி தன்னுடைய நண்பனிடம் (பிரஸ் கிளப்பைத் தாண்டிய ஒரு வீடாக இவ்விடத்தை அவனுடைய நண்பன் வசீகரித்துக்கொண்டிருந்தான்) கதைத்தபடி இருந்தான்.

இதே நேரம் கிராமத்தில் கட்யானை அடையாளம் காண்பதற்காக கிராமத்தினர் காவலர்களை அழைத்து வந்திருந்தனர். அவனது கைரேகைகளையும் பல் வைத்தியரிடம் அவன் சிகிச்சை பெற்றிருந்த ஆவணங்களையும் பல்வேறு தூர இடங்களுக்கு

அனுப்பி வைத்து அப்படியான ஆள் அங்கு தென்பட்டானா என்று அறிய முற்பட்டனர். இதுபோன்று ஒரு மிக நுட்பமான காலகட்டத்தில் காவலாளர்கள் கட்யானுடன் தொடர்புடைய எல்லாவிதமான அடையாளங்களையும் புலனாய்வு செய்ய முடியாமல் இருக்கும்போது மாலினி சொந்தமாக ஒரு கதையினை உருவாக்கி, அவன் சிறு தடயமுமின்றி காணாமல் போனதாகச் சொன்னாள். கட்யானே அவனுடைய இல்லாமையைக் குறித்து சரியான தகவல்கள் அளிக்க முடியாத ஒரு கட்டத்தில், மாலினி அவனுடைய இருப்பிடத்தைக் குறித்து சொன்னது எல்லாமே அவனுக்கே ஆச்சரியமூட்டுவதாக இருந்திருக்கக்கூடும்., நீண்ட முடியையுடைய ஒருவன் கோவேறு கழுதையுடன் மாலினியோடு அவளுடைய வீட்டின் பின்புறம் இருக்கும் வேலிப் படலையில் நின்று பேசிக்கொண்டிருந்தான் என்ற வதந்தி பஜார் முழுக்க தீயைப்போலப் பரவியது என்றாலும், இதைச் சொன்ன சாட்சி ஒரு முழுக் குடிகாரனாக இருந்ததால் இந்தத் தகவல் ஒரு பொய்யான வதந்தியாகக் கருதப்பட்டது. காவலர்களே மாலினியோடு பேசிக்கொண்டிருந்த அந்த நபரின் விபரங்கள் மிகவும் நாடகத்தன்மையுடன் இருப்பதாகக் கருதினார்கள்.

இப்படியான ஒரு மாறுபட்ட சூழலில்தான் கட்யான் ஷானாவிடம் பாப்யாவுக்கு இந்த வழக்கின் தற்காலிக நிலைகுறித்துத் தெரிந்துகொள்ள ஒரு கடிதம் எழுதச் சொன்னான் - அதன் விவரங்கள் என்னவெனில், காவலர்களிடம் அவனது அடையாளத்தைக் குறித்த புலனாய்வை நிறுத்த வற்புறுத்தி கேட்டுக்கொண்டான். என்றாலும் இந்த முயற்சி மென்மேலும் இந்த நிலைமையைக் குழப்பத்திற்கு உள்ளாக்கியதே அன்றி, இதனைத் தடுத்து நிறுத்தவில்லை; ஏனெனில், இதுபோன்ற புலனாய்வு வழக்குகளில் விசாரணை ஆரம்பித்துவிட்டால் அவை தானாகவே வேகமெடுக்கும் குதிரையைப்போல கட்டுக்கடங்காமல் ஓடினபடி இருக்கும். அவற்றை உடனடியாக நிறுத்த இயலாது. அதேபோல மாலினி காணாமல் போனதற்குக் கட்யான்தான் காரணம் என்று கட்யானை இந்த முயற்சி மையமாக மாற்றிவிட்டது.

பாப்யா தன்னுடைய ஸ்டூடியோவில் தன்னுடைய வேலையைப் பார்ப்பதைக் காட்டிலும் ரேவாவின் எழுத்துகளில் ஊடுருவிக் கிடந்த நேரம் அதிகரித்தது. என்றாலும் ஓவியக்கலையின் மீது அவளுக்கு இருந்த காதல் மட்டுமே வார்த்தைகளின் வீணான

பிரதேசங்களுக்குள் அவள் தனியாக அலைவதிலிருந்து அவளைக் காப்பாற்றியது. அதற்குப் பின் அவள் வரைந்த ஓவியங்களில் அவள் உருவாக்கிய உலகமும் உணர்வுகளும் அவளுடைய ஓவியங்களின் வீரியத்தைக் கூட்டிப் பரவலான கவன ஈர்ப்பையும் அதிக விலையையும் சந்தையில் ஏற்படுத்திக் கொடுத்தன. என்றாலும் அவள் தனக்குள் இருந்த ஓர் ஒற்றைக் காரணத்தினால் ரேவாவின் நிராகரிக்கப்பட்ட, புறக்கணிக்கப்பட்ட எழுத்துகளுக்குள் உலவிக்கொண்டே இருந்தாள்; அவள் அந்த வார்த்தைகளின் உலகத்திற்குள் ஒளிர்ந்த ஒளிக்குள் தன்னைத் தொலைத்துக்கொண்டும், அதில் தென்பட்ட சாத்தியமே இல்லாத மனித இருப்பையும் முன்னிறுத்திப் பார்க்கும்போது அது இயற்கைக்கு அப்பாற்பட்ட ஒரு வெளிப்பாடாகவே அவளுக்குத் தோன்றியது. ஒரே தாளிலிருந்து கிழிக்கப்பட்ட மூன்று தனிப்பட்ட துண்டுகளை அவள் ஒட்டி, ஒன்றாக்கி, பின் அதைக் கசக்கி, அழுக்கேறிய ஒரு பந்தாகச் சுருட்டினாள். அதிலிருந்த கவிதையின் பெயர் – 'எரிக்கப்பட்ட தாள்களின் மேல் மிளிரும் கரித்துண்டுகள்' – அக்கவிதை முழுக்க முழுக்க மத்தியக் கிழக்கு நாடுகளில் நிகழ்ந்த போரின் காரணமாக ஒரு பாலியல் தொழிலாளி தன்னுடைய இறந்த குழந்தையோடு நாட்டின் எல்லைப் பகுதிகளில் தத்தளித்து நடந்துகொண்டிருந்த ஒரு சித்திரத்தை முன்னிறுத்தியது.

அது கர்பாலாவும் அல்ல, மொகரமும் அல்ல. அதுவும் அந்த இறந்த குழந்தையைக் கையில் வைத்துக்கொண்டு தத்தளித்த அந்த மனநிலை பாதித்த பெண் இஸ்லாத்தின் ஷியா வகுப்பைச் சார்ந்தவளும் அல்ல. இறந்த குழந்தையைத் தன் தோளின்மேல் அசையாமல் கிடக்கும் துண்டைப்போல போர்த்திக்கொண்டு அவள் அந்த எல்லைப் பகுதியின் குறுகிய வளைந்த பாதைக்குள் ஒரு நதி நகர்வதுபோல நகர்ந்தபடி இருந்தாள். அந்தப் பாதை முழுக்க அவளுடைய துயரம் வழிந்தோடியபடி இருந்தது; அவள் தள்ளாடித் தள்ளாடி நடந்தபோது, அவள் தலையில் கட்டியிருந்த ஒரு துணி அங்குமிங்கும் அசைந்துகொண்டிருந்தது. அந்தத் தள்ளாட்டமான நடைக்குக் காரணம் – சூரியனின் அதிக வெப்பமாக மட்டுமே காரணமாக இருக்க முடியாது. அங்கு நடந்துகொண்டிருந்த பாதசாரிகள் – பெரும்பாலும் ஆண்கள் – அவளைப் பார்த்ததும் நகர்ந்து அவளுக்கு வழிவிட்டு ஒதுங்கினர். இலக்கில்லாமல் நடந்துகொண்டிருந்த அவள் பார்வையற்றவள்

அல்ல. அவளைப் பார்க்கும் மற்றவர்கள் அவள் தன்னுடன் சுமந்துவந்த மரணத்தை ஒரு குறிப்பிட்ட இடைவெளிக்கு முன்னமே அடையாளம் கண்டுகொண்டிருந்தார்கள். அவர்கள் வெறுமனே அங்கு நேரத்தைக் கடத்த நின்றுகொண்டிருந்த வழிப்போக்கர்களாகவும் அல்லது தாங்கள் சொல்லவேண்டிய செய்தியை மற்றவர்களுக்குச் சொல்ல நிர்ப்பந்திக்கப்பட்டு அங்கு கடந்துபோனவர்களாகவும் இருந்தார்கள். இம்முறை அவர்கள் கண்டது என்னவோ உயிருள்ள ஒரு தாயின் கையிலிருந்த உயிரற்ற ஒரு சிசுவின் பிம்பம்; கண்களைக் கூசச்செய்யும் சூரிய ஒளியின் மத்தியில் வெள்ளை நிறம் பெருக்கெடுத்த ஓர் ஓவியத்தைப்போலவே அது இருந்தது. அந்தக் காட்சி மிகச் சாதாரணமானதாக இருந்தது. அது வெறும் போர். வேறொன்றுமில்லை. நிறையபேர் அதைப் பார்த்துவிட்டு தங்களுடைய வேலையைப் பார்க்க ஆரம்பித்தார்கள். மற்றவர்களோ அதைத் தங்களுடைய பாதி திறக்கப்பட்ட கண்களால் பார்த்து, பின் அதை ஏற்கெனவே பலமுறை பார்த்ததுபோல ஒரு பாவனையைச் சுமந்துகொண்டார்கள்.

அதுவொரு கோடைகாலத்தின் உச்சக்கட்ட பகல்வேளை. நகரின் பின்தெருக்களில் ஒரு சூஃபி ஞானியின் கல்லறைக்குப் பக்கமாக ஓடிக்கொண்டிருந்த சாக்கடை மெல்ல மெல்ல அங்கிருக்கக்கூடிய வாய்க்காலினுள் ஒரு பக்கம் பாய்ந்துகொண்டிருந்தது. அடுத்த பக்கம் சிதிலமடைந்த கழிவுப் பொருட்கள் விற்கப்படும் கடைகளினுள் அது புகுந்து ஓடிக்கொண்டிருந்தது. அக்கடைகளில் பெரும்பாலானவை கசாப்புக் கடைகளாகவும் மற்றவை ஆளரவமற்ற லேத்துகளாகவும் இருந்தன. அங்கிருக்கக்கூடிய காட்டிலிருக்கும் மரங்களில் தீப்பற்றி எரிந்த புகை நிலத்தினுள் ஒட்டி பரவிக்கொண்டிருந்தது - அதேநேரம் அவை ஈராக்கின் குண்டுகள் விழுந்த பழைய நகரத்தையொட்டி பக்கவாட்டாக நகர்ந்துகொண்டிருந்தது; ஒரு குழந்தையாக அவள் பாலியல் ரீதியாக சிதைக்கப்பட்ட பிராத்தலும் டமாஸ்கஸ்-க்குச் செல்லக்கூடிய அந்தச் சாலையிலேயே இருந்தது. காலங்களின் அழுத்தத்தால் எல்லாத் திசைகளிலுமிருந்தும் சிதைக்கப்பட்ட அவள் ஒரு வீட்டிலிருந்து இன்னொரு வீட்டிற்கு இழுத்துச் செல்லப்பட்டுக்கொண்டிருந்தாள் - அவற்றில் எதுவுமே அவளின் வீடாக இருந்ததில்லை. இரும்புக் கொக்கிகளிலிருந்து தோலுரிக்கப்பட்ட சிவப்புநிற உள் தோல் தெரிந்த இறைச்சிகள் ஈக்களால் மொய்க்கப்பட்டுத் தொங்கிக்

கொண்டிருந்தன. வானத்தை ஒரு நீலச் சக்கரமாக மாற்றி வௌவால்களும் பட்டங்களும் அங்கும் இங்கும் இறந்த அல்லது இறந்துகொண்டிருக்கிற உயிர்களைக் கண்காணிப்பதுபோல பறந்துகொண்டிருந்தன. அவள் அந்த இடத்தைக் கடந்து ஓர் எடையில்லாத இறகு காற்றில் அலைவதுபோல, அசையாத கூட்டத்தின் நடுவே மெல்லமெல்ல அசைந்தபடி நகர்ந்தாள். அந்தக் காட்சி ஒரு வெப்ப அலைக்கு நடுவே அலையும் உருவத்தைப் போலவும் அல்லது நண்பகலில் அலையும் ஒரு பேயின் சாயலை ஒத்திருந்தது.

அவள் முன்னால் நகர்ந்தபடி இருக்க, அவளது காலடிகளின் சத்தம் காற்றில் மெல்ல மெல்லக் கரைந்து யாருக்கும் கேட்கப்படாமல் போனாலும், அவளுக்கு அது துல்லியமாக ஒரு நடன நிகழ்ச்சியின் இசைக்கோர்புப்போல கேட்டபடியிருந்தது. ஆனாலும் அவள் தனியாக இல்லை. அவள் தன்னுடைய கண்ணீரைச் சுமந்தபடி தன் இரு மார்பகத்தின் மேலும் இரு கைகளால் அடித்து அழுதபடி சென்று கொண்டிருக்கிறாள். அப்படி அடிக்கும்போது அதிலும் ஒரு தாளலயம் கவிந்து கிடக்கிறது. அவள் நகர்கிறாள் - தூக்கத்தில் நடக்கக்கூடிய வியாதி கொண்ட, துக்கத்தின் உச்சியில் இருக்கும் ஒரு நடனக்கலைஞர்கள் கர்பாலா பகுதியில் தவநிலையில் ஓர் ஊர்வலம் செல்வதை ஒத்திருந்தது. அவள் குழந்தையின் உயிரற்ற உடலின் அதிகப்படியான எடையைச் சுமந்துகொண்டு, அந்த எடையைப் பொருட்படுத்தாது, அல்லது எடையே இல்லாததுபோல அவள் நடந்துகொண்டிருந்தாள்.

பாப்யாவுக்கு இந்தக் கவிதை கிட்டத்தட்ட ஒரு பாடலை ஒத்திருந்தது போலிருந்தது - அதில் ஒரு இசையும் தாளமும் ஒரு மாயத்தன்மையுடன் இணைந்திருந்தது போலிருந்தது. ரேவாவிற்கு அவளுடைய கனவில்தான் இந்தக் கவிதைகளின் வார்த்தைகளும் சித்திரங்களும் இஸ்லாத்தின் ஷியா பிரிவின் இறைவழிபாட்டுக் கொண்டாட்டங்கள் கர்பாலாவில் மொகரம் பண்டிகை நடக்கும்போது நிகழ்வதை அவள் ஒரு பெரும் ஆறுதலாக தனது கனவில் மீட்டெடுத்திருப்பாளோ என்று தோன்றிற்று. அல்லது தன்னுடைய வழிகளிலிருந்து தப்பித்து, புத்தி சுயாதீனமில்லாமல் போவதற்குத் தனக்குத்தானே தடைபோட்டுக் கொண்டதுபோல, தனக்குப் பக்கத்தில் தூங்கிக்கொண்டிருக்கும் தனது கணவனை முற்றிலுமாக இழந்ததுபோல உள்ள உணர்விலிருந்து அவள்

தனக்குத்தானே மருந்திட பயன்படுத்திக்கொண்டாளோ என்று தோன்றிற்று. தன்னை அறியாமல் சிக்காராவின் ஒருசில குணாதிசயங்கள் தன்னுடைய செயல்பாடுகளில் வெளிப்பட்டதை முற்றிலுமாக வெறுத்ததுகூட காரணமாக இருக்கலாம். தன்னைத்தானே தீயிலிட்டுக்கொள்வதற்கான பொருட்களை அவள் தேடுவதாக இல்லை; என்றாலும் அவள் தன்னிடம் குவிந்து கிடக்கின்ற தாள்களின் வெப்பத்தைக் காட்டிலும் அவளது அம்மா - குழந்தையின் கவிதையான 'எரிக்கப்பட்ட தாள்களின்மேல் மிளிரும் கரித்துண்டுகள்' குறித்து, அந்த நிகழ்வின் உண்மைத்தன்மை குறித்து அவள் கேள்வி கேட்கவில்லை என்பது அவளை அத்தனை தூரம் ஆக்கிரமித்துக்கொண்டிருந்தது. அவள் அந்தத் தாள்களுக்கு உள்ளே போய் ரேவாவின் எழுத்தில் நீந்தி, மூழ்கிக் கிடப்பதற்கு விருப்பப்பட்டிருந்தாள். ரேவாவின் எழுத்துகள் பெரும்பாலும் ஓர் ஆரம்பம், ஒரு நடுப்பகுதி மற்றும் ஒரு முடிவைக் கொண்டிருந்தன. என்றாலும் அவை முற்றிலும் வேறொரு படைப்பாகப் பரிணாமம் கொண்டிருந்தது. அது பலரால் எழுதப்பட்டிருக்கக்கூடும் என்று ரேவாவை அவளுக்குத் தெரியவில்லை என்றால் அவள் நினைத்திருக்கவும் கூடும்.

அவளும் ரேவாவும் பல்வேறு விதமான ஏஜென்சிகளையும் அரசு சாராத தன்னார்வத் தொண்டு நிறுவனங்களையும் சென்று பார்த்து, குழந்தையைத் தத்தெடுக்கும் முயற்சிகளில் ஈடுபட்டனர். மருத்துவமனைகளில் இருந்தோ, ஆசிரமங்களில் இருந்தோ குழந்தையைத் தத்தெடுக்க முடியுமா என்று அதன் மூலமாக அவர்கள் சாத்தியப்படுத்த நினைத்தார்கள். அதற்காக அவர்கள் பலவிதமான விண்ணப்பப் படிவங்களில் கேட்கப்பட்டிருந்த கேள்விகளான தங்குமிடத்திற்கான ஆதாரம் மற்றும் ஒரு வருடத்திற்கு இருவரும் சம்பாதிக்கும் தொகை போன்ற பலவிதமான தகவல்களை எழுதவேண்டியிருந்தது. அதுவொரு முடிவற்ற செயல்முறையாக, நீடித்த கொடியதொரு பொறுமை தேவைப்படும் ஒன்றாக இருந்தது. ரேவாவிடம் அத்தகைய பொறுமை அவ்வளவாக இல்லாத காரணத்தினாலும், பாப்யா மிகுந்த பொறுமையுடன் இருந்ததினால் சில நன்மைகள் அவர்களுக்கு வாய்க்கவே செய்தன.

ஒரு நீண்ட, நெடிய சாலையில் இருளில் கடப்பதுபோல அவர்கள்

காத்திருக்கும் அந்த நொடியில்தான் அவர்களுடைய காத்திருப்பு ஆறு மாதங்களுள் தீர்ந்துவிடுமென்ற தகவல் வந்தது. அதுவரை ஒரு நீண்ட விடுமுறையை எடுத்தால் ரேவாவுடைய வெறுமை சற்றுக் குறையும் என்று பாப்யா கருதி, அந்த எண்ணத்தை முன்வைத்தாள் - போரில் இருவேறு நாடுகளாக மாறிய ஈராக்கில் இத்தைய ஒரு முயற்சி நல்லதல்ல என்று பல நண்பர்கள் வலியுறுத்தியதற்கும் எதிராக பாப்யா இதைச் செயல்படுத்த விரும்பினாள். ஆனால் ரேவாவோ அவள் தூங்காத இரவுகளில் எழுதி வைத்த கவிதைகளுக்கும், அவளுடைய யதார்த்தமான வாழ்க்கைக்கும் எந்தவிதமான சம்பந்தமும் இல்லாததுபோல ஓர் எண்ணத்தைக் கொண்டிருந்தாள்; அவளுக்கு அதைக் குறித்த ஞாபகங்களோ அல்லது ஏதோ ஒருவிதத்தில் அவற்றோடு அவளுக்குத் தொடர்பு இருந்தது என்பதோ சற்றும் தோன்றவே இல்லை. எனவே அவள் ஈராக்கிற்குச் செல்லும் அந்த விடுமுறைத் திட்டத்துக்கு உடனடியாக ஒத்துக்கொண்டாள். பாப்யாவுடன் ஏன் அவள் எல்லா நாடுகளை விடவும் ஈராக்கைத் தேர்ந்தெடுத்தாள் என்றுகூட ஒரு கேள்வியும் கேட்கவில்லை. அவள், "நீ ஏன் அங்கு செல்லவேண்டுமென்று நினைக்கிறாய் என்று எனக்குத் தெரியும்," என்றாள்.

"ஏன்?" என்று பாப்யா கேட்டாள். அப்படிக் கேட்ட அந்த நிமிடம் அவள் தன்னுடைய தலைமுடியை லேசாகத் தட்டிக்கொண்டு தன்னுடைய கறுப்பு வண்ணக் கண்ணாடியை முன் நெற்றியில் மேலும் கீழுமாக ஒற்றை விரலால் ஏற்றிவிட்டுக்கொண்டாள்.

"ஏனென்றால், ஈராக் இன்னும் போரினால் வெறுமையாக்கப்பட்டு சிதிலமடைந்த ஒரு நாடாக மட்டுமே இருக்கிறது. நீ ஒருமுறை என்னிடம் அதிலிருந்துதான் எல்லாமே ஆரம்பித்தது என்று சொன்னாய் - வாழ்க்கை அல்ல. அது ஆப்ரிக்காவில் நிகழ்ந்தது. நீ சொன்னது கலாச்சாரத்தைப் பற்றியது."

"ஆமாம்" என்றாள் பாப்யா. அவளிடம் ஒரு சிறு ஆசுவாசம் தென்பட்டது. ஏனெனில், அவளுக்கு அவளுடைய இலக்குகள் அத்தனைத் தெளிவாகத் தெரியவில்லை. "உண்மைதான் - நாம் அங்கு நமது பாதுகாப்பைத் தேடிப் போகவில்லை."

குறிப்பாக அந்தக் கோடைக்காலம் தில்லியில் மிகவும் சுட்டெரிக்கும் வெயிலோடு அலைந்தபடி இருந்தது. ஆகஸ்ட் மாதத்தின் இறுதிக்கட்டத்தை அடைந்தபோதும் மழைக்கான

ஒரு சிறு துளி அறிகுறியும் இல்லை. ரேவாவும் பாப்யாவும் ஈராக் செல்லத் திட்டமிட்டதும், குழந்தையைத் தத்தெடுக்க முயற்சிப்பதும் மெல்ல மெல்ல, நண்பர்கள் மூலமாக, வாய் வார்த்தைகளாகப் பரவி, பொது நண்பர்கள் மூலமாக மும்பையிலிருந்து தில்லியைச் சென்றடைந்தது. சிக்காரா இந்தச் செய்தியை மாலினியிடம் ஒருவிதமான சுயவிருப்பமோ பொறுப்போ இல்லாத தொனியில் பகிர்ந்துகொண்டான். மாலினி அதைக் கேட்டபோது முழுவதுமாக மௌனத்தை உடுத்திக்கொண்டு, தலையைக் குனிந்தபடி, தனது முகத்தை நிழலுக்குப் பின்னால் மறைத்துக் கொண்டாள். எந்தப் பதுங்கு குழிக்குள் சிக்காரா ஒளிந்திருந்தானோ அதிலிருந்து அவனே வெளியேறும் வழியைக் கண்டுபிடித்திருந்தான். அவன் தன்னை இலகுவாக்கிக்கொள்ள அடிக்கடி மதுவில் தஞ்சம் அடைந்தான். தில்லியிருந்த மிகக் கொடுமையான கோடை அனல் வெப்பத்திலிருந்து அவனை ஐஸ் துண்டுகள் மிதக்கும் பியர் ஆசுவாசப்படுத்தியது, அமைதிப்படுத்தியது, விடுதலையைத் தந்தது. மாலினியை ரோட்டாக்கில் அவன் சந்தித்த பிறகு அவன் தன்னுடைய தாடியை முழுவதுமாக எடுத்திருந்தான். அவனது கேசத்தை மிகக் குறைவான அளவில் தென்படுமாறு வெட்டியும் இருந்தான். இந்தப் புதுத் தோற்றம் அவனுக்கே பிடித்திருந்தது. தான் முற்றிலுமாக மாறிவிட்டதாக அவன் நம்பினான். இந்தப் புதுத் தோற்றத்தையும் நம்பிக்கையையும் அவனுடன் பணிபுரிந்தவர்கள் அவனுடைய திருமண உறவு முறிந்ததின் அடையாளமாகவே கருதினர். அவனுக்கும் மாலினிக்கும் நடுவே என்னென்லாமோ நடந்திருந்தபோதும், அவள் இப்போது அவனுடைய வீட்டில் மாட்டப்பட்ட ஒரு சித்திரத்தைப்போல, பொதுமக்களுடைய பார்வையிலிருந்து மெல்ல பதுங்கியவளாக, முதல்முறையாக அவள் அணிந்திருந்த அவமான உடைகளிலிருந்து தன்னைக் களைந்துகொண்டு, தன்னுடைய உண்மையான சுயத்துடன் தன்னை அறிமுகப்படுத்திக் கொண்டதுபோலத்தான் வாழ்ந்து கொண்டிருந்தாள். அவள் மெல்ல மெல்ல உருமாறியதில் சிக்காரா அவளின் குழந்தைப்பருவ அழகிய அற்புதமான முகத்தைக் கண்டடைந்தான் - வாழ்க்கையின் நிராகரிப்புகளை அவளுடைய முகத்தின் கோடுகள் அணிந்திருந்தன.

சிக்காரா மாலினியின் பொருட்டும், தன் பொருட்டும்மாலினியுடன் மிக அதிக நேரம் செலவழித்தான். ஒருவிதத்தில் அது

அவனுக்கு அவனது அம்மாவுடன் இருந்தது போன்ற ஓர் உணர்வைக் கொடுத்தது. மாலினியைப் பொறுத்தவரையில் சிக்காரா, அவள் பெற்றெடுக்காத ஒரு மகனை ஒத்திருந்தான். அவளுடைய அறிவுறுத்தலின்படியே அவன் யோகா செய்வதற்கு முன்னால் உடற்பயிற்சி மேற்கொண்டான். மெல்ல மெல்ல முகத்தில் ஏற்பட்டிருந்த களைப்பின் தடம் அவனை விட்டு விலகியிருந்தது. மாலினியும் அவனும் பழைய இந்தித் திரைப்படப் பாடல்களை உலக வானொலியில் கேட்பதையே தங்களுடைய பொழுதுபோக்காக வைத்திருந்தார்கள். அதுமட்டுமல்ல, பழைய கறுப்பு வெள்ளைத் திரைப்படங்களை இருவரும் ஒருவருக்கொருவர் அந்நியோன்னியமாக உட்கார்ந்து பார்ப்பார்கள். சிக்காரா புத்தகங்கள் வாசிப்பதை விட்டு வெகுதூரம் விலகிவிட்டான். அவன் வாசிப்பதெல்லாமே செய்தித்தாள்களும் அரசியற் ரீதியான ஆவணங்களாகவும் மட்டுமே மாறியிருந்தன. அவன் அலுவலகம் விட்ட உடனேயே வீட்டை நோக்கி விரைந்தான். அதற்கு ஒரே காரணம் மாலினிதான். அவளுடைய காயங்களுக்குத் தான் மிகப்பெரிய ஆறுதலாக இருக்க வேண்டுமென அவன் தீர்மானித்திருந்தான். மாலினியும் தன்னுடைய வாழ்க்கையில் ஒரு புதிய அத்தியாயம் தொடங்கியதாக நினைத்தாள். சிக்காராவைக் கவனித்துக்கொள்வதன் மூலமாக அது நிறைவேறுவதாகவும், சிக்காரா அவளுடைய அன்பையும் கவனிப்பையும் கருணையையும் உடனடியாக ஒருவிதமான நாடகத்தன்மையுடன் எதிர்கொள்வது சிக்காராவிடம் இப்போது கற்பனைசக்தி அவ்வளவாகச் சிறகடிக்கவில்லை என்பதை வெளிக்காட்டியது, மேலும், மாலினி மாலை நேரத்தின்போது முன்னெப்போதையும்விட சிக்காராவையும் இந்த வீட்டையும் தன்னுடைய கவன மையமாக மாற்றிக் கொண்டிருந்தாள். மதிய நேரங்களில் சிக்காரா வேலைக்குச் சென்ற பிறகு காலியாய்க் கிடக்கும் வீட்டில், சிக்காராவின் பாயை பால்கனியில் விரித்துவிட்டு, நடு அறைக்குப் பக்கமிருந்த அவளுடைய அறையில் போய் படுத்துக்கொள்வாள். அவளுடைய கைகள் மடித்து வைக்கப்பட்டு தலைக்கு அண்டை கொடுக்கப்பட்டிருக்கும். அவள் அப்படியே முகம் கவிழ்ந்து சிக்காராவின் வியர்வை வாசனை பரந்துகிடக்கும் அந்தப் பாயை முகர்ந்துகொண்டிருப்பாள். அவளுடைய பாதிமூடிய கண்கள் கீழே விரைந்துகொண்டிருக்கும் போக்குவரத்தைப் பார்த்தபடி

இருக்கும். இதுபோன்ற நேரங்களில் அவள் தன்னை அறியாமலே அமைதியின் பெரும் படபடப்புக்குத் தன்னை முழுவதுமாக ஒப்புக்கொடுத்திருந்தாள்.

பாப்யாவும் ரேவாவும் எப்போதும் ஈராக் பயணத் திட்டத்துக்காகத் தங்களைப் பரபரப்பாகவே வைத்துக்கொண்டிருந்தார்கள். பாப்யாவின் திட்டமிடலின்படியும் அறிவுறுத்தலின்படியும் அவர்கள் தங்களுக்குள்ளேயே இது சாதாரண இருவரும் விடுமுறையாக அமைந்துவிடக் கூடாது என்றும், அதனாலேயே முன்கூட்டியே திட்டமிடுதலை மிகத் தெளிவாகச் செய்ய வேண்டுமென முடிவெடுத்துக்கொண்டார்கள். அவர்கள் தூதரகங்களுக்கும் நூலகங்களுக்கும் அதனாலேயே சென்று, அங்கு கிடைக்கக்கூடிய வரைபடங்களின் மூலமாகவும் ஈராக் பற்றிய தகவல் அட்டவணைகள் மூலமாகவும் அங்கு இருக்கக்கூடிய ஒவ்வொரு இடத்தைப் பற்றிய தகவல்களை வெகு விரிவாக அவர்கள் எப்படிக் குழந்தை தத்தெடுக்கும் விவரணைகளை அணுகினார்களோ அப்படியே அணுகினார்கள். அவர்களுடைய எல்லாவிதமான பயண ஆவணங்களும் தயாரானபிறகு பலர் அவர்களிடம், “போர் இன்னும் முடியவில்லை. இன்னும் மரணங்கள் நிகழ்ந்தபடிதான் இருக்கின்றன. இப்போது அங்கு செல்ல வேண்டாம்! தயவுசெய்து உங்களுடைய பயணத்தைச் சற்றுத் தள்ளிப்போடுங்கள்!” என்றார்கள். என்றாலும், பாப்யாவும் ரேவாவும் அங்கு செல்வதில் மிகத் தீவிரமாக இருந்தார்கள். அவர்களுக்கு இன்றைய ஈராக்கைத்தான் சென்று பார்க்கவேண்டுமே அன்றி நாளைய ஈராக்கைச் சென்று பார்க்க வேண்டுமென்று அவர்கள் ஒருபோதும் நினைத்ததேயில்லை. “நாம் என்ன சுற்றுலாப் பயணிகளா?” என்று அவர்கள் தங்களுக்குள் கேட்டுக்கொண்டார்கள். “நாம் பாதுகாப்பைத் தேடி அங்கு செல்லவில்லை,” பாப்யாவுக்கு வெகு முக்கியமான ஒரு ரகசியமான ஆர்வம் இருந்தது; அவளுக்கு அந்தத் தாயும் குழந்தையும் சம்பந்தப்பட்ட கனவுச் சித்திரம் எந்த இடத்தில் நிகழ்ந்தது என்று துல்லியமாகக் கண்டுபிடித்து அதனை வரைபடத்தில் குறிப்பிட வேண்டும் என்று நினைத்திருந்தாள்.

பாக்தாத்தின் விமான நிலையத்தின் பக்கத்தில்கூட போரின் எல்லாத் தடங்களும் தென்படவே செய்தன. பாதுகாப்புத்

தண்டவாளங்களைத் தாண்டி வந்திருந்த ஒரு பேருந்தின் எரிந்த சித்திரம் ஒன்றை, அதேபோல எரிந்தபிறகு அது புதர்களுக்கு நடுவேயும் அதிமதுரச் செடிகளுக்கு மத்தியிலும் துருப்பிடித்து நின்றிருந்த நிலையில் இவர்கள் இருவரும் பார்த்தார்கள். அதேபோல குண்டைச் செலுத்தும் பீரங்கி வண்டி ஒன்று குண்டுகள் ஏற்றப்படாமல் சாலையின் ஒருபுறத்தில் நின்று கொண்டிருந்தது. அவர்கள் தங்கியிருந்த வீட்டினுள் வெயில் வெக்கையின் சிறகுகளோடு, போரின் தூசுக்களைச் சுமந்தபடி நகரத்தினுள் அலைந்தபடி இருந்தது. பாப்யாவும் ரேவாவும் சாலையில் வடக்குப் புறத்திலிருக்கும் மொசூலுக்குத் தாக்கப் பட்டவர்கள் போல செல்லும்போது தாங்கள் பார்க்கும் எல்லாக் காட்சிகளையும் சேகரித்துக்கொண்டார்கள். அங்கிருந்த பேரீட்சம் பழம் மரங்களையும், எலுமிச்சை ஆரஞ்சு மரங்களையும், பாப்லேட் மரங்களையும், வானத்தில் பறக்கும் விசார்ட் இனப் பறவைகளையும், வௌவால்களையும் பிரத்தியேகமாகத் தென்பட்ட லேசாக பூமியில் இருந்து வெட்டப்பட்ட மணல் சுவடுகளையும் இருவரும் ஒருவருக்கொருவர் பரிமாறிக் கொண்டார்கள். ரேவா அந்தப் பயணத்தில் கண்ட அத்தனையையும் புகைப்படம் எடுத்துக்கொண்டபடி இருக்க, பாப்யா அவையெல்லாவற்றையும் ஓவியக் கோடுகளாக மாற்றிக்கொண்டிருந்தாள். பல நேரங்களில் அங்கு மின்சாரம் இல்லாத காரணங்களினாலும் போரின் சூழ்நிலைகளினாலும் அவர்கள் பெரும்பாலான இரவுகளை மெழுகுவர்த்தி வெளிச்சத்திலும் இருளிலும்தான் கடத்த வேண்டியிருந்தது. தண்ணீர் வறட்சியுள்ள அந்தத் தேசத்தில் பகல்பொழுதுகளில் மின்சாரம் இல்லவே இல்லை. ஒருநாள் அவர்கள் பயணித்த முரட்டுத்தனமான அந்தப் பேருந்து வேலியோனா கருவேல மரமொன்றின் பக்கம் நின்றது. அந்த மரத்தண்டுகள் எல்லாமே தோல் பதனிடலுக்காக உரிக்கப்பட்டிருந்தன. அந்த மரத்தின் இலைகள் மிகப் பிரத்தியேகமாகப் பாதி நீல நிறத்திலும் பாதி பச்சை நிறத்திலும் இருந்தன. அந்த மரத்துக்குக் கீழேதான் அவர்கள் எதிர்பாராத வகையில் மஞ்சள் தலைப்பாகை அணிந்த குறுகிய உருவம் கொண்ட ஒரு கிழவன், தன்னைக் காட்டிலும் நீண்ட தாடியுடன் உட்கார்ந்திருந்தான். (ரேவா அந்தக் காட்சியைச் சற்றும் எதிர்பார்க்காமல் பார்த்ததினால் அவளுக்குத் தொடர்புடைய

சித்திரங்கள் நினைவுக்கு வந்து மிகவும் பதட்டப்பட்டாள்.) அவர் ஒரு ஜோசியக்காரராக இருந்த காரணத்தினால் பல பயணிகள் இறங்கிப்போய் அவர்களுடைய எதிர்காலத்தைப் பற்றி கேட்டபடி வந்தார்கள். ரேவாவும் பாப்யாவும்கூட அந்தப் பேருந்தில் ஏறுவதற்காக எத்தனித்தபோதுதான் அந்தக் கிழவன் இவர்களை அழைத்தான். அவன், "ரேவா! பாப்யா!" என்று அவர்கள் பெயரைச் சொல்லிக் கூப்பிட்டு, பக்கத்தில் வருமாறு சைகை காட்டினான்.

அந்த நபருக்குப் பக்கத்திலிருக்கும் ஒருவர் அவர்களை இன்னும் நெருங்கி வரச்சொல்லி, மேலும் அதிக வீரியத்துடன் கைகளை அசைத்தபடி இருந்தான். ரேவாவும் பாப்யாவும் மிகவும் அதிர்ச்சிக்குள்ளாகினர். இந்தப் புதிதான தேசத்தில் தங்கள் பெயர் தெரிந்த அந்த அந்நியன் யார் என்பது அவர்களுக்கு மிகவும் குழப்பமாக இருந்தது. ஆனால், அவன் அதிக நேரம் அந்த ஆச்சரியத்தையோ அதிர்ச்சியையோ அவர்கள் மனதிலிருந்த கேள்வியையோ தக்க வைக்க அனுமதிக்கவில்லை. தன்னிடமிருந்த ஒரு கட்டுக் காகிதத்தில் இருந்த அராபி, சம்ஸ்க்ருத, ஹீப்ரூ, சீன, ரோமேனிய மற்றும் பழமொழி படைப்புகளை அவனுக்கு எடுத்துக்காட்டினான். அந்தக் காகிதங்கள் எல்லாவற்றையும் ஒரு சீட்டுக் கட்டைக் குலுக்குவதுபோல் குலுக்கி ரேவாவிடம் அவற்றிலிருந்து ஒரு சீட்டை எடுக்கச் சொன்னான். எப்போதும் போலவே அவள் எடுத்த அந்தக் காகிதத்திலிருந்த ஒற்றை ஆங்கில வரி: *பிரார்த்தனையே எல்லாவற்றுக்குமான பதில்.*

அவன் உடனடியாக அவள் கையிலிருந்த அந்தத் தாளைக் கிட்டத்தட்ட பிடுங்கி, அவர்கள் எதுவும் புரிந்துகொள்வதற்கு முன் மறுபடியும் இரு கரங்களையும் காற்றில் அசைத்து, அவசர அவசரமாக, ஆனால் அழுத்தமாக, "வீட்டுக்குப் போய்விடுங்கள், வீட்டுக்குப் போய்விடுங்கள்!" என்று கத்தினான். - அவனுடன் இருந்தவரும் அவனுடைய உதவியாளனாக இருக்கக்கூடும். அதையே மிக அழுத்தமாக, மிக உரத்த குரலில் கத்திச் சொன்னார். கூடவே, "எனக்கு உங்கள் பணம் தேவையில்லை. நான் எர்பில் அல்லது டியாலா ஆகிய பகுதிகளில் இருக்கக்கூடிய மதிப்பே இல்லாத மனிதனும் அல்ல. நான் தெற்குப் பகுதியில் நாணல்கள் வளர்க்கப்படும் சதுப்பு நிலத்திலிருந்து வருகிறவன். நீங்கள் ஈராக்கை மறந்துவிடுங்கள். உடனடியாக வீட்டுக்குச் செல்லுங்கள்."

ஈராக் தேசத்தில் அவர்கள் பயணித்தது ஒருபோதும் உவப்பானதாக இல்லை. அது தொடர்ச்சியான ஒரு பயணமாகவும் வாய்க்கவில்லை. எங்கு சென்றாலும் அந்தத் தேசத்தின் போர்ச்சூழலின் சுவடுகள் அவர்களைப் பின்தொடர்ந்த காலடிச் சத்தம்போல் தொடர்ந்தே வந்தன. வாழ்வாதாரமே கேள்விக்குரியதான அந்நாட்டு மக்கள், எவ்வளவுதான் இவர்களை வரவேற்று அன்பைப் பொழிந்தால்கூட, தேவையும் வலியும் ரணமும் அந்தப் புன்னகைக்குப் பின் எந்த முகமூடியையும் அணியவிடுவதாயில்லை. அவர்களை வரவேற்று அவர்கள் தங்கியிருந்த இடத்தின் சொந்தக்காரர்கள் அவர்களுக்கு உணவளிக்கும்போது, ஒருசில பேரீச்சம் பழங்களை அவர்களுடைய பங்காக நியாயவிலைக் கடையில் கிடைத்தவற்றில் சிலவற்றை உணவருந்த கொடுத்தனர். பாப்யாவும் ரேவாவும் தாங்கள் எடுத்த புகைப்படங்களையும், வரைந்த ஓவியங்களையும் பரிசாகக் கொடுக்கும்போது அவர்கள் மிகுந்த நன்றியுணர்வுடன் அதை வாங்கிக்கொண்டார்கள். அவர்கள் இருவரும் நஜாலில் அவுட் மற்றும் ரிபாப் வாத்தியங்கள் உள்ள கச்சேரியை ஒரு குழுவினரோடு சேர்ந்து கேட்டு, அந்த மதியப் பொழுதை இசை நிரம்பியதாக மாற்றலாம் என்று நினைத்தபோதுதான் அங்கு திடீரென ஆக்ரோஷமான புயலடித்து தூசு தாறுமாறாகப் படர்ந்து கிட்டத்தட்ட பாதி வீட்டை மூழ்கடித்தது. ஆனால் அதன் தெற்குப் பகுதி இதிலிருந்து மிகவும் வித்தியாசமாகப்பட்டு உப்பங்கழிகளும் சதுப்பு நிலங்களும் நிறைந்ததாய் இருந்தது. அந்த இடத்தில் கொஞ்சம்கூட நிழலோ காற்றில் ஈரமோ இல்லவே இல்லை; அங்கு காலுக்கு இதம்தரும் நிழலையும் காற்றில் ஈரத்தையும் தேடி நாம் வேட்டையாடித் திரிய வேண்டிய அவசியமே இல்லை. தேசத்தின் மற்ற பகுதிகளில் சுட்டெரிக்கும் சூரியன் மணல் பிரதேசமான அந்தப் பூமியை அடுப்பில் ஏற்றி வைத்து வெப்பத்தை அணியவைத்தது. குண்டுவெடிப்பின் ஓசைகளும் துப்பாக்கிச் சூடுகளும் கேட்டவண்ணமாகவே இருந்தன; ஈராக் தேசமெங்கும் இது காற்றில் கலந்தே கிடந்தது.

இத்தனை துன்பங்களையும் இடர்களையும் கருத்தில்கொள்ளாமல் பார்க்கும்போது, அந்தப் பயணம் ஆபத்தானதாக இருந்தால்கூட ஒரு வெற்றிகரமான விடுமுறைப் பயணமாகவே அமைந்திருந்தது. இரு பெண்களுமே ஒரு குறிப்பிட்ட அளவுக்கு எடை குறைந்திருந்தனர். சிறுசிறு உடல் உபாதைகளும் காய்ச்சல் போன்ற வியாதிகளும்

வந்து போனால்கூட அவர்கள் இருவரும் எப்போதும் உற்சாகம் குறையாமல் இலக்கை நோக்கி நடப்பவர்களாகவே இருந்தனர். இதுவரை நடந்த எல்லா விஷயங்கள் குறித்தும் அவர்களுக்குத் திருப்தியே இருந்தது. பாப்யா அடுத்ததாக அவர்கள் சிரியன் எல்லைக்குப் பக்கத்தில் உள்ள சிறு நகரங்களைச் சென்று பார்க்கலாமென்று சொன்னபோது, ரேவா உடனடியாக ஒத்துக்கொண்டாள். அவர்கள் இருவரும் அந்தச் சிறு நகரங்கள் முழுவதும் ஒரு பாம்பின் நடமாட்டம்போல எல்லா இடங்களுக்கும் சென்று - பெயரற்ற அந்தச் சூஃபி ஞானியின் கல்லறையைத் தேடியபடி இருந்தனர். அவ்விடம் முழுக்க அகதிகள் நிறைந்திருந்தனர் - சிரியா நாட்டை நோக்கி அவர்கள் தங்கள் புத்தியில் நடந்தபடி இருந்தாலும் அவர்கள் எதிர்பார்க்கும் பாதுகாப்பான எல்லைகளும் தேசமும் அவர்களின் மூளைக்குள் மட்டுமே இருந்தன. அகதிகள் நிறைந்திருந்ததால் சாலையோரங்கள் முழுவதும் சிறுசிறு கூடாரங்களும், தற்காலிகமாகப் பொருத்தப்பட்டு பின் நகர்த்தப்படக்கூடிய அமைப்புள்ள வீடு போன்ற குடிசைகளும் தென்பட்டன. அங்கிருந்த மக்களிடம் இவர்கள் இருவரும் சென்று, பக்கத்தில் ஏதாகிலும் ஒரு சூஃபியின் கல்லறை இருக்கிறதா என்று கேட்டபோது, அவர்கள் அனைவரும் வாய்விட்டு சிரித்தனர். "உங்களுக்கு சூஃபி வேண்டுமா?" அவர்கள் சிரித்தபடி கேட்டனர். "டமாஸ்கஸ் நோக்கிப் போகின்ற சாலையில் நீங்கள் போங்கள். இங்கு மரணம் மட்டுமே இறைந்து கிடக்கிறது." பாப்யாவின் பின்னால் ரேவா ஒரு தகப்பனின் அரவணைப்பு வேண்டி அவனைப் பின்தொடர்ந்து செல்லும் குழந்தையைப்போல நடந்து போனாள். அதில் ஒருவர் ஒரு காலத்தில் மற்றொருவர் கண்ட இப்போதும் மறக்கப்பட்ட ஒரு கனவைத் துரத்தியபடி இருந்தார். எடுத்த புகைப்படங்கள் அத்தனையையும் பார்க்கும்போது ரேவா மிகவும் அதிர்ச்சி அடைந்தாள் - போரினால் நாசமாக்கப்பட்ட ஒரு பிரதேசத்தின் வரலாறு அதில் அவளுக்குத் தெரிந்தது. பாப்யா ஒருபோதும் அந்த எல்லை நகரத்தின் பக்கத்தில் அவள் மனக்கண்ணில் இருந்த அந்த இறந்த குழந்தையைத் தூக்கிய தாயின் இருப்பு எங்கிருக்கிறது என்று கண்டுபிடிக்க முற்படவில்லை - அது ஏற்கெனவே அவளுடைய இதயத்தில் செதுக்கப்பட்டிருந்தது. அவர்கள் பயணத்தின் இறுதிக்கு வந்திருந்தார்கள். ஈராக் தேசத்தில் அவர்கள் இதுவரை அனுபவித்த வாழ்க்கை அவர்களின் முந்தைய

வாழ்க்கையை ஒரு பூரணத்துவத்துடன் பார்க்கக்கூடிய ஒரு கண்ணோட்டத்தை அவர்களுக்குக் கொடுத்திருந்தன. கடந்தகால வாழ்க்கையை அவர்கள் ஏற்கெனவே கட்டிப்போட்டுவிட்டனர். காரணம், எப்போதும் எல்லா நேரங்களிலும் மரணம் அவர்களின் தொண்டைக்குழிக்குப் பக்கத்தில் காத்துக்கொண்டிருந்தது.

தில்லியில் மாலை நேரம். சிக்காராவின் படுக்கை அறையில் மிக சௌகரியமான ஒரு பாதுகாப்பை அனுபவித்தாள் - சிக்காராவும் அந்தளவுக்கு அவளை சௌகரியமாய் கவனித்துக் கொண்டான். இது இருவருக்குமே மிகப் புதிதான ஒரு விஷயமாக இருந்தது. அத்தனை வெளிச்சமில்லாத ஒரு சூழலும் இருவரும் யோசிக்கத்தக்க ஒரு மனநிலையை ஏற்படுத்தியிருந்தது. இருவரும் ஒருவருக்கொருவர் நன்றியுணர்வுடையவர்களாக அடுத்தவரின் தேவை என்ன என்பதைப் பற்றி மட்டுமே யோசித்தார்கள். அன்றிரவு பாக்தாத்துக்குத் திரும்பியபோது ரேவாவின் கேவல்கள் மெல்லச் சிறு சப்தங்களாகக் கேட்டுதான் தூங்கிக்கொண்டிருந்த பாப்யா எழுந்து உட்கார்ந்தாள். “வெள்ளைத் துணியில் அந்தச் சின்ன உடல்கள் கட்டிப்போடப்பட்டிருந்தது.” அவள் படுக்கையில் எழுந்து உட்கார்ந்து, தன் முன் நெற்றியைக் குவித்து வைத்திருந்த முழங்கால்களுக்குள் புதைத்துக்கொண்டிருந்தாள். அன்று காலையில்தான் அவர்கள் பள்ளிக்கூடத்தில் நிகழ்ந்த குண்டுவெடிப்பினால் இறந்த ஐந்து குழந்தைகளின் இறுதி ஊர்வலத்தைப் பார்த்தார்கள். “எல்லாவிதமான வலி, வறுமை மற்றும் மரணத்தின் நடுவே நான் இதுபோன்ற ஒரு பயணத்தை எந்தக் காரணத்திற்காகவும் தவறவிட்டிருக்கமாட்டேன். நீ என்னை நம்புகிறாய் அல்லவா? நம்பவில்லையா? நான் இப்போது மிகவும் பலம்பொருந்தியவளாகவும், நான் செல்வம் என்று நினைக்கக்கூடிய விஷயங்களில் மிகவும் பணக்காரியாகவும் இருக்கிறேன். நாம் இருவரும் நிறையக் கற்றுக்கொண்டோம் இல்லையா?” அவள் தேம்பியபடி பாப்யாவின் தோள்களை உலுப்பினாள்.

“ஆமாம்” என்றால் பாப்யா. “ஆமாம், நீ போய்த் தூங்கு.”

அன்றிரவு அவர்கள் இருவராலும் நன்றாகத் தூங்க இயலவில்லை. அடுத்த நாள் காலை விடியும்போது அவர்கள் அங்கிருந்து கிளம்புவதற்குத் தயாராக இருந்தார்கள். ரேவாவும் பாப்யாவும் அங்கிருந்த பல்வேறு தரப்பட்ட வெளிநாட்டினர் நடுவே விமான

நிலையத்துப் பேருந்தில் ஏறுவதற்காகக் காத்திருந்தார்கள். அதிகாலை வெளிச்சத்தில் அந்தப் பேருந்து மெல்ல மெல்லத் தத்தித் தத்தி வருவதை இருவரும் பார்த்தார்கள். அந்தப் பேருந்து மெல்ல மெல்ல பாலத்தின் அடியிலிருந்து பழைய பொருட்கள் விற்கும் சந்தையைத் தாண்டி, அன்றாடம் தற்காலிகமாகப் போடப்படும் காய்கறி மற்றும் பழக்கடைகள் கடந்து இவர்களை நோக்கி வந்துகொண்டிருந்தது. இவர்களின் உடைமைகள் அனைத்தும் பத்திரமாக கொண்டு செல்லப்பட்டன. பயணிகளில் ஒருவர் காலை உணவாக உலர்ந்த பழங்கள் மற்றும் பிஸ்கட்களைச் சாப்பிட ஆரம்பிக்கும்போதுதான் பேருந்திலிருந்த அந்தக் குண்டு பயங்கரமாக வெடித்தது. அந்தக் குண்டு வெடிப்பில் பேருந்து பல்வேறு திசைகளில் சின்னச் சின்னச் சிறகுகளாக வீசியெறியப்பட்டு உள்ளிருந்த அத்தனை பேரையும் கொன்றொழித்தது.

இந்தச் செய்தி வீட்டை வந்தடைய சற்று நேரமானது. மாலினியின் கண்களில் அவளை அறியாமல் கண்ணீர் ஊற்றெடுத்துக் கொண்டிருந்தது. துண்டு துண்டாகச் சிதைக்கப்பட்டுத் தூக்கியெறியப்பட்ட அவளது மகளுக்காக மட்டுமல்ல, கைவிடப்பட்ட குழந்தையைத் தன்னுடைய மடியில் போட்டு ஒரு குழப்பத்திற்கு உண்டான குழந்தையைச் சமாதானப்படுத்தும் அன்னையைப் போன்று இருப்பவனுக்காகவும் அவள் வருந்தினாள். அவள் தன் கண்களில் தன்னையறியாமல் தன்னிச்சையாக வழிந்தோடும் கண்ணீரைத் துடைக்க முற்படவே இல்லை. என்றாலும் அவனது தலை கேசத்தின் நடுவே அவளது விரல்களை ஒரு தாள ஜதியில் உள்நுழைத்துக் கோதிவிட்டபடியே இருந்தாள். அவனது தேம்பல்கள் மெல்ல மெல்ல குறையத் துவங்கி, ஒரு கட்டத்தில் அவனுடைய தோள்களில் அவளுடைய கைவிரல்களில் படர்ந்த துடிப்பு நின்றுபோயிற்று.

குளிர்கால சங்கராந்தி

அவன் அவளை முதன்முறையாகச் சந்தித்தபோது அவளுக்கு வெறும் இருபத்து மூன்று வயதுதான் ஆகியிருந்தது. அவனோ வயதோடு போராடும் ஒருவனாக இருந்தான். அதுவொரு டிசம்பர் மாதத்துக் குளிர் இரவு. இருவரும் விமான நிலையத்தில் ஒரு விமானத்திலிருந்து இன்னொரு விமானம் மாறுவதற்காக நீண்ட நெடிய நேரம் காத்திருக்க வேண்டிய சூழலாக அன்றிருந்தது. பல ஜென்மங்கள் அல்லது ஒரு ஜென்மம் முழுக்கக் காத்திருந்ததைப்போல அந்த மாலை மங்கும் நேரத்தில் அவர்கள் விமானத்துக்காகக் காத்திருந்தார்கள். அவன் மிகவும் சோர்ந்து போய் நேரம் போகாமல் விமான நிலையத்திலிருந்த ஒரு பிளாஸ்டிக் நாற்காலியில் சாய்ந்து உட்கார்ந்திருந்தான். அவனுக்குப் பக்கத்தில் ஒரு கண்ணாடிச் சுவர் இருந்தது. அவனுடைய மடியில் ஒரு செய்தித்தாள் விரித்து வைக்கப்பட்டு, அதன்மேல் அவனுடைய கண் கண்ணாடியின் நரம்புகள் விரித்து வைக்கப்பட்டிருந்தன. அந்த நரம்புகளுக்கு மத்தியில் அவனது விரல்கள் பின்னியிருந்தன. அப்போதுதான் அவன் குடிதண்ணீர் பக்கம் நின்றிருந்த பெண்ணை அவள் முகத்தைத் திருத்திக்கொண்டிருக்கும்போது பார்த்தான். அவள் முகம் தெள்ளத் தெளிவாக அப்போதுதான் அழுது முடித்திருந்த ரகசியத்தை எல்லோரிடமும் பகிரங்கமாகச் சொல்லிக் கொண்டிருந்தது. அவள் ஜீன்ஸ் அணிந்து, அதற்கு மேலே ஒரு பச்சை நிற குர்தாவையும், அதற்குமேல் மண் நிறத்தில் ஒரு மேலாடையும் அணிந்திருந்தாள். கையிலிருந்த

பையிலிருந்து அவளுடைய குளிர் அங்கியும் தலைக்குக் கட்டும் ஸ்கார்ஃபும் எட்டிப் பார்த்துக்கொண்டிருந்தன. அவளுடைய அடர் கறுநிறக் கூந்தல் அவளுடைய தலையில் ஏதோ அரக்கை வைத்து ஒட்டிவைத்த மாதிரி தென்பட்டது.

அவன் இந்தக் காட்சியைக் காணும்போதே அவனுக்கு ஓர் உயரமான மலைப்பிரதேசத்தை அடைந்ததுபோல மூச்சிரைப்பு ஆரம்பமாகிவிட்டது. அவன் என்ன செய்யவேண்டுமெனத் தீர்மானித்ததைவிடவும் அவனுக்கு அதிக நேரம் கிடைத்தது. அதனாலேயோ என்னவோ அவன் அப்படியே உட்கார்ந்திருந்து அவளைப் பார்த்தபடி இருந்தான். அவள் சட்டெனத் தனது கைப்பையைக் கீழே நழுவவிட்டாள். அவளுடைய கண்கள் மெல்ல தரையை நோக்கிக் கீழே அலைந்து அவனுடைய காலணியை நோக்கி நகர்ந்தது; அவளது கைப்பையில் இருந்த பொருள்கள் எல்லாமே அங்குமிங்குமாகச் சிதற, இவனுடைய காலடியில் விழுந்த பொருட்களை அவள் எடுத்துக்கொள்வதற்கு எந்தவிதமாகவும் முனையாமல் அவனை நோக்கி வந்தாள். அவர்கள் இருவரின் கண்களும் ஒன்றையொன்று சந்தித்துக்கொண்டபோது, இருவரும் சட்டென புன்னகைத்துக்கொண்டார்கள். அவனுடைய காலடியில் இருந்த அவளது கண் மை டப்பாவை அவன் எடுத்துக் கொடுத்தபோது, சட்டென அந்த விமான நிலையத்தில் பிரகாசமான விளக்குகள் எரியத் தொடங்கின. அவள் அது வேண்டுமென்று அவனிடம் கேட்கவேயில்லை. அதற்குள்ளாக அவள் முழங்காலிட்டுக் கீழே விழுந்த பொருள்களை எல்லாம் ஒவ்வொன்றாக ஆராய்ந்து அவற்றின் பழைய ஜொலிஜொலிப்பு அவற்றில் இருக்கிறதா என்று ஆராய்ந்து கொண்டிருந்தாள். அவள் குனிந்ததாலேயோ என்னவோ கட்டியிருந்த அவளுடைய முடிக்கற்றைகள் மெல்ல அவிழ்ந்து அவளுடைய மெல்லிய தோள்களின் மேல் ஒரு பட்டுக் கம்பளம் விரித்ததுபோலப் பரவிக் கிடந்தது. மற்ற பொருள்களை எல்லாம் எடுத்து தனது கைப்பையில் போட்டுக்கொண்டபிறகு அவள் அவன் பக்கத்தில் இருந்த ஒரு நாற்காலியில் வந்து அமர்ந்து, “மிக்க நன்றி!” என்றாள்.

அதேநேரம் அவள் கைகளை நீட்டித் தன் கண்மை டப்பாவை வாங்கும்போதே அவனுக்குப் பக்கத்திலிருந்த கண்ணாடிச் சுவருக்கு அப்பால் ஏதோவொன்று நடப்பதைப்போலப் பார்க்கவும் ஆரம்பித்தாள்; சுற்றி எங்குமே விமானங்கள் வந்து தரையிறங்கவும்

மேலே பறக்கவுமான சத்தங்கள் தொடர்ந்து கேட்டபடியே இருந்தன. விமான நிலையத்தின் மேல் தளத்திலிருந்த ஒரு உணவகத்தில் தேநீர் சாப்பிடச் செல்லலாமா என்று அழைப்பதன் மூலமாக அவளை அங்கிருந்து கிளப்ப ஆரம்பித்தாலும், கவனத்துடன் அவள்மேல் கொண்டிருந்த அவனுடைய அசூயையான ஆர்வத்தை அவன் வெளிக்காட்டாமல் அடக்கிக்கொண்டான். அவள் மறுபடி மறுபடி அவிழ்ந்துகிடந்த தன்னுடைய கேசத்தை கட்ட நினைத்தாலும், அது வேகம் தளராத ஒரு குதிரையின் ஓட்டத்தைபோல மறுபடி மறுபடி அவள் தோள்களிலேயே விழுந்தன; ஒவ்வொரு முறையும் அவள் அதைச் சேர்த்துக் கட்ட முயற்சித்தபோதெல்லாம் அவளுடைய மேலாடையின் கைப்பகுதி மெல்ல வழுவி அவளுடைய கைகள் மிக நன்றாக இவன் கண்களுக்குப் புலப்பட்டன. கண்ணாடி போன்ற அவளுடைய வழவழப்பான தோலின் நடுவே அவளுடைய பச்சை நிற நரம்புகள் கிளைவிட்டுச் சென்றன. அவளுடைய ஒளிரும் கண்களிலிருந்த மெல்லிய சோகம் அவனுக்கு அவள்பால் ஏற்பட்ட ஈர்ப்புக்கு நேரெதிராக இருந்தது. இரு கண்களுமே நீரில் நனைந்து ஈரத்தை விட்டு வெளியேற முடியாத நீர்நிலைகள் போலக் காட்சியளித்தன. அவன் மறுபடி அவளிடம், "நீங்கள் அடிக்கடி விமானத்தில் சென்றுவருவது உண்டா?" என்று கேட்டபோதும் அவள் பதிலளிக்கவில்லை. காத்திருக்கும் விமான நிலையங்களின் ஓய்வறைகளில் நேரம் கழிவதற்காகப் பேசப்படும் பொழுதுபோக்கு வசனங்கள் போலவே அவள் திரும்பிப் பார்த்து சம்பந்தமே இல்லாமல், "நீங்கள் திருமணமானவரா?" என்று கேட்டாள்.

"நான் திருமணம் செய்துகொண்டதாக என்னிடம் சொல்லப்பட்டிருக்கிறது." என்று அவன் சிரித்தான். "ஆனால் அது நீண்ட காலத்திற்கு முன்னால்."

"அப்படியானால் நீங்கள் விவாகரத்து வாங்கிவிட்டீர்களா? இல்லாவிட்டால் உங்கள் மனைவியை இழந்துவிட்டீர்களா?" அங்குமிங்கும் மின்னிக்கொண்டிருந்த இருளுக்கு நடுவே வெளிப்பட்ட விமான நிலையத்தின் விளக்குகளை வெறித்தபடி அவள் இவனிடம் கேட்டாள்.

"இரண்டுமே இல்லை." என்று அவன் பதில் சொன்னான். அதற்குமேல் அவளிடமிருந்து எந்த சமிக்ஞையும் வரவில்லை என்றால் அந்த விஷயத்தைக் காற்றில் அப்படியே அலைபாய

விட்டுவிடலாம் என்பதுபோல அவனுடைய முகபாவனைகள் இருந்தன. பின் அவளுக்குத் தான் சரியான விடையைச் சொன்னோமா இல்லையா என்ற குழப்பத்தின் அடிப்படையில் அவன் அவளிடம் உண்மையைச் சொன்னான். தான் திடீரென ஒருநாள் நினைவுகளை இழந்துவிட்டதாகவும் அவனுடைய கடந்தகால வாழ்க்கையை அவன் முற்றிலுமாக மறந்துவிட்டதாகவும் அவன் சொன்னான். அவன் அவ்வாறு நினைவுகளை இழந்தபோது நடு சாலையில் நின்றுகொண்டிருந்ததாய்ப் பகிர்ந்தான். அதற்கு முந்தைய நிமிடங்களில் நடந்த எதுவுமே அவனுக்கு நினைவில் இல்லை. அங்கொன்றும் இங்கொன்றுமாக ஏதாவது ஒரு சம்பவத்தை யாராவது நினைவூட்டினால் கூட அது ஒட்டுமொத்த கடந்த காலத்தின் தொடர்ச்சியாக அவனுக்குள் எந்தவொரு சித்திரத்தையும் உருவாக்கவில்லை. “நான் திருமணமாகி குடும்பத்துடன் வசித்தவன் என்று கேள்விப்பட்டிருக்கிறேன். எனக்கு மகன்களா மகள்களா யார் இருக்கிறார்கள், இருந்தார்கள் என்று எனக்குத் தெரியவில்லை. எத்தனை பேரென்றும் தெரியவில்லை. எனக்கு எதுவுமே தெரியவில்லை. என்னைச் சுற்றியிருக்கக்கூடிய மனிதர்கள் திடீரென்று நினைவுக்கு வந்ததைப்போல எந்தவித யோசனையும் இல்லாமல் இதையெல்லாம் என்னிடம் சொல்கிறார்கள். என்னைப் பின்தொடரும் இதுபோன்ற சம்பவங்களின் உண்மைத்தன்மையை ஆராய்ந்தபடி நான் என்னுடைய வாழ்க்கைப்பாதையில் நடைபோட்டுக்கொண்டிருக்க முடியாது.” என்றாலும் அவன் தன்னுடைய கடந்த காலத்தின் ஒரே ஒரு சம்பவத்தை மட்டுமே நடு சாலையில் நினைவிழந்த பிறகும் ஞாபகத்தில் வைத்திருந்தான். அவனுடைய பாலியல் வாழ்க்கை பாலியல் தொழிலாளிகளுடன் மட்டுமே தொடர்புடையதாய் இருந்ததுதான் அது. அது மிக எளிதான ஒரு வழியாக இருந்தது. அப்படி இருந்ததுகூட அவனுடைய தன்னிச்சையான விருப்பமாகவே இருந்தது - பெண்களோடு இருக்கும்போது அவனுக்கிருந்த சமூகரீதியான தகுதியற்ற வெட்க மனப்பான்மையை மறைத்துக்கொள்வது போலொரு பிரமையில் இருந்தான் அவன்.

அவள் நிஜமான ஆர்வத்துடன், “உங்களுக்கு ஞாபகம் இருக்கிற மிகப் பழைய ஒரு விஷயத்தை என்னிடம் சொல்லுங்களேன்,” என்றாள். அவளுக்கு நன்றாகவே அவன் அவள்பால் ஈர்க்கப்பட்டிருக்கிறான் என்பதை முதல் நொடி அவன்

தன்னுடைய தாகம் நிறைந்த கண்களால் அவளைப் புசிக்க ஆரம்பித்தபோதே புரிந்து வைத்திருந்தாள். ஒரு நொடிகூட அவனால் அவன் கண்களை அவளிடமிருந்து வேறு திசைக்கு அல்லது வேறு நபரிடம் திருப்ப இயலவில்லை. இந்த அந்நியன் - கிட்டத்தட்ட அவள் அம்மாவின் வயதை ஒத்தவன் - அவள் வேண்டுமென விரும்பினான். அவள் அதை அவளது உணர்வின் ஒவ்வொரு நரம்பிலும் அறிந்துகொண்டாள். அவளுக்கும் இதுபோன்றொரு வயிற்றில் பட்டாம்பூச்சி பறக்கும் உணர்வு, அவளது வயதை ஒத்த நபர்கள் அவளை வெளியே அழைத்துச் செல்வதாகக் காதலுடன் சொன்னபோதுகூட தோன்றியதில்லை. அப்போதெல்லாம் அவர்களைப் பார்க்கும்போது அவர்கள் வெற்று இளைஞர்களாகவும் அவளது கவனத்தைப் பெறத் தகுதியற்றவர்களாகவும் தெரிந்தார்கள். அவளது இருப்பின் வாசனையை உணர்ந்த ஒரு முதிர்ச்சியான நபர் அவள் பக்கத்தில் அமர்ந்திருப்பதே அவளுக்கு மகிழ்ச்சியைத் தந்தது. அவன் மிகுந்த தர்மசங்கடத்துடன்தான் அவளுக்குப் பதிலளித்துக் கொண்டிருந்தான். அதை அவள் அப்பாவித்தன்மையாகவோ அனுபவமின்மையாகவோ இதற்கு முன் அவனைச் சந்தித்த மற்றவர்களைப் போலவே கருதிக் கொண்டாள்.

அவளுக்கு அவனுடைய அந்த ஞாபகமறதியின் தன்மை மிக ஈர்ப்புடையதாக இருந்தது. ஏனெனில், இதற்கு முன்னால் அவள் அதைப் பற்றிப் பெரிதாகக் கேள்விப்பட்டது இல்லை. அதுமட்டுமல்ல - ஏதோவொன்று எதிரே இருப்பவரின் கண்களுக்குள் தன்னைக் குறித்த அவருடைய ஆர்வத்தை மிகச் சரியாக வாசிப்பதில் ஒரு கிளர்ச்சி அவளுக்கு எழும்பவே செய்தது. ஏனெனில், அது அவளின் கடந்தகாலத்தின் நினைவுகளையும் தூண்டிவிட்டது. “உங்களைப் பற்றிய முதல் ஞாபகம் என்னவாக இருக்கிறது எனப் பகிர்ந்துகொள்ளுங்கள். நான் என்னுடைய ஆரம்பகால வாழ்வின் நினைவுகளை உங்களுடன் பகிர்ந்து கொள்கிறேன்.” - அவள் ஒரு சிறு புன்னகையோடு அவனிடம் சொன்னாள்.

“ஒரு குளிர்காலத்தின் ஞாயிற்றுக்கிழமை அதிகாலைவேளை நான் சாலையில் நடந்துகொண்டிருந்தேன். நான் எனது நடைப்பயிற்சிக்கான உடைகளை அணிந்திருந்தேன். என்றாலும்

என்னுடைய கையில் கைக்கடிகாரமோ என்னுடைய பர்சோ இல்லை. நான் பல மைல் தூரங்களுக்கு நடந்துவருபவன்போல மிகவும் களைப்புற்று இருந்தேன். ஒருவேளை நான் அவ்வளவு தூரத்தைக் கடந்திருக்கக்கூடும். நான் இந்தச் சம்பவத்தைப் பற்றி இதுவரை யாரிடமும் பகிர்ந்துகொள்ளவில்லை; ஏன்? என்னிடம்கூட நான் இதை உரையாடியதே இல்லை. நான் பேசும்போது ஏதாகிலும் தடுமாறினால் நீ அதை மனதில் இருத்திக்கொள்ள வேண்டாம். என்னால் தோராயமாக நான் எல்லாவற்றையும் மறந்த அந்த வலி நிறைந்த முதல் நாளை நினைவில் கொள்ள இயல்கிறது. நான் யாரென்றோ எங்கிருந்து வந்தேன் என்றோ எனக்குச் சத்தியமாகத் தெரியவில்லை. மிகவும் சோர்ந்துபோய் நான் ஒருவேளை செத்து மடிந்து விழுந்துவிடுவேனோ என்ற ஓர் அச்சம் எனக்குள் இருந்தது. முடிவே இல்லாமல் தினந்தோறும் நான் நடைப்பயணம் மேற்கொண்டு மேற்கொண்டு சற்றும் சக்தியற்ற ஒருநிலையில் இருந்தேனோ என்று எனக்கு அந்நேரம் தோன்றியது. நான் எங்கிருந்து கிளம்பினேன்? எது எனக்கு இந்த நினைவை அறுத்து ஒழித்தலைச் சாத்தியமாக்கியது? நினைவுகளின் காடுகளில் சிறு நிழலைக்கூட அடையாளம் காண முடியாத ஓரிடத்தில் கொண்டு வந்து என்னை நிறுத்தியது. என்னுடைய வாழ்க்கை இப்படியான பதில்களற்ற கேள்விகள் மேல்தான் கட்டப்பட்டு இருக்கின்றது. நினைவுகளற்ற வாழ்க்கையில் நானே என்னை முன்னிழுத்துக் கொண்டு நகர்ந்தபோதும், அது மிகவும் சாதாரணமான, சுவாரசியமற்ற ஒரு வாழ்க்கையாகத்தான் இருக்கிறது. இதுதான் என்னைப் பற்றிய சலிப்பு நிறைந்த உண்மை," என்று அவன் சன்னமான குரலில் சொன்னான்.

"உங்களுக்குத் தெரியுமா? என்னுடைய தந்தை நான் பிறப்பதற்கு முன்னாலே என்னுடைய அம்மாவை விட்டுப் போய்விட்டார்" என்று அவள் மிகுந்த வேதனையான ஒரு குரலில் பகிர்ந்தாள். "அவரைக் காணவில்லை என்றே எல்லோரும் சொன்னார்கள். ஆனால் அவர் காணாமற்போனபோது அவர் எதற்காகச் சென்றார் என்றோ எங்கு சென்றார் என்றோ ஒரு சிறு தடயத்தைக்கூட விட்டுச் செல்லவில்லை. என்னுடைய அம்மா, நல்லவேளையாக ஒரு தேர்ந்த பத்திரிகையாளராகப் பணியாற்றிக்கொண்டிருந்தார். அவருடைய பல்வேறு தொடர்புகள் மூலமாக என் அப்பா எங்கு

சென்றிருப்பார் என்று அவளால் கண்டுபிடிக்க முடியவில்லை. நான் வளர்ந்தபடியே இருந்தேன். ஆனால், அப்பா குறித்த எந்தச் சிறு தகவலும் வந்தடையவில்லை. தனக்கு நேர்ந்த வாழ்க்கையை அவள் ஒரு சாலையில் பயணிப்பதுபோல அதன் ஏற்றத்தாழ்வுகளுக்கு மத்தியில் பயணப்படப் பழகிக்கொண்டாள். அப்பாவின் இல்லாமையை அவள் ஏதோ ஒருவிதத்தில் தனக்குச் சௌகரியமானதாகவே அவள் மாற்றிக்கொண்டாள் என்று நான் நினைக்கிறேன். மூன்று ஆண்டுகளுக்கு முன் அவள் புற்றுநோயால் காலமானபோதும் அவளுடைய கடைசி எண்ணங்கள் அப்பாவைப் பற்றி இல்லை - அவளைப் பற்றி மட்டுமானதாகவே இருந்தது. அவள் அவளுடைய வாழ்நாள் முழுவதும் அவளுக்கென்று ஒரு சுயசார்புள்ள முகத்தை உருவாக்கி இருந்தாள்."

அவர்கள் எதிரே இருந்த தேநீர்க் கோப்பையை அவன் மறுபடி நிரப்பினான். பின்பு சர்க்கரையை ஒரு ஸ்பூனால் அவன் கிண்டிக் கொடுத்ததை அவள் லேசான பரவசத்துடன் பார்த்துக்கொண்டிருந்தாள். அவனது வயதோ அல்லது அவனுடைய அடர்த்தியான செயல்பாடோ அல்லது இரண்டும் சேர்ந்த ஏதோ ஒன்றோ அவன்மீது ஒருவிதமான ஆர்வத்தை அவனுக்கு முன் இருந்த அழகிய பெண்ணிற்குள் ஏற்படுத்தியது. அவளுக்கு அவன்பால் ஏற்பட்ட ஈர்ப்புக்கு என்ன காரணமாக இருந்தால்கூட அவன் அவள்மீது கொண்ட ஆர்வம் சற்றும் குறைந்தபாடில்லை. ஒரு கணம் - ஒரே ஒரு கணம் மட்டுமே அவன் அவளுடைய பார்வை மெல்ல ஒரு பழமையான குகைக்குள் மிருகங்களுக்காக எட்டி எட்டிப் பார்த்துக் காத்திருக்கும் ஒரு வேடனின் நிழலைப்போல அவன் மீது ஆர்வமாகப் படிந்து சென்றதைப் பார்த்தான். மனிதப் பார்வைக்கும் எட்டாத ஒரு பழமையான முழுவதுமாக உள் உணர முடியாத ஒரு சித்திரமாகவே அவனுக்கு அது தோன்றிற்று. என்றாலும் அந்த முழுமை அடையாத எண்ணத்தின் எதிரொலியாக அவன் கருதியது- அது கடவுளிடம் இருந்து அவனுக்குக் கொடுக்கப்பட்ட ஓர் எச்சரிக்கை மணி என்பதைத்தான்.

அவர்கள் இருவருக்குமே இத்தகைய விஷயம் மிகவும் புதிதான ஒன்றாக இருந்தது; இருவரின் கடந்த காலத்தையும் வார்த்தைகளாக உருமாற்றுவது அத்தனை எளிதாக இல்லை. அந்த

அந்நியத்தன்மையை அவன் சமன் செய்வதற்காக அதற்கு மேல் அவன் பேசியதில் சிலவற்றை இட்டுக்கட்ட ஆரம்பித்தான். “நான் அடிக்கடி பயணிக்கிறவன். -அப்படிப்பட்ட பயணங்களில்தான் நான் சுதந்திரமாக இருப்பதாக உணர்ந்தேன். நீண்ட காலம் ஒரே இடத்தில் நான் தங்குவது என்பது அந்தப் பிரதேசத்தோடு என்னை ஒட்டிவைத்தாற்போல் ஆதரவற்ற உணர்வைத்தான் எனக்குத் தரவே செய்தது. ஒரு இடத்திலிருந்து இன்னொரு இடத்திற்குச் செல்லும்போதெல்லாம் கடக்கும் இடங்கள் வெறுமனே ஒரு நொடிச் சித்திரங்களாக மறைந்துவிடுக்கின்றன. எப்போதும் அதுபோலவே என்னுடைய பயணங்கள் அமைவதால் என்னைக் குறித்து நான் எண்ணுகையில், நான் கடந்து வந்த ரயில்வே நிலையத்தையோ அல்லது அடுத்து நான் சென்றடையக்கூடிய இலக்கையோ பற்றிக்கொள்ளாத ஒருவனாக மட்டுமே என்னால் இருக்க முடிந்தது. நான் பெரும் ஓட்டத்திற்குள் அவதிப்படும் ஒரு மனிதனாக உனக்குத் தோன்றக்கூடும். நான் எதிலிருந்து என்னை மீட்டு எடுக்க ஓடுகிறேன்? என்னிலிருந்துதான். அதுதான் உண்மை,” என்றான் அவன். சொல்லிக்கொண்டிருக்கும்போதே அது அவனுள் கிளர்த்திய உணர்வுகளை மறைப்பதற்காக அவன் மெதுவாக கெக்கலிப்பாகச் சிரித்தான். “இதுவரை என்னைப் பற்றிச் சொல்லியதெல்லாம் போதும். உன்னுடைய அப்பாவைப் பற்றிச் சொல்” என்றான்.

அவளும் மற்ற எல்லாரிடமும் பகிர்வதைக் காட்டிலும் தன்னை முழுவதுமாக ஆட்கொள்ள நினைக்கும் இந்த வயதானவனிடம் மிக அதிகமாகத் தன்னை வெளிக்காட்டிக்கொள்ளும் தன்மையை உணர்ந்தாள்.

“என் குழந்தைப் பருவத்தின் மாபெரும் உண்மை என்பது என் தகப்பன் காணாமல்போன அந்தச் சம்பவம்தான். அம்மாவின் எல்லா நடவடிக்கைகள் குறித்தும் என்னுடைய பதின்ம வயதின் கற்பனைக் குழப்பங்களின் மனம் குறித்தும் - எல்லாவற்றையும் அப்பாவின் இல்லாமையே அளவுகோலாக மாறித் தீர்மானித்தது. தன் வீட்டிற்கு வரக்கூடிய ஒரு சகோதரனைப் போன்ற ஒருவன் அவளுடைய வார்த்தைகளில் உருமாறி, அவளுடைய காணாமல்போன கணவனின் கற்பனை நண்பனாக மாறிவிடுவதுண்டு; தன் கணவன் தற்காலிகமாக தேசத்தின்

கப்பல்துறையில் வேலை பார்த்துக்கொண்டிருப்பதால் இல்லாமல் போனதைப் பற்றிய கதையாகவும் இருக்கலாம். நானும் அதுபோல் பல்வேறு விதமான கற்பனை நண்பர்களை உருவாக்கி, அந்தக் கதாபாத்திரங்களிடம் என் தகப்பனார் வெளிநாட்டிற்குப் போய் வரும்போது எனக்கு வாங்கி வந்த பரிசுப்பொருட்களைப் பற்றி கதைத்திருக்கிறேன். அம்மா தன்னுடைய பத்திரிகையாளர் பணிக்காக நான் சிறுவயதில் இருக்கும்போதே அடிக்கடி வீட்டை விட்டு நீண்ட நேரம் வெளியில் இருக்க நேரிடுவதால், அந்த மாதிரியான பொழுதுகளின் தனிமையை நீக்கிக்கொள்ள, நான் உண்மைத்தன்மை வாய்ந்த சில கற்பனை நண்பர்களை எனக்குள் நான் உருவாக்கிக்கொண்டேன். அப்போது இதுபோன்ற மனச் சித்திரங்கள் கற்பனையானவை என்று தெரிந்தால்கூட, அவை எல்லாமே தந்திரமாக என்னை நான் ஏமாற்றிக்கொள்ள ஏற்படுத்திக்கொண்டவை என்பதை, இப்போது நான் என் வாழ்வின் இருண்ட காலகட்டங்களைப் பற்றி யோசிக்கும்போது, அவை ஒருபோதும் வெளிச்சத்திற்கு வராத பகுதிகளாகவே மாறிவிட்டதை உணர்கிறேன் - என் அம்மா பிற ஆண்களோடு வைத்திருந்த உறவும் அதில் அடங்கும்.”

அவள் தன் கடந்த காலத்தைப் பற்றிச் சொல்லி முடித்துவிட்டு, ஒரு நீண்ட அளப்பரிய பெருமூச்சு ஒன்றை விட்டபோது, அவன் அவள் முகத்தை ஆழ்ந்து நோக்கினான். அப்போது அவளுடைய கண்கள் அவனை மெல்ல மெல்ல ஓர் ஆழ்கிணற்றுக்குள் இழுப்பதுபோல இழுத்து, வெகு ஆழத்திற்குள் இழுத்துச் சென்று, மிகவும் இருண்மை வாய்ந்த, வெளி உலகம் புலப்படாத ஆழத்திற்கு அவனை அழைத்துச் சென்றதை உணர்ந்தான்.

“ஒருமுறை” என்று அவள் ஆரம்பித்தபோது, அவளுடைய குரல் மெல்ல மெல்ல ஒரு நதியின் அலைபோல அவனுடைய காதுகளில் வந்து எதிரொலித்தது.

“நான் என்னுடைய நண்பரான ஷிக்காவின் இடத்திற்கு அவளுக்கு ஃப்ளூ காய்ச்சல் இருந்த காரணத்தினால் பார்க்கச் சென்றிருந்தேன். அவர்கள் எங்களுக்கு மிக அருகில்தான் வசித்து வந்தார்கள். அந்தக் காலகட்டத்தில் எனக்கு ஷிக்கா மிகவும் நெருக்கமான ஒரு தோழியாக இருந்தாள். நான் ஷிக்காவைக் கட்டிலில் படுக்க வைத்துவிட்டு, அவர்கள் வீட்டு நடு அறைக்கு

அவளுடைய வரைபடத்தை எடுத்துக் கொடுக்க வந்தேன். அதை எடுத்துத் தருமாறு அவள் மிகவும் வற்புறுத்தினாள். அப்போது என்னை அறியாமல் பக்கத்துச் சுவர்களை மீறிக் குரல்கள் ஒலித்தன. கிசுகிசுப்பாக என்றாலும்கூட தெளிவாகவே அந்தச் சமையலறை பால்கனியை ஒட்டிய பொதுச்சுவரைத் தாண்டி என் காதுகளில் விழுந்தது. ஷிக்காவுடைய அம்மாவும் பக்கத்து வீட்டுப் பெண்ணும் (அவரது கைகள் பாதிப்படைந்திருக்கும்) பேசிக்கொண்டிருந்தார்கள். ஷிக்காவின் அம்மா பக்கத்து வீட்டுப் பெண்ணின் பாதிப்படைந்த கையைத் தன்னுடைய இரு கைகளால் கட்டியிருந்தபோதும், அவர்கள் இருவரும் எதிரெதிர் திசையில் விலகிப்போவது போலவே எனக்குத் தோன்றியது. நான் நடு அறையையும் சமையலறையையும் பிரித்த பாசியிலான ஒரு திரைச்சீலையை ஒதுக்கிக்கொண்டு அவர்கள் பேசுவதைக் கேட்பதை அவர்கள் அறிந்துவிடக்கூடாது என்று மிகுந்த கவனத்தோடு இருந்தேன். எனக்கு ஓரளவு நன்றாகக் கேட்டதிலும் ஓரளவு நான் யூகித்ததிலும் ஷிக்காவின் அம்மா பெரும்பாலும் என்னுடைய அம்மாவைப் பற்றிப் பேசிக்கொண்டிருந்தாள்.

“அவளால் வேறொன்றும் செய்ய இயலாதுபோல. பாவம்!”

“அவன் அவளை அப்படித்தானே விட்டுவிட்டுப் போய்விட்டான்? பின்னே அவளைப் பழிசொல்ல என்ன இருக்கிறது?”

“ நானும் அவர்களைப் பழியெல்லாம் சொல்லவில்லை! இத்தகைய மனிதர்களுக்குத் தங்கள் மேலேயே தங்களுக்கு ஒரு கட்டுப்பாடு இருப்பதில்லை என்று நான் கேள்விப்பட்டிருக்கிறேன். எல்லாமே இந்தச் சிறு பெண்ணைத்தான் பாதிக்கும் என்று யாரும் யோசிப்பது இல்லை. அதுவும் அவள் இப்போது ஷிக்காவுடன் நெருக்கமாக இருக்கிறாள்.”

ஷிக்காவின் அம்மா தன்னுடைய தலையை அவர்களின் படுக்கை அறை பக்கமாகத் திருப்பிக்கொண்டு சொன்னாள்.

“அவள் மனித சகவாசத்திற்கே இலாயக்கற்றவளாக ஆகிவிடுவாள் - நீங்கள் வேறு எதை எதிர்பார்க்கிறீர்கள்?”

“இப்படி ஒரு தாய் எடுத்துக்காட்டாக இருக்கும்போது அவள் வேறு எப்படி ஆவாள்?” “எனக்கு நம்பிக்கையே இல்லை.”

அவள் தன்னுடைய உரையாடலை நிறுத்தி நிறுத்தித்தான் தொடர்ந்து கொண்டிருந்தாள். அப்படி நிறுத்தும் தருணங்களில் அவனுடைய கண்களை அவள் உற்றுப் பார்த்தாள். உணர்வுகளை விவாகரத்து செய்த மனநிலையோடு, மனித சகவாசத்தை முற்றிலுமாக வெறுத்தொழித்த ஒருவனைப்போல அவன் அவள் பேசியதைக் கேட்டுக்கொண்டிருந்தான். அவள் சொல்லச் சொல்ல அவளுக்கு அவள் சொல்வதெல்லாம் ஒரு முழு ஓவியத்தின் சிறு துகளே என்பது புலப்படவில்லை. தான் மிகவும் அநாதரவாக இருப்பது போன்ற ஒரு வார்த்தை அவள் மனதிலும் புத்தியிலும் மாறி மாறி ஓடி அவனிடம் அதை தத்துக்கொடுப்பதைப்போல உணர்ந்தாள். தான் ஒரு அநாதை என்னும் ஒரு வார்த்தை. அவர்களுக்கு இடையே அப்போதுதான் ஒரு கனத்த மௌனம் நிறைந்து கிடந்தது - அது அவர்கள் சந்திப்பின் மிகக் குறிப்பிடத்தக்க ஒரு தருணமாக இருந்தது.

அவன் அவளைச் சிறிதளவு காமத்துடன் நினைத்தபோது அவள் எப்படி தான் இளகிய மனதுடைய அந்நியனிடம் தன்னுடைய கதையை மனதுவிட்டு ஒரு வாக்குமூலம் சொன்னதுபோலச் சொன்னோம் என்ற குழப்பத்தில் இருந்தாள். அப்படி எல்லாவற்றையும் மனம் திறந்து சொன்னது ஒரு வியாதியோ என்றுகூட அவளுக்குத் தோன்றியது.

“அந்த மாதிரியான நேரங்களில் நான் பெரும்பாலாக என்னை நானே கேள்விக்கு உள்ளாக்கிக்கொண்டது, நான் நிஜமாகவே அப்பாவின் இல்லாத அண்மையை நினைத்துக் கவலைப்படுகிறேனா அல்லது இதுபோன்ற ஒரு அம்மாவின் இருப்பை நினைத்துக் கவலைப்படுகிறேனா என்பதுதான். ஆரம்பக்கட்டத்தில் அம்மா அடிக்கடி தன்னுடைய குடும்ப மருத்துவரைச் சந்திக்கப் போனதை நான் பெரிதாகக் கவனத்தில் கொள்ளவில்லை. ஒருமுறை அவள் தன்னுடைய கணுக்காலை மோசமாக சுளுக்கிக்கொண்டாள். அப்போது அந்த மருத்துவர் எங்கள் வீட்டிற்கு வந்தார். அவர் வீட்டிற்கு வந்த அந்தத் தருணம் அம்மா மிகவும் இளமையானவளாகக் காட்சியளித்தாள். அவர் சாதாரணமாகப் பேசிய விஷயங்களைக்கூட நகைச்சுவையாக கருதிக்கொண்டு மிக அதீத சத்தத்துடன் அவள் சிரித்தது மட்டுமல்ல, அடிக்கடி தன் கேசத்தைக் கை விரல்களால் கோதி

வாரி விட்டுக்கொண்டாள். தன்னுடைய கால் உபாதையை அவள் மறந்தவளாக திடீரென்று அவருடைய வருகை காற்றை இடமாற்றம் செய்ததுபோல, ஒரு புதிய வாசனையுடன் புதிய நம்பிக்கையுடன் மிகவும் உற்சாகமாக அவள் இருப்பதைப்போல் தோன்றியது. அப்போது எனக்கு அதைக் குறித்துப் பெரிய அக்கறை இல்லாமல் இருந்தது. ஆனால் காலம் செல்லச் செல்ல நான் அவர்கள் இருவரும் ஒன்றாக இருப்பதை உணர்ந்துகொண்டேன். ஒருநாள் நான் என்னுடைய கல்லூரியிலிருந்து கொஞ்சம் சீக்கிரமாகவும் அம்மாவுக்கு அப்படி வருவதைத் தெரியப்படுத்தாமலும் வீட்டிற்கு வந்தேன். என்னுடைய கையிலிருந்த ஒரு மாற்றுச்சாவியை வைத்து நான் வீட்டிற்குள் நுழையப் போகும்போதுதான் வீட்டிற்குள்ளிருந்து குரல்கள் வந்ததை நான் அனுமானித்தேன். என் அம்மாவுடைய குரல் மிகவும் உச்ச ஸ்தாயியில்- அங்கங்கு ஒரு சிறு பெண்ணின் சிரிப்போடு பின்னிப் பிணையப்பட்டிருந்தது. அம்மாவுக்கு அவளுடைய பத்திரிகையாளர் பணியில் குறிப்பிட்ட வேலை நேரம் என்று ஒன்று இருந்ததில்லை. பகல் பொழுதுகளில் அவள் பெரும்பாலும் வீட்டில் இருந்ததில்லை. அவள் இத்தனை தூரம் வெளிப்படையாகச் சிரிக்கும் அளவிற்கு உள்ள மனப்பக்குவம் கொண்டவளும் அல்ல. எனினும் சில பொழுதுகளில் அவள்பால் ஈர்ப்புடைய ஆண்களோடு இருக்கும்போது அவள் சற்று பாலியல் கிளர்ச்சியோடு கூடிய ஒரு புன்னகையைச் சிந்தவிடுவது உண்டு. நான் சாவியைக் கொண்டு கதவைத் திறக்காமல் அப்படியே வீட்டை விட்டு விலகி கல்லூரி நூலகத்தை நோக்கி நடக்கலானேன். அங்கு நான் நீண்ட நேரம் இருந்துவிட்டு மிகவும் தாமதமாக அன்று வீட்டிற்குத் திரும்பினேன். அன்று இரவு உணவு அருந்திய பிறகு நான் அவளிடம் பழைய சுங்க அலுவலகத்திற்கு அவள் திட்டமிட்டிருந்ததைப்போலச் சென்று வந்தாளா" என்று கேட்டேன்.

"இன்று காலைப்பொழுது முழுக்க நான் அங்குதான் இருந்தேன்" என்று அவள் பொய் சொன்னாள். "அங்கு நான் அரசியல் சம்பந்தப்பட்ட ஒருசில குப்பை விஷயங்களைத் தோண்டி அலசி ஆராய்ந்துகொண்டிருந்தேன். என்றாலும் நான் அதைப்பற்றி எந்தப் புகாரும் சொல்லவில்லை. ஏனெனில் என்னுடைய எடிட்டர் அதைப்பற்றி முழுநீள குறிப்புகள் இருந்தால் மட்டுமே திருப்தி அடைவார்."

இப்போது அவனுக்கான விமானம் வந்தடைந்துவிட்டதாக அறிவிப்புகள் ஒலித்தன. என்றாலும் அவன் அந்த விமானத்தை விட்டுவிடுவதாகவும், அதே இரவின் பின்னிரவு விமானம் ஒன்றில் பயணிக்கலாம் என்றும் தீர்மானித்து அவளிடம் பகிர்ந்தான்.

“ஒருமுறை நானும் என்னுடைய நண்பர்களும் தன்னிச்சையாக இந்த நகரில் இருக்கக்கூடிய உயர்தர ஓட்டல்கள் ஒன்றில் கைவேலை செய்யப்பட்ட நகைக் கண்காட்சி ஒன்றை நடத்தலாம் என்று இருந்தோம்,” என அவள் சொன்னாள். அவள் அப்படிப் பேசிக்கொண்டிருந்தபோது அவள் அம்மாவின் நிலையற்ற தன்மையைக் குறித்து அவளால் தொடர்ந்து பேசாமலும் இருக்க இயலாது என்று தோன்றிற்று.

“நான் அந்த பால்கனியில் அப்போது நடந்து போய்க்கொண்டிருந்தபோது இரு பக்கமும் இருந்த கடைகளுக்கு மத்தியில் போர்வைகள் விற்கும் ஒரு கடையில் ஒரு தம்பதியைச் சந்தித்தேன். அது என்னுடைய அம்மா. எனக்கு யார் என்றே தெரியாத ஒரு ஆணுடன் அவள் இருந்தாள். நான் இதைப் பற்றி நிறையப் பேசுகிறேனோ? ஆமாம் ஆமாம். நான் அப்படிப் பேசுகிறேன் என்று எனக்குத் தெரிகிறது. இதைப் போல பல சம்பவங்கள் நடைபெற்றன. நான் அவற்றை எல்லாம் பற்றி யாரிடமும் பேசியதில்லை - என்னிடம் கூட. என் மனதில் உள்ளவைகளை எல்லாம் நான் மௌனம் என்னும் கடலினுள் மூழ்கி, அந்தக் கடலை என் மனதினுள் பொத்தி வைத்துக் கொண்டேன். நான் வளர வளர என் மனதில் அந்தக் கடல் அலையடித்துப் பிரவாகம் எடுத்தது. எனக்கும் என் அம்மாவுக்கும் நடுவே அவளுடைய நட்பு சம்பந்தமான எந்தவொரு உரையாடலும் நடந்ததே இல்லை. எங்கள் உறவு பந்தம் அதிகமாகப் பலப்பட்டதே எங்களுள் இருந்த மௌனங்களால்தான் என்று எனக்கு இப்போது தோன்றுகிறது. ஒட்டுமொத்தமான எங்கள் இருவரின் வாழ்க்கையுமே என் அப்பாவின் இல்லாமையால் செதுக்கப்பட்டது அல்ல. எங்களைச் சுற்றி இருக்கக்கூடிய பலரால் செதுக்கப்பட்டது.”

அவன் உடல் இதைக் கேட்கக் கேட்க மெல்ல அதிர்ந்தபோதும் அவன் இதுதான் அவர்கள் எதிர்காலத்தில் சந்திக்கவிருக்கிற பல சந்திப்புகளின் முதல் புள்ளி என்று நம்பினான். அனேகமாக அவர்கள் இருவரும் சில திரைப்படங்கள் பார்க்கவும், நாடகங்கள்

காணவும், ஒன்றாகச் சென்று இரவு உணவை சேர்ந்து சாப்பிடக்கூடிய வாய்ப்புகள் அமையும் என்று அவன் நம்பினான். மெல்ல மெல்ல அவை நீண்ட ஒரு இரவு உணவுக்கான தளமாக மாறி, அதன் பின் குறுகிய காலகட்டத்துக்குள் நகரத்திற்கு வெளியே இருக்கக்கூடிய நட்சத்திர விடுதிகளில் தங்கும் வாய்ப்புகளை ஏற்படுத்திக்கொடுக்கும் என எண்ணினான். அதுவே அவனுக்கு மிகப் பழக்கமான இரவு வாழ்க்கையின் ஒரு பகுதியாக இருந்ததால் அவளையும் அதற்குள் அவன் இழுக்க விரும்பினான். மிகவும் ஆரவாரம் மிக்கதாகவும் அதேநேரம் சிக்கலானதாகவும் அவர்கள் இருவரும் ஒன்றாக ஒரு கட்டினுள் பிணைவது இருக்குமெனத் தோன்றிற்று. அப்படித்தான் அவர்களுடைய உறவின் படிமநிலைகள் மாறுவதை அவன் உணர்ந்தான். “இங்கே பாருங்கள்” என்றாள் அவள். அவன் மெல்ல மெல்ல அந்தப் பாலியல் ரீதியிலான பார்வைகளிலிருந்து விலக்கிக்கொண்டு அவளைப் பார்த்தான். அவள், “நான் இப்படி ஒரு குளிர்காலத்தில் இத்தனை நட்சத்திரங்களைப் பார்த்ததே இல்லை. இன்றிரவு பனி பொழியும் என்று நீங்கள் நினைக்கிறீர்களா?” அவள் கண்கள் அந்தக் கண்ணாடித் தடுப்பை மீறி இருண்ட வானத்தில் இருந்த நட்சத்திரங்களின் ஒளியை அப்படியே கடத்திக்கொண்டு, ஒரு நல்வாழ்வை எதிர்பார்த்து, அவள் முகத்தில் நீந்திக்கொண்டிருந்தன.

தூக்கமின்மையும் பிட்டியா என்னும் பிசாசும்

ஒரு பாடல் அதன் பாடகரைத் தேடி வருவதுபோல ஒரு நிலவற்ற இரவில் அவள் பனாரஸை வந்தடைந்தாள். பனாரஸ் போன்ற ஒரு நகரம் பிட்டியாபோல பேய்த்தனமாக இருக்கும் ஒரு பெண்ணை எப்படி உள்ளடக்கிக் கொள்வது என்று திட்டமிட்டு அளவிடப்பட்டிருந்தது. தற்காலிகமாக பனாரஸிற்கு வந்து, பின்னால் அந்த நகரத்தை விட்டு நகர முடியாத பலரைப்போல, பிட்டியாவும் அந்த நகரத்தை அதனுடைய உணவுக்காக, அதனுடைய கட்டமைப்புக்காக, அதனுடைய சாக்கடைகளுக்காக, அதனுடைய வாடைகளுக்காக, எரியும் வாசனைகளுக்காக நேசித்து அங்கேயே தங்குவதற்கு முடிவு செய்தாள். இழக்க ஏதுமற்ற பலரைப்போல, ஏதோ ஒன்று தேடி அங்கு சென்று வேறொன்றைக் கண்டவர்கள்போல, தங்களுடைய வாழ்நாளின் இறுதிநிமிடம் வரை அங்கு தங்க வேண்டும் என்று தீர்மானிப்பவர்களைப்போல, கடந்தகால கசப்பான நொடிகளை மறந்து, இந்த இடத்திற்கு ஏன் கிளம்பி வந்தோம் என்பதையே மறந்தவர்கள்போல, அவள் அங்கு தங்கி இருந்தாள்.

பிட்டியா ஒரு புகைப்படக் கலைஞர். அவளுடைய கண்கள் எப்போதுமே ஒரு மின்மினியைப்போல மின்னிக்கொண்டிருந்தன. அவளுடைய நீண்ட கூந்தல், அவளுடைய முழங்கால் அளவு நீண்டு அடர்ந்து இருந்தது. அவளுடைய கண்களின் ஆழத்தில்

தென்பட்ட துயரத்தின் நிழல், எப்போதாவது அங்கு வெயில்போல வந்து விழும் மகிழ்ச்சியில் திளைத்து, பின் மறுபடி ரணங்களின் வேர்களைக் கண் முழுக்கப் பரப்பிக்கொண்டிருந்தன. ஒரு நிமிடம் அது அங்கு வெயில்போல தங்கி, பின் அந்த மகிழ்ச்சி வடிந்து போயிற்று - இப்படித்தான் அது நிகழும் என்று எதையும் யாராலும் அறுதியிட்டுச் சொல்ல இயலாது. அந்த நகரத்தில் அவள் மறுபடி மறுபடி வன்முறைக்கு ஆளாக்கப்பட்டாள். என்றாலும் ஒவ்வொரு முறை அவள் அந்த வலிக்கும் காயத்துக்கும் ஆளானபோது, அவள் இன்னும் புனிதமானவளாகவும் இன்னும் பளிச்சிடும் ஒளி பொருந்தியவளாகவுமே உருவெடுத்திருந்தாள். அவள் எந்த அளவுக்கு நிராகரிக்கப்பட்டு, புறக்கணிக்கப்பட்டு, தாழ்த்தப்பட்டாளோ - அந்த அளவிற்கு அவள் இளமையோடு மறுபடி புதுப்பிக்கப்பட்டிருந்தாள்; அவளை மிகவும் அசிங்கப்படுத்த வேண்டும் என்று எடுக்கப்பட்ட முயற்சிகள் எல்லாமே அவளை மிகவும் சுத்திரிக்கப்பட்டவளாகவே மாற்றியிருந்தன.

டெரகோட்டா நிலப்பரப்பில் சாணி தட்டிகளைக் குவித்து வைத்து தீயூட்டப்பட்டதன் மேல் குவிந்து கிடக்கும் சில உருவங்களை அவள் சுற்றிச் சுற்றிப் பார்த்தாள். அந்த நீண்ட இரவில் இருளில் குவிந்து கிடக்கும் நிழல்கள் வெளியே பொறுமையாகக் காத்திருந்ததையும் பார்த்தாள். பிணங்களை எரிக்கப் பயன்படுத்தும் கட்டைகள் அங்கும் இங்கும் தீப்பொறியைத் தூவுவதில் நிரம்பிக் கிடந்த இருள் நியான் விளக்குகள் மத்தியில் பறந்து கொண்டிருந்தது. நீண்ட வரிசையில் பிணங்கள் எரிப்பதற்காக வைக்கப்பட்டிருந்தன. இருளுள் கலைந்துகொண்டிருந்த அந்த ஒழுங்கற்ற வெளிச்சத்தை அவள் கண்களாலேயே வாசித்தபடி இருந்தாள். நிலவற்ற வானமாக இருந்ததால் ஒரு குறிப்பிட்ட நிறம் அந்த இரவு வானத்திற்கு இல்லை. அவள் அசையாமல் கண்களை மூடிக்கொண்டு நின்றிருந்தபோது, துடிப்பான அந்த நகரத்தின் வலிகளும் ரணங்களும் அவளுடைய ரத்தத்தில் ஒரு விஷம் கலப்பதைப்போல கலந்தது. பிட்டியா ஒரு வீட்டை வாடகைக்கு எடுத்திருந்தாள் - அது ஒரு வளைந்த மாடிப்படியை பால்கனிக்கு அழைத்துச் செல்லும் வடிவத்தைக் கொண்டிருந்தது - அங்கு போய்ப் பார்த்தால் ஒட்டுமொத்தமாக அதன் பக்கத்தில் இருக்கக்கூடிய குயவர்களின் குடியிருப்பு கண்ணில் பட்டது. அங்கு செம்மண்ணும் அழுக்கான, ஆனால் புனிதமான கங்கை நீரும்

கலந்து செய்யப்பட்ட பானைகள் இருந்தன. அவை அனைத்தும் புனித கங்கை நீரை வேறுவேறு புனிதம் குறைந்த பகுதிகளுக்கு எடுத்துச் செல்லப் பயன்பட்டன.

நீங்கள் பிணங்களை வைத்து வாழ நினைத்தீர்களென்றால், பனாரஸைக் காட்டிலும் சிறந்த இடம் உங்களுக்கு வாழ்வதற்குக் கிடைக்காது. நிறைய மனிதர்கள் அங்கு சாகத்தான் போகிறார்களே அன்றி, வாழ்வதற்காக அல்ல; அந்த மரணம் அவர்களுக்குத் தொடர் சுழற்சியான பிறப்பிலிருந்தும் மறுபிறப்பிலிருந்தும் விடுதலை அளிக்கக்கூடியதாக இருப்பதற்காகவே அங்கு செல்கிறார்கள். அங்கு சாஸ்திரிகள் போன்ற உப பிரிவுகள் கொண்ட பிராமணப் புரோகிதர்களுக்கு மிகுந்த தேவை இருந்தது. அவர்கள் பல்வேறு விதமான காரியங்களை மரணித்தவருக்காகச் செய்ய அங்கு நியமிக்கப்பட்டனர். அதேபோல ஜரா என்று சொல்லப்படுகிற ஒடுக்கப்பட்ட சாதியினரும் அங்குள்ள பிணங்களுக்குத் தீயூட்டும் சடங்கைச் செய்வதற்கு அதிகமாகத் தேவைப்பட்டார்கள். அவர்களில் இருவரோடு மட்டுமே பிட்டியா மிக நெருக்கமானவளாக இருந்தாள் - அவள் எந்தவொரு நிழலையோ எந்தவொரு கால் தடத்தையோ அவர்களிடம் விட்டுச் செல்லவில்லை. அவள் ஒரு சாஸ்திரி வகை பிராமணரைத் திருமணம் செய்துகொண்டிருந்தபோதும் அவளுடைய இரவுகளை ஒடுக்கப்பட்ட ஜராவுடனும் மற்ற புறக்கணிக்கப்பட்டவர்களோடும் நிராகரிக்கப்பட்டவர்களோடும்தான் கழித்தாள். அவள் தொலைத்தவர்களையும் நம்பிக்கையற்றவர்களையும் மீட்டெடுக்கவே அங்கே இருந்ததாகக் கருதினாள்.

மற்ற புரோகிதர்களைப்போல சாஸ்திரி தன்னை விரதம் இருப்பதற்கோ அல்லது தீமிதிப்பதற்கோ அல்லது கசையடி மூலம் தன்னுடைய பக்தியைப் பறைசாற்றுவதற்கோ தயாராக இல்லை. முதன்முறையாக சாஸ்திரியும் பிட்டியாவும் சந்தித்தபோது, அவன் அவளுக்குள் இருந்த ஓர் அடங்காத குதிரையைப் போன்ற சுதந்திர உணர்வை அடையாளம் கண்டான். என்றாலும் அவன் அவளிடம் அவள் முகத்தில் ஒருவிதமான சோகத்தையும் உணர்வு ரீதியான ஓர் அலைவரிசையையும் தன்னால் அடையாளம் காண முடிந்தது என்றான். அப்போது அவர்கள் பக்கத்தில் இருந்த ஒரு மங்கிய கண்ணாடி ஜன்னலில் தன் கைவிரல்களால் ஒரு

வண்ணமயமான ஓவியத்தைத் தீட்டினபடி இருந்தாள். அதிலிருந்து அவனால் தன்னை மீட்டெடுக்கவே இயலவில்லை என்பதையும் அவள் அறிந்திருந்தாள். அவளைவிட அதிக வயதை ஒத்த சாஸ்திரி- மனைவியை இழந்தவனாய் இருந்தான். என்றாலும் அவனுக்கு இதுபோன்ற ஒரு சந்திப்பை எதிர்க்கொள்வதற்கான மனநிலையோ பயிற்சியோ இல்லை. அது ஒரு குளிர்காலத்தின் ஞாயிற்றுக்கிழமை மாலை.

“ஒரு ஞாயிற்றுக்கிழமையைப் போலவே நான் அத்தனை சோகமானவளாக இருக்கிறேனா?” என்று அவள் அவனிடம் ஒரு புன்னகையுடன் கேட்டான். அவன் அப்போதுதான் அப்படி ஒரு வார்த்தையை அவளிடம் பகிர்ந்திருந்தான். அவள் கண்களில் இருந்த நிழல் இப்போது இடம் மாறியிருந்தது. அவள் நிமிர்ந்து அவனைப் பார்த்தாள். அவன் ஒருவிதமான மந்திரக் கோலால் பிணையப்பட்டதுபோல அவளுடைய அழகைப் புசித்துக்கொண்டிருந்தான். வாழ்க்கையில் எந்தவித நம்பிக்கையும் இல்லாமல் காதலை மட்டுமே பற்றிக்கொண்டிருப்பவனின் பார்வை அது. அவன் அவள் பேசியதற்குப் பதில் அளிக்கும் வகையில் சிரித்துக்கொண்டு ஜன்னலுக்கு வெளியே பார்த்தான். அங்கு எந்தவிதமான காதல் காட்சியோ, அல்லது பிரிவு சார்ந்த, அழுகை வரக்கூடிய காட்சிகளோ இல்லை. தெருவிளக்குகள் அப்போதுதான் எரிய ஆரம்பித்திருந்தன. அவற்றின் வெளிச்சம் வானத்திலிருந்து மங்கி விழுந்த மாலை வெளிச்சத்தோடு போரிட்டுக்கொண்டு இருந்த நொடியில்தான் அவன் எதிர்பாராத ஒரு வார்த்தையை அவள் சொன்னாள் - “நான் கர்ப்பமாய் இருக்கிறேன்” -

அவ்வார்த்தைகள் எங்கிருந்து முளைத்து அந்த அறைக்குள் வந்து அமர்ந்தன என்று அவனுக்குப் புலப்படவில்லை. காற்றில் அவளுடைய வார்த்தைகள் தொங்கிக்கொண்டிருந்தன. வார்த்தைகள் எதுவுமே அவர்களை விட்டு அகலாமலும், அவர்களை நோக்கிப் பயணிக்காமலும் இருந்தன. அதற்குப் பிறகாகத்தான் சாஸ்திரி தன்னுடைய மௌனத்தைக் கலைத்து அவளிடம், “நீ என்னைத் திருமணம் செய்து கொள்கிறாயா?” என்று கேட்டான். அவள் உடனடியாகச் சம்மதித்தாள்.

ஜரா அவனுடைய பதின்ம வயதின் இறுதிக் காலகட்டத்தில் இருக்கும்போது, பிட்டியா கிட்டத்தட்ட இருமடங்கு அவனுடைய

வயதை ஒத்தவளாய் இருந்தாள். அப்போதுதான் அவள் அவனை அவள் தங்களுடைய கூரைக்குமேல் இருந்த மொட்டை மாடியில் அவள் ஸ்டுடியோ அறையாக உபயோகப்படுத்திக் கொண்டிருந்த அறைக்கு அழைத்தாள். அது ஒரு வெப்பம் நிறைந்த கோடை இரவாக இருந்தது. ஜரா அப்போதுதான் மணிகர்ணிகா கார்ட் என்ற மயானத்தில் எரிந்த உடல்களைச் சரியாக எரியுமாறு பதப்படுத்திக்கொண்டிருந்தான். அதைச் சரியாகச் செய்வதுதான் அவனுடைய வேலையாக இருந்தது. யாரும் அங்கிருந்த விறகுக் கட்டைகளை எடுத்துக்கொண்டு போய்விடவோ அல்லது சின்னச் சின்ன மண்பானைகளில் கங்கையில் கரைப்பதற்காக வைத்திருக்கப்பட்டிருந்த அஸ்திக் கலசங்களை இவனுக்குத் தெரியாமல் எடுத்துச் சென்று விடவோ கூடாது என்ற கண்காணிப்புப் பொறுப்பிலிருந்தான். அதேபோல் அங்கு யாரும் இவனுக்குத் தெரியாமல் புகைப்படம் எடுத்துவிடக் கூடாது என்ற கூடுதல் பணியும் அவனுக்கு இருந்தது. திரைப்படங்களில் இத்தகைய காட்சிகளை எடுப்பதற்காகவே சாதாரண மனிதர்கள்போல உள்ளே நுழைந்து அதைப் படம் பிடிப்பதற்கு பலர் வருவார்கள் - அதேபோல கையில் எப்போதும் புகைப்படக் கருவியுடன் சுற்றும் வெளிநாட்டுப் பயணிகளும் உண்டு. பிட்டியாவுக்கு அவள் எடுத்த புகைப்படங்களை அவனிடம் காட்ட வேண்டும் என்ற பெரும் துடிப்பு இருந்தபோதும், அதைப் புறந்தள்ளி பாலியல் கலவியின் மத்தியில் அவனுக்குப் புகைப்படக் கல்வியைக் கற்றுக்கொடுக்க நினைத்தாள். அன்றிரவு முழுக்க உடல் வேட்கையில் தணியாத பக்தியும் பற்றும் நிறைந்த உடலின் சப்தங்கள் அவர்களின் உடல்களைக் கடந்தபடி இருந்தன. பிட்டியா கிசுகிசுப்பான குரலில் ஜராவை நோக்கிக் கூறிய அந்த வார்த்தை, அந்த எரியும் விறகுகளுக்கு மத்தியில் நுழைந்து வெளி வந்தது - அவை ஒருபோதும் அவ்விடத்தின் தூய்மையைக் கெடுப்பதாக இல்லை. ஜராவை மட்டுமே ஒரு முழு ஆண்மகனாக அவ்வார்த்தை மாற்றியிருந்தது.

அந்தத் தெருவில் இருந்த அரை இருளின் ஒளி, அறை எங்கும் மழைத் தூறல்போலத் தூறிக்கொண்டிருந்தது. நன்றாகப் புலப்படக்கூடிய ஒரு தெளிவான கனவுபோல தான் ஜராவைப் பிட்டியா தன்னுடைய உடலால் தழுவிக்கொண்டிருந்தாள். அவள் அவனுடன் உறவு வைத்துக் கொள்ளும்போது ஒரு பித்து மனநிலையில் உடலற்ற

ஒரு கருவியாகவே செயல்பட்டாள். பனாரஸில் அவள் எடுத்த ஒட்டுமொத்த புகைப்படங்களையும் அவனிடம் காட்டினாள். பல புகைப்படங்களில் பிணம் எரியும் காட்சிகள் இருந்ததை அவன் மிகவும் ஆச்சரியமானதாகப் பார்த்தான். ஏனெனில் அவற்றின் மத்தியில் பல புகைப்படங்களில் அவனும் இருந்தான். அவன் விடியும் முன்னமே அவனுடைய இடத்திற்குச் சடலங்களை எரிக்கச் சென்றுவிட்டான். அவனுடைய கண்களில் பிட்டியாவின் பிம்பமே சிலுவையில் அறையப்பட்டதுபோல எஞ்சிக் கிடந்தது. அவள் கூந்தலில் இருந்து புலப்பட்ட ஒருவித பிரத்தியேக வாசனை அவனைச் சுற்றி எங்கும் நிறைந்திருந்ததைப்போல அவன் உணர்ந்தான்.

பிட்டியா பெரும்பாலும் சூரிய வெளிச்சம் அதிகமிருக்கும் பகல்பொழுதில் வெளியே செல்வதைத் தவிர்த்தே வந்தாள் - சூரிய வெளிச்சம் அவள் கண்ணை மிகவும் கூசச் செய்வதால் அவளுக்குத் தலைவலி பாதிப்பு வந்துவிடுவதாக அவள் கருதினாள். அப்படியே வெளியே போக வாய்த்த தருணங்களில் அவள் வெயிலைத் தாண்டி, அங்கு மச்சங்களைப்போலத் திட்டுதிட்டாகப் படர்ந்து கிடக்கும் நிழல் திட்டுகளில் ஒருவிதமான அபரிமிதமான அழகான நடன அசைவை ஒத்து, தாண்டித் தாண்டிப் போவதைப் பார்க்க அத்தனை பரவசமாக இருக்கும். காலைப்பொழுதில் அவள் இவ்விடத்தில்தான் இருக்கிறாள் என்று குறிப்பிட்டுச் சொல்ல இயலாத அளவிற்கு அவள் அங்குமிங்குமாக ஓட்டமும் நடையுமாக எங்காவது அலைந்தபடியேதான் இருப்பாள். என்றாலும் மனிதர்கள் அவளை அவளின் போக்கிலேயே ஏற்றுக்கொண்டனர். அவள் அவ்வாறு அவர்கள் கண்ணில் படாதபோதும் அவர்கள் அவளைப் பற்றியே பேசிக்கொண்டிருப்பார்கள் - டோபி காட்டில் துணி துவைப்பவர்கள் எப்படி தாங்கள் துணி துவைத்துக்கொண்டிருந்த போது அந்த நுரைகளின் நடுவே அவள் நடந்துபோனாள் என்றும் பிள்ளையார் கோவிலின் வெளியே அவள் விளக்கு ஏற்றுவதற்காகத் திரிகளை எப்படிச் சமன்படுத்திக்கொண்டு இருந்தாள் என்பதைப் பற்றியும் - அவள் பெண்கள் நிறைந்த ஒரு குழுவில் நீல வண்ணக் கண்ணனுக்காகக் கீர்த்தனைகள் பாடிக்கொண்டு இருந்தது பற்றியும் சொன்னார்கள்.

சாஸ்திரியின் வீட்டிற்குள் அவள் குடிபுகுந்த பிறகு அங்கிருந்த எல்லாவிதமான கண்ணாடிகளையும் அவள் எடுத்துவிட்டாள். ஒரு

மழைநாளின் பிறகு சாஸ்திரி தங்களுடைய தோட்டத்தில் உட்கார்ந்து கொண்டு அவளை வேகமாக அழைத்து, டீசல் வண்ணத்தில் இருந்த வானவில்லின் பிம்பம், தேங்கி இருந்த மழைநீரில் பிரதிபலித்ததைக் காட்டினான். அவன் அருகில் நின்றபடி அந்த நீருக்குள் எட்டிப் பார்த்து, அந்த நீரைத் தன்னுடைய விரல்களால் வேகமாகக் கலைத்துவிட்டு, அதே வேகத்துடன் வீட்டிற்குள்ளும் சென்றுவிட்டாள். அவன் அவளுடைய பிம்பம் அந்த நீர்நிலையிலிருந்து மறைவதை உணரும் முன்பாகவே அவள் வீட்டிற்குள் நுழைந்திருந்தாள். அவளுடைய அத்தகைய செயல்பாடு தன்னிச்சையாகத்தான் இருந்ததாக சாஸ்திரி கருதினான் - ஏனெனில் அவனுக்குத் தெரியும், அவள் பெண் அல்ல, ஒரு பேய் என்று, அவன் காதலித்த பேய் என்று.

பனாரஸில் பிட்டியா மது போதையில் அலைந்திருக்கிறாள். மிகக் குறைந்த வார்த்தைகளைப் பயன்படுத்தியே ஜராவுக்குப் புகைப்படக் கலையின் அடிப்படைகளைக் கற்றுக்கொடுத்திருக்கிறாள். பொதுவாகவே அவள் அமைதியாகத்தான் இருப்பாள். ஜராவிடம்கூட அவள் எப்போதாவதுதான் ஒரு வார்த்தை பேசுவாள். என்றாலும் சாஸ்திரியுடன் இருக்கும்போது அவள் ஒரு நொடிகூட விடாமல், நிமிடங்களை வார்த்தைகளால் நிரப்பிக் கொண்டிருந்தாள் - இரவு முழுக்கக்கூட அவள் சாஸ்திரியிடம் பனாரசைப் பற்றி பேசியிருக்கிறாள். சாஸ்திரியால் அவளையோ அல்லது அவளுடைய வார்த்தைகளையோ முழுமையாக உட்கொணரவே இயலாது. அவள்மீது அவனுக்குப் பெரிதான மரியாதை இருந்தபோதும், அவன் அவளுடைய ஒரு சிறு துகள் மட்டுமே என்பதையும் உணர்ந்திருந்தான். அவனோடு அவள் இருந்தபோதும்கூட, அவள் தனியாகத் தனக்கென மனிதர்களுக்கு எட்டாத ஒரு வாழ்க்கையையும் வானத்தையும் வைத்திருந்தாள் என்பதை அவன் நன்கு அறிந்திருந்தான்.

ஒருமுறை அவன் அவளை நோக்கி, “இந்த பனாரஸ் நகரம் முழுக்க ஏன் யாசகம் கேட்பவர்களால் நிறைந்திருக்கிறது? உன்னை எது இந்த நகரத்தை நோக்கி இழுத்து வருகிறது?” என்று கேட்டான்.

“இந்த நகரம் என்னை மாதிரி தூங்குவதே இல்லை. என் கண்களின் முன் நான் பனாரஸில் என்ன பார்க்கிறேனோ அது கண்ணின் விழிப்படலத்துக்குள் பிம்பமாக மாற்றம்

கொள்கிறது. அந்தப் பிம்பங்கள் என்னை இன்னும் மன்னிக்கக் கூடியவளாக, மன்னிப்பை அள்ளித் தருபவளாக மாற்றுகிறது. அதனால்தான் நான் இந்தக் கருணை நிறந்த இடத்தை விரும்புகிறேன்" என்றாள்.

வருடங்கள் செல்லச் செல்ல ஜரா பிட்டியாவை நிறையப் புகைப்படங்கள் எடுத்திருக்கிறான். ஆனால், அவற்றில் ஒன்றில்கூட அவள் தென்படவில்லை. அவள் அதிலொரு நிழல் உருவாகவோ, அல்லது இல்லாமையைச் சொல்லும் ஒரு கோட்டோவியமாகவோ அதில் தோன்றவே இல்லை. அவளின் புகைப்படங்களில் அவள் இல்லாத ஒரு போதாமை முழுமையானதாக இருந்தது.

பிட்டியா என்றுமே ஒரு இடத்தில் ஒரு குறிப்பிட்ட மணி நேரத்தில் இருந்ததே இல்லை. ஜராவை அவள் காதலிக்கும் அதே சமயத்தில் தான், அவள் தொழுநோயாளிகள் நிறைந்த காலனியில் தொழுநோயால் மிகவும் பாதிப்படைந்த, அதிகக் கட்டுகள் போட்டிருந்த ஒரு பருமனான நபரைக் கட்டியணைத்தபடி இருந்தாள். அதேநேரம் அவள் சாஸ்திரியோடு படுக்கையறையில் இருந்தாள் - தன்னுடைய சொந்த ஊரைப் பற்றிய விவரணைகளை அவனுக்கு அள்ளிக் கொடுத்தபடி.

"நான் என்னுடைய அறுந்த செருப்பின் வாரைத் தைத்தபடி இருந்தேன்" என்றாள் அவள். "செருப்பு தைக்கிறவர் ஒரு வெளிநாட்டுக்காரரிடம் பனாரஸ் நகரத்தின் சின்னச் சின்னச் சிக்கல்களைப் பற்றிப் பேசிக்கொண்டிருந்தார். பனாரஸ் பற்றிச் சொல்லவேண்டும் என்றால், அது ஒன்றுமில்லாத ஒரு விஷயமாகத் தோன்றியது. இன்னும் தெளிவாகச் சொல்லப்போனால், அது ஒரு மாயை. ஒரு கற்பனை. ஒரு சிலருக்கு அது புகைக்கான, கண்ணாடிச் சுவர்களுக்கான, அல்லது மிக அழகான ஒளி விளக்குகளுக்காக அமைக்கப்பட்ட நகரமாகத் தோன்றும். இன்னும் சிலருக்கோ அது முழுக்க முழுக்க ஞாபகத்தின், கனவுகளின், நம்பிக்கைகளின், பயங்களின் ஒட்டுமொத்த நிலப்பரப்பாகத் தோன்றும். அவர் சொல்லச் சொல்ல அந்த வெளிநாட்டுக்காரர் அவர் கூறியதைக் கேட்கவே இல்லை. அவரது பார்வையோ புனித கங்கை நதியின்மேல் மிதந்து கொண்டிருந்த பாதி எரிந்த ஒரு பிணத்தின்மேல் உட்கார்ந்திருந்த, மரணத்தினால் கலைந்துபோன பறவையின்பால் இருந்தது".

மூச்சுவிடாமல் அவள் மறுபடியும், “ஒரு புதிய சாமியின் கோவில் தன்னுடைய எரிந்து சாம்பலாக்கப்பட்ட தூபக்குச்சிக ளோடு குத்துச் சண்டைக்காரர்கள் வசிக்கும் இடத்துக்கும் சாயப் பட்டறைகளுக்கும் நடுவே முளைத்திருந்தது...” இப்படியாகத்தான் பனாரசைப் பற்றிய அவளுடைய செய்திக் குறிப்புகள் தொடர்ந்தபடி இருந்தன.

அவள் சாஸ்திரியுடன் ஒரு நிமிடம்கூட, ஒரு நொடிகூட ஓய்வெ டுக்காமல் பேசிக்கொண்டிருந்த அதே நொடி, அவள் ஜராவின் மீது தன்னுடைய நீண்ட கூந்தலால் இலேசாக அடித்தபடி இருந்தாள் - அதேநேரம் அவள் அந்த நகரத்தின் சிவப்பு விளக்குப் பகுதியில் இருக்கக்கூடிய வளைந்த தெருக்களில் நுழைந்தபடி இருந்தாள். பெரும்பாலும் அப்பகுதிகள் இருட்டின பிறகே வெளிச்சத்திற்கு வந்தன. தான் தேவைப்பட்ட எல்லோருக்குமே அவர்களுக்கு என்ன தேவையோ அவள் ஒரே நேரத்தில் எல்லோருக்கும் தன்னிடமிருந்த எல்லாவற்றையும் கொடுத்தாள்.

ஒருநாள் ஒரு வழக்கமில்லாத, பருவ மாற்று மழைக்குப் பிறகாக நதியிலிருந்து ஜில்லென்று காற்று வீசிக்கொண்டிருந்தது. பனாரஸ் இருவேறு விஷயங்களுக்காகப் பிரத்தியேக வாசனை கொண்ட நகரம் — தின்பண்டங்கள் மற்றும் பாலியலிச்சை தான் அவை. பிட்டியா ஒரு மாற்றுத்திறனாளியின்மேல் மோதிவிடாமல் இருப்பதற்காக, கஞ்சா போதையில் அதீதமாக இருந்த ஒருவனின் நிழல்களிலிருந்து அவளை மீட்டெடுத்து, வெற்றிலைப் பாக்கு கறை கொண்ட கிரானைட் மாடிப் படிக்கட்டில் அவனைத் தூக்கி எரிந்தாள். அவனைச் சுற்றி ஓட்டடைகளும் சாக்கு மூட்டைகளின் மேல் படர்ந்த பாசிகளும் நிறைந்து கிடந்தன. அவன் அதீதமான போதை வஸ்துவை உட்கொண்டிருந்தான். அவனுடைய வெற்றுக் கரங்களால் அவளை அள்ளி அணைத்து,

அவள் அங்கிருந்து போக முயற்சி செய்தால்கூட அவளை வெட்டிவிடுவதாகப் பயப்படுத்தினான். அவள் அவனை மெதுவாக ஆசுவாசப்படுத்தி, அவனுடைய கையிலிருந்த சவரம் செய்யும் கருவியைத் தூக்கிப் போடச் சொன்னாள். அவன் திரும்பத் திரும்பத் தன் வாயிலிருந்து தான் தாகமாக இருப்பதாகப் பல நூறு தடவை பேய்ப் பிடித்தவனின் புலம்பல்கள் போலவோ அல்லது ஒரு ஜெபத்தைப் போலவோ அனத்திக்கொண்டே

இருந்தான். அவள் தன்னுடைய இரு கரங்களால் அவனுடைய கொந்தளிப்புகளையும் துடிதுடிப்புகளையும் தன்னுடைய வெற்று மார்பில் அவனை சாய்த்து அடக்க முயன்றாள். அவன் மெல்ல செத்துக்கொண்டிருந்தான். அவள் பால்கொடுக்கும் ஒரு தாயாக மாறியிருந்தாள். பிட்டியா கருணையின் முழு உருவமாக அவனுடைய மாறுதலுக்கு உட்பட்ட உருவத்தைத் தன்னுடைய கைகளுக்குள் அடக்கிவைத்தபடியே இருந்தாள் - அவனுடைய உடல் சில்லிட்ட பிறகும்கூட. விடியும்வரை அவள் அப்படியே அமர்ந்திருந்தாள்.

குளிர்கால நட்சத்திரங்கள் அதிகம் நிரம்பிக் கிடந்த வானத்தின்கீழ், பிட்டியா குழந்தை பாலியல் தொழிலாளர்கள் தங்குமிடத்தை நோக்கிப் போய்க்கொண்டிருந்தபோது, நிலைகுலைந்துபோன ஒரு வியாபாரி (மூலிகைப் பொருள்களை விற்பவன்) அவளைத் தன் வசப்படுத்தி யாருமே உபயோகிக்காத படிக்கட்டின் கீழ் கூட்டிக்கொண்டு போனான் - அதன் பக்கத்தில் ஒரு வீட்டுக் காவல் தெய்வத்தின் கோவிலும், அதற்கும் பக்கத்தில் சாக்கடைகளும் மனிதக் கழிவுகளும் நிரம்பிக்கிடந்த ஒரு கழிவுநீர் தொட்டியும் இருந்தது. அவன் ஏற்கெனவே உணர்வுரீதியாக மிகவும் வதைக்கப்பட்டிருந்த காரணத்தினால் அவன்வசம் தன்னை ஒப்படைத்து, அவனை முன்வழிநடத்திச் செல்ல அனுமதித்தாள். அந்த இடமே சுற்றிலும் கேவலமான மொழியைச் சுமந்துகொண்டிருந்தது. அவளை முழுமையாக ஆக்கிரமித்த பிறகு அவன் ஒரு பலியாடுபோல அவளைத் தன்னுடைய அரிவாளால் கொய்துவிட நினைத்தான். என்றாலும், அவன் பின் தன்னைத்தானே அதை வைத்து வெட்டிக்கொண்டு, சணல் கயிற்றில் ஒரு காய்ந்த மரத்தில் அவள் அவனைக் காப்பாற்றுவதற்கு முன்னாகவே தன்னைத்தானே தூக்கிலிட்டுக் கொண்டான்.

பிட்டியாவின் இரவு வாழ்க்கையைப் பார்க்கும்பொழுது, அதுவே அவளை முன்நகர்த்திச் சென்றதாகவும், அதேநேரம் அதனாலேயே அவள் அடிக்கடி போதை வஸ்துக்களைப் பயன்படுத்தவும், அவளை அடிக்கவும், அவளைப் பாலியல் வன்முறைக்கு ஆளாக்கவும், அவளைக் குத உறவுக்கு ஆட்படுத்திய சில மனிதர்களுக்கு அவளே ஆதரவளித்திருந்தாள். ஆனால் இந்த நிகழ்வுகளில் இருந்து அவளுக்கு எந்தத் தழும்புகளும் மனதில்

ஏற்படவில்லை. அவள் மேலும் மேலும் அடிபட அடிபட, அவள் மேலும் புனிதமாகிக்கொண்டே வந்தாள். வருடங்கள் போகப் போக அவள் இன்னும் இளமையாகிக்கொண்டு, இன்னும் அதிக அழகாகி, இறுதியில், அதீத காய்ச்சலால் ஆட்கொள்ளப்பட்ட ஒரு ஞானியின் ஒளிரும் முகத்தை அடைந்தாள். ஏற்கெனவே அங்கிருந்த பிரம்மச்சாரிகளின் லாட்ஜ்களில், ஒரு கடவுளின் இரண்டாம் வருகையோ அல்லது ஒரு புதிய அவதாரத்தில் கடவுள் உதிப்பதோ உடனடியாக நிகழ இருக்கிறது என்ற புரளி அலைந்தபடியிருந்தது. பிட்டியா அதனாலேயே மரணத்திற்கும், பேராசைக்குமான அந்தக் காலவரையற்ற நகரத்தின் நாட்டுப்புறப் பகுதிகளிலும் சந்தைகளிலும் புரணிகளாக உலாவந்த விஷயங்களுள் புகுந்து வெளியே வந்தாள்.

அந்த இரவு ஒரு முடிவுக்கு வந்துகொண்டிருந்தது. மற்ற இரவுகள்போல அந்த இரவு இல்லை. தூங்க விருப்பமில்லாத அந்த நகரத்தின் பல்வேறு பகுதிகளிலிருந்து பிட்டியா வீடு திரும்பிக்கொண்டிருந்தாள் - இரக்கத்திற்கும் ஆசைக்குமான அவளுடைய போராட்டங்கள் நடுவே. அதிகாலையின் கடைசி இருண்மையைக் குறிக்கும் புகைமண்டிய உருவங்கள், வெளிச்ச ரேகைகளாக வானில் மெல்ல மெல்ல தெற்கு - கிழக்குப் பக்கமாக உதிக்க ஆரம்பிக்கும்போது, பிட்டியா பனாரஸை ஒருமுறை திரும்பிப் பார்த்து என்றைக்குமாக மறைந்து போனாள் - எப்படி ஒன்றுமில்லாத இடங்களிலிருந்து அவள் முளைத்துத் தோற்றமளித்தாளோ அவ்வாறே அவள் மறைந்தாள். அவள் விட்டுச் சென்ற ஒளி ஒரு வழிபாட்டு முறையாகவே துணைக்கண்டத்தில் மாறி, அவளை ஒரு தெய்வத்தாயாக மாற்றி இருந்தது.

இறந்த மனைவியின் கடிதம்

மிக மிக மோசமான ஒரு குளிரின் காரணமாக நான் இரவு முழுக்க உறங்கவில்லை. என்னுடைய ஒரு பழைய நண்பருக்கு நான் கொடுத்த ஒரு சத்தியத்தைக் காக்கும் பொருட்டே, நான் பேருந்தைப் பிடித்து அந்தக் குளிர்கால இரவில் கிளப்பிற்குச் செல்ல வேண்டிய நிர்ப்பந்தம் ஏற்பட்டது. நான் கிளப்பிற்குள் நுழையும்போதே, மிகப் பருமனான அரசியல்வாதி ஒருவர் என்னைச் சத்தமாகக் கூப்பிட்டு, "நீ அப்படியெனில் காயாக்வில் போக வேண்டும் என்று விரும்புகிறாயா" என்று கேட்டார்.

நான் சுற்றும் முற்றும் பார்த்தேன். என்னுடைய நண்பர் பக்கத்தில் எங்குமே இல்லை. என்னிடம் அவர் சொன்ன வார்த்தைகளை வேறு யாரும் அங்கு கேட்டாற்போல்கூட இல்லை. அங்கு குழுமி இருந்த கூட்டம் எல்லாமே அவரவர்களுக்கான உரையாடலில் மிகத் தீவிரமாகத் திளைத்திருந்தது. ஒரு பெண் நாய் அந்த அறையின் ஒரு மூலையில் படுத்துக்கொண்டு தன்னுடைய குட்டியை நக்கிக்கொண்டிருந்தது. கவுண்டருக்குப் பக்கத்தில் ஓர் ஆடு கட்டிப் போடப்பட்டிருந்தது. அந்த அரசியல்வாதி சந்தனச் செருப்புகளை அணிந்துகொண்டு அங்கு அமர்ந்திருந்தார். அவருடைய செருப்புகள் அங்கு இருந்த பார் ஸ்டூலோடு கட்டி வைக்கப்பட்டிருந்தன. அவர் அணிந்திருந்த அழுக்கு வேட்டியோ, அவர் உட்கார்ந்திருந்த ஸ்டூலின் இருபுறமும் அழுக்குபடிந்த டென்ட் கொட்டாய்போல உப்பிக்கிடந்தன. மிகப்பெரிய ஒரு தொந்தியை அவர் கொண்டிருந்ததால் அவர் அணிந்திருந்த

வெள்ளை நிற ஜிப்பா, அவரது வயிற்றை முழுமையாக மூட இயலாமல் தத்தளித்தபடி இருந்தது. முடிக்கற்றைகள் நிறைந்த அவருடைய கைகள் அங்கு கவுண்டர் பக்கமாக ஒரு வளைவை ஏற்படுத்தி, அதன்மேல் அவருடைய மதுபானக் குவளை சாத்தி இருந்தது. அதற்குப் பக்கத்தில் வெற்றிலை தட்டம் நிறைந்த ஒரு பாலித்தீன் கவர் இருந்தது. அந்தக் கூட்டத்தில் அவர் தனியாகத் தெரிந்தார் - நான் ஒரு சாமியார் எப்படி ஒரு கூட்டத்தில் தனியாகத் தெரிவேனோ அதைப் போலவே.

என்னுடைய முடிக் கற்றைகளை நான் ஒரு கொண்டையாகப் போட்டிருந்தேன். விபூதியும் சந்தனமும் குங்குமமும் என்னுடைய நெற்றியில் குடிகொண்டிருந்தன. அதேபோல நான் ஒரு வேஷ்டி மட்டுமே அணிந்திருந்தேன். என்னுடைய வெற்று மார்புக்குக் குறுக்கே பூணூல் எனது இடது தோளிலிருந்து வழிந்து வலது அக்குளுக்குள் படர்ந்து கிடந்தது. அவருடைய கேள்வி என்னுடைய காதுகளில் ரீங்காரமிட்டுக்கொண்டிருந்தது. எல்லா உவர்ப்பில்லாத அன்னியர்களுக்கும் என்னுடைய உள்மனக்கிடக்கையைத் தெரிந்து கொள்ளும் ஒரு வேட்கை இருப்பதாகவே எனக்குத் தோன்றிற்று. அங்கு எனக்காக ஒரு நண்பர் காத்துக்கொண்டிருந்தார் என்றாலும், இந்த அன்னியர் எனக்குக் குறுக்கே வந்து கேள்வி கேட்டதன் பொருட்டு, நான் எதையும் இழக்கப்போவதில்லை என்று தீர்மானித்துக்கொண்டு, "நிச்சயமாக" என்று சொல்லிவிட்டு அவருக்குப் பக்கத்தில் உட்கார்ந்துகொண்டேன்.

"ஏன்?"

"எனக்கு என்னுடைய பெயரில் இருக்கக்கூடிய இசைத்தன்மை மிகவும் பிடிக்கும்" என்றேன் நான், அவரிடம் எதையும் பெரிதாகப் பகிர்ந்துகொள்ளாமல்.

" அது அவ்வளவு எளிதாகக் கிடைக்கக்கூடிய விஷயம் இல்லையே?" என்றார் அவர். பின் ஒரு சிறு மௌனத்திற்குப் பிறகு, "ஏன் என்று உனக்குத் தெரியுமா?" என்றார்.

"நான் கேட்டுக்கொண்டுதான் இருக்கிறேன்."

"உனது ஃபைல்கள் எதுவுமே நகரவில்லை. ஏன் தெரியுமா? நீ ஒரு அர்ச்சகர்," என்றார் அவர்.

“அதை மாற்றுவதற்கு நான் என்ன செய்ய முடியும்?” என்றேன் நான்.

“என்னவாக ஆனாலும் நான் நானாகத்தானே இருக்கிறேன்? எதுவும் அதை மாற்ற முடியாதே?”

“எங்கு உன்னுடைய முதற்புள்ளி துவங்கவேண்டுமென்றால் - நீ இன்னும் கொஞ்சம் உன் திமிரைக் குறைத்துக்கொண்டால் நலம். ஒரு நல்ல அரசியல்வாதி மட்டுமே சரியான இடங்களில் தன்னுடைய அணுகுமுறையைக் காட்டி எல்லா எல்லா விஷயங்களையும் சாமர்த்தியமாகச் செயல்படுத்த முடியும். நான் உனக்கு உதவி செய்யப் போகிறேன். ஆனால் ஏனென்று உனக்குத் தெரியுமா?”அவர் ஒவ்வொரு வரியையும் ஒரு கேள்வியில் முடித்தபடி இருந்தார். நான் எதையுமே சொல்லாமல் அவர் என்னுடைய பதில் எதுவாக இருக்கும் என்று யூகித்து, என்ன பேசப் போகிறார் என்பதற்காக அவரையே பார்த்துக்கொண்டிருந்தேன்.

“உங்களுக்கு என்னைப் பிடிக்காது என்று எனக்குத் தெரியும். மூன்று வருடங்களுக்கு முன் உனக்கு ஏற்பட்ட அந்த மோசமான சம்பவத்தை நான் அறிவேன். அதைக் குறித்து அச்சம் கொள்ளாதே. அரசியல்வாதியாக எனக்கு வேலையே இதைப் போன்ற விஷயங்களைத் தெரிந்துகொள்வதுதான். எனக்கு அதைத் தெரிந்து கொள்வதற்கு ஏராளமான வழிகள் இருக்கின்றன. ஆனால்...” அந்த வாக்கியத்தை முடிக்காமல் அவர் என்னை நோக்கி முன் நகர்ந்து, அவருடைய மனைவியும் அவரை நோக்கி நகர்ந்தாள். அப்போது அவர் மெதுவாகக் கிசுகிசுப்பான குரலில், “நான் மட்டும் இல்லை, இங்கிருக்கக்கூடிய பாதிப் பேருக்கு உன்னுடைய கேஸ் என்னவென்று தெரியும். இந்தச் சுவர்களுக்குக்கூட காதுகள் உண்டு. என் மனைவியைக் கேள்.” அவர் அவளை நோக்கித் திரும்பிப் பார்த்தார். அவள் “ஆமாம்” என்று ஆமோதிப்பதுபோலப் புன்னகைத்தாள். அது அவர் கேள்வி கேட்டதற்கு ஏற்ற லயத்துடன் கூடிய தலையசைப்பாக இல்லாவிட்டால்கூட, அவளுடைய வெற்றிலைக் கறை பாய்ந்த சிவப்பு உதட்டை அவள் ஒருமுறை தலையசைக்கும்போது சுளித்துக்கொண்டாள்.

“கையாக்வில்லை மறந்துவிடு. அது திரும்ப முடியாத ஒரு முடிவு. திரும்பியே வர இயலாத ஓர் இலக்கு. அங்கே ஒருவேளை நீ ஏதாவது கண்டடைந்தால்கூட, அவளை நிச்சயமாக நீ உயிருடன்

கொண்டு வர இயலாது. ஏனெனில் - அது பெரும்பாலும் உன்னில் இருக்கக்கூடிய வேறொன்றைக் கொன்று போட்டுவிடக்கூடும். மூன்று வருடங்களாக நீ ஒவ்வொரு நொடியும் துண்டுத் துண்டாக ஒவ்வொரு அணுவிலும் மடிந்துகொண்டிருந்தாய் என்று நான் அறிவேன். நீ இப்போது கிட்டத்தட்ட உன்னில் பாதி மனிதனாகத்தான் இருக்கிறாய். உன்னையே நீ பார்த்துக்கொள். உன்னுடைய கோவிலே புறக்கணிக்கப்பட்ட ஒரு குகைபோல வௌவால்களும் எட்டுக்கால் பூச்சிகளும் நிறைந்ததாக இருக்கிறது. யார் அங்கு போய் ஜெபிக்கிறார்கள்? யார் அங்கு போய் பிராத்தனை செய்கிறார்கள்? உன்னைக் கேட்காமல் தங்கள் வாழ்வில் எந்த முடிவும் எடுக்காத பலர்கூட இப்போதெல்லாம் உன்னை வந்து சந்திப்பதே இல்லை. அது மட்டுமல்ல. அவர்களில் பலர் கடவுள் என்று ஒருவர் இருக்கிறார் என்பதையே மறந்துவிட்டார்கள்."

அவருடைய குரல் நாங்கள் இருந்த தலத்திற்குச் சற்று மேலே அலைந்துகொண்டிருந்தது. நான் தூக்கக் கலக்கத்தில் இருந்தேன். மட்டுமல்ல, எனக்குத் தலையே வெடிக்கிறாற்போல் தலைவலி இருந்தது. அவருடைய வார்த்தைகளில் என்னால் அதற்குமேல் ஈடுபாட்டைச் செலுத்த இயலவில்லை. அவருடைய வார்த்தைகள் எல்லாமே என்னுள் புகுவதற்குமுன் ஒரு வடிகட்டியில் போட்டு இழுத்தாற்போலாகி, என் காதுகளுக்கு முன் அலைந்தன - அவற்றில் ஏதேனும் சிறிதளவு உண்மை இருந்தால்கூட. கவுண்டருக்குப் பக்கம் தூங்கிக்கொண்டிருந்த அந்த ஆட்டிற்கு அப்பால் இருந்த சுண்ணாம்பு பெயர்ந்த சுவர்களின்மேல் மஞ்சள் நிற சூரிய ஒளி ஜன்னலின் மரச் சட்டங்களுக்கு இடையே வந்து விழுந்தபடி இருந்தது. மத்தியான நேரத்து சூரிய ஒளி கண்களைக் கூசச் செய்யும் அளவிற்கு இருந்தபோதும் இப்போது அது இரட்டிப்பாக மாறியதுபோல் இருந்தது. பக்கத்தில் இருந்தவர்கள் பேசிய உரையாடல்கள் எல்லாம் நன்றாகவே காதில் கேட்டது எனினும், சரியாக எதைப் பற்றிப் பேசுகிறார்கள் என்று தெரியாமல் இருந்தன. கிட்டத்தட்ட ஈக்கூட்டம் மொத்தமாக ஒரு பழத்தை மொய்க்கும்போது ஏற்படக்கூடிய 'நொய்ங்' என்ற ரீங்காரம் ஒரு வாத்தியக்கருவி தொடர்ந்து எந்தவிதமான ஜதியும் இன்றி வாசிக்கப்பட்டதுபோலவும், ஓர் இசைக் கோர்ப்பின்போது இசை நிறுத்தப்பட்டால்கூட பக்கவாத்தியம் ஒன்று ஒலிப்பது போலவும் இருந்தது.

என் மனைவியை நான் முதன்முதலில் சந்தித்தபோது அவளுக்கு இசை பற்றிப் பெரிதாகத் தெரியாது. நான் அவளுக்குப் பிற்காலத்தில் அவள் தேர்ந்த விஷயங்கள் எல்லாவற்றையும் கற்றுக்கொடுத்தேன். இசை பற்றிய காதலை அவளுக்கு நான் சேர்ப்பித்தேன். நான் ஒரு அர்ச்சகராக இருந்தால்கூட என்னுடைய உண்மையான தேடல் இசையாக இருந்ததே தவிர, மதமாக அல்ல. என்னைப் பொறுத்த அளவுக்கு எந்தப் பிரார்த்தனையோ எந்தக் கோவிலும்கூட ஓர் அற்புதமான, உன்னதமான இசைக் கோர்ப்பு தரக்கூடிய கட்டமைப்பைத் தராது என்பது மிகவும் திண்ணமான கருத்து. எங்களுக்குள் என்ன நடந்தது என்பதை எளிமையான வார்த்தைகளில் உங்களிடம் பகிர்ந்துகொள்கிறேன்: என்னுடைய மனைவி என்னுடைய குழந்தைப் பருவத் தோழனாகிய ஒரு பார்வைச் சவால் நிறைந்த இசையமைப்பாளரோடு கையாக்விலுக்கு ஓடிப்போனாள். அஷோக் மீது இப்போதும் எனக்கு நல்ல அபிப்ராயம் உண்டு - அவன் இக்காலத்தின் மிகச் சிறந்த இசையமைப்பாளர் என்பதில் எனக்கு மாற்றுக்கருத்தில்லை. அவன் மிகவும் பக்தி உள்ளவனாக, மிகப் பெரிய குடிகாரனாக, மிகப் பெரிய குரூர மனப்பான்மை கொண்டவனாக, ஒரு வெறித்தனமான பெண்பித்தனாகவும் எனக்குத் தெரியும். அவன் வாழ்வில் வந்த அத்தனை பெண்களையும் அவன் மிகக் கொடிய வன்முறைக்கு ஆளாக்கினான். என்றால்கூட, சில பெண்கள் அவன்பால் ஈர்க்கப்பட்டார்கள்.

எனக்கும் என் மனைவிக்கும் குழந்தைகள் கிடையாது. எங்களுடைய முதல் குழந்தை குறைப் பிரசவத்தில் இறந்து பிறந்துவிட்டது. என்னுடைய மனைவி அப்போது மிகப்பெரிய அளவில் உடைந்து போய்விட்டாள். அவளுடைய போதாமைகளையும் அவளுடைய இல்லாமைகளையும் நிரப்புவதற்கு, இசையை நோக்கி மிகப்பெரிய ஆர்வத்துடன் அவள் தன்னுடைய பயணத்தைத் தொடங்கினாள். அஷோக்கிற்கு மதம் அல்லது பக்தி என்பது சடங்கு சம்பிரதாயங்களோடு சேர்ந்தது அல்ல. அவை அவனுக்கு நேர்மையைப் பற்றியும் ஒருவிதமான முழுமையான கடவுளுக்கு ஒப்புக்கொடுத்தலின் பிம்பமாகவும் இருந்தது.

ஒருநாள் ஆஷா என்னுடன் இல்லாமல் ஆகிப்போனாள். நான் அஷோக்கிடம் ஓடிச்சென்று அவனிடம் சொல்லப் போகும்போது அவனையும் என்னால் கண்டுபிடிக்க இயலவில்லை. அவர்கள்

இருவரையும் விமான நிலையத்தில் சிலர் பார்த்திருக்கிறார்கள். அவர்களைக் குறித்த வதந்திகளில் முக்கியமானதாக இருவரும் கையாக்விலுகுச் சென்றுவிட்டதாகச் சொல்லப்பட்டதாகும்; அது இங்கிருந்து பாதி தூரத்தில் இருக்கக்கூடிய ஓர் உலகமாக அல்ல, அது முற்றிலும் புதியதான ஓர் உலகம். முதன்முதலாக நான் கையாக்வில் என்ற பெயரைக் கேட்டபோது நான் ஆஷாவை முதலில் சந்தித்த நினைவுகள் என்னிடம் வந்து சேர்ந்தன. அவள் அங்கு ஒரே சகோதரன் ஷீனி அவனைத் தொழுநோய் தாக்கியது தெரிந்து கையாக்விலுக்குச் சென்றபோது அவனைப் பின்தொடர்ந்து அங்கு சென்றிருந்தாள்.

ஆஷாவிடமிருந்தும் அஷோக்கிடமிருந்தும் வெகுகாலமாக எந்த ஒரு தகவலும் இல்லாமல் இருந்தது. மூன்று வருடங்களுக்குப் பிறகாகத்தான் என்னை முற்றிலுமாகக் குலைத்துப்போடும் அந்தச் செய்தி எனக்குக் கிடைத்தது. கையாக்விலிலேயே அஷோக் இருந்திருந்தான் - ஆஷாவை அங்கிருந்தவர்கள் எல்லோரும் அஷோக்கின் தகன நெருப்பில் விழுந்து இறக்குமாறு வற்புறுத்தியதாகத் தெரிகிறது. அது மட்டுமல்ல, இன்னும் பல மோசமான வதந்திகள் அந்தக் குரூர சம்பவத்தைப் பற்றிப் பரப்பப்பட்டே வந்துகொண்டிருந்தன: ஆஷா அஷோக்கின் தகன நெருப்பில் விழுவதையும் எரிவதையும் யாரோ வீடியோவாக எடுத்திருப்பதாகவும் அல்லது ஓர் உண்மை வாழ்வின் சம்பவமாக டாக்குமென்ட்ரிக்காகப் பதிவுசெய்யப்பட்டிருப்பதாகவும் சொல்லிக்கொண்டார்கள்.

இதைவிடக் கொடியது என்னவெனில், ஆஷாவின் அம்மா என்னுடன் தங்கி இருந்தார். அவருக்கே இந்தப் பேச்சுகள் எல்லாமே காதில் விழுந்திருக்கின்றன. எங்கள் இருவருக்கும் இடையே ஆஷா குறித்து எந்தவிதமான ஒரு தகவல் பரிமாற்றமோ அல்லது உரையாடலோ நிகழவே இல்லை. என்றாலும் ஓரளவு எங்களுக்குள் மனரீதியாக ஒருவர் என்ன அறிந்திருக்கிறார் என்பதை மற்றவர் புரிந்துவைத்துக்கொண்டிருக்கிறோம்- பேசிய சில விஷயங்கள் மூலமாகவும் பேசாத பல விஷயங்கள் மூலமாகவும். என்னுடைய பெற்றோர் இறந்துவிட்டிருந்தனர். ஆஷாவின் அம்மா மட்டுமேதான் இப்போது எனக்காக இருக்கக்கூடிய ஒரே உறவு. அம்மாவுக்கு எப்போதுமே அளவற்ற பொறுமையும் கருணையும் ஒன்று. ஆஷாவின் மரணத்தைப்

பற்றிக் கேள்விப்பட்ட பிறகு அம்மா ஆஷாவின் இறந்துபோன தகப்பனைப் பற்றியும் எனக்குப் பிறக்காத குழந்தைகளைப் பற்றியும் அவளது கற்பனைப் பேரக் குழந்தைகள் பற்றியும் பேச ஆரம்பித்தாள். அவள் சற்று புத்திசுவாதீனம் இல்லாமல் ஆகிக்கொண்டிருப்பதை என்னால் உணர முடிந்தது - என்றாலும் அவளது பேச்சு மிகவும் கண்ணியமாகவே நிகழ்ந்தது. அவளுடைய பேச்சுகளில் எந்தவிதமான மூர்க்கமோ அல்லது கசப்புணர்வோ இல்லவே இல்லை. என்ன - முன்னைவிட இப்போது அதிகமாகப் பேசுகிறாள் -அப்படியான உரையாடல்களில் உயிர் வாழ்பவர்களை விடவும் மரணித்தவர்களைப் பற்றியும் பிறக்காத உயிர்கள் பற்றியும்தான் அவளுடைய பேச்சுகள் பெரும்பாலும் இருந்தன. நான் என்னுடைய பிரார்த்தனை அறையைவிட்டு வெளியே வந்த ஒரு தருணம் - (மழையற்று இருந்த அந்தக் காலகட்டத்தில் நான் மழைக்காகப் பிரார்த்தனை செய்திருந்தேன்) அம்மா என்னை அழைத்து, “இன்று குழந்தைக்கு நாம் தடுப்பூசி போட்டே ஆக வேண்டும். இது அவனுடைய பூஸ்டர் ஊசி. நான் இப்போதுதான் மருத்துவரிடம் பேசினேன். அவர் 11 மணிக்கு வருவதாகச் சொன்னார்,” என்றாள்

“ஆமாம் அம்மா” என்றேன் நான். எங்களுடைய குடும்ப மருத்துவருக்கு அவளுடைய மனநிலை பாதிப்புகள் தெரிந்திருந்த காரணத்தினால் அது ஒரு பிரச்சினையாக இருக்கவில்லை. இன்னொரு முறை நான் வீட்டை விட்டு வெளியே வந்து கொண்டிருந்தபோது அவள் என்னை அழைத்து, “நீ திரும்பி வரும்போது எனக்காக ஒரு பலாப்பழம் வாங்கி வர முடியுமா? நாளைக்கு ஆஷாவின் தந்தைக்குப் பிறந்த நாள். நான் அவரை ஆச்சரியமூட்ட வேண்டும்,” என்றாள்

நான் அந்தப் பலாப்பழத்தை வாங்கி வந்தேன்.

அந்த அரசியல்வாதி என்னுடைய பகல் கனாவின் நுனியில் மெல்லிய ஊசி வைத்து உந்திவிட்டது மிகவும் அதிர்ச்சியானதாக இருந்தது. என் முன்னால் இருந்த எலுமிச்சைப் பழச்சாறு அப்படியே தொடப்படாமல் மெல்ல மெல்ல கண்ணாடிக் குவளையின் இருபுறமும் அதிலிருந்த ஐஸ்துண்டுகள் ஒரு மெல்லிய குளிர் நுரையை உற்பத்தி செய்திருந்தது. என் நண்பர் வரப்போவதில்லை என்பது அக்கணம் தீர்மானிக்க முடிந்தது.

"உண்மையைச் சொல்லவேண்டுமென்றால்..." என்று சொல்லிவிட்டு அந்த அரசியல்வாதி என்னைத் தீர்க்கமாகப் பார்த்து, "நான் உன்னை இங்கு ஒரு குறிப்பிட்ட காரணத்திற்காகத்தான் அழைத்தேன்," என்றார்.

எனக்கு மிகவும் கோபம் வந்தது. நான் என்னுடைய குரலைக் கடுமையானதாக மாற்றியபடி என் கண்களிலிருந்த தூக்கத்தை விட்டு வெளியே வந்து, "உங்களால் ஒன்றும் நான் வரவில்லை. நான் என்னை இங்கு வரச் சொல்லிவிட்டு வராத ஒரு பழைய நண்பருக்காகத்தான் வந்தேன்," என்றேன்.

அவர் மெல்லிதாக சிரித்தபடி தன்னுடைய இரு கைகளையும் அவருடைய முகத்திற்குமுன் அசைத்தபடி ஏதோ ஒட்டடைப் பின்னல்கள் காற்றில் அலைவதுபோலச் செய்து என்னை மறுத்தார். "எந்தத் தொடர்ச்சியும் அற்ற சம்மந்தமில்லா ஒரு சம்பவத்தின் சிறு விஷயம் அது. அது மட்டுமல்ல..." என்று அவர் இழுத்தார்.

"சின்ன விஷயமா? நடப்பதைச் சின்ன விஷயமென்றா சொல்கிறீர்கள்?"

"ஆமாம். எந்த எதிர்வினையும் அல்ல. இங்கு பார்" என்று அவர் சொல்லிவிட்டுத் தன் கையிலிருந்த கடிதம் போன்ற ஒரு கவரை என்னிடம் காட்டி, "உன் மனைவியிடமிருந்து வந்த கடிதம் இது. இது இங்கு இருக்கக்கூடிய அரசுத்துறை அலுவலகங்களில் சுற்றிக்கொண்டிருந்ததை உனக்குப் பாதகம் இல்லாமல் நான்தான் காப்பாற்றி உன்னிடம் கொண்டு வந்திருக்கிறேன்" என்றார்.

உண்மையில் அந்தக் கடித உறை மீது எந்தவிதமாகவும் கறை படவேயில்லை. அதில் என்னுடைய பெயரும் என்னுடைய முகவரியும் என் இறந்துபோன மனைவியின் கையெழுத்தில் இருந்தன. அது அவளுடைய கையெழுத்துதான் என்பதில் எனக்கு எந்தச் சந்தேகமும் அதைப் பார்த்ததுமே ஏற்படவில்லை. நான் பதற்றப்பட்டு எழுந்து, அந்தக் கடித உறையை வாங்கி, அதைக் கிழித்தேன். என் கைகள் படபடத்தன. அதற்குப் பின் அந்தக் கடிதத்தை வாசிக்க ஆரம்பித்தேன்.

இதில் எந்த முகவரியையும் நான் குறிப்பிடவில்லை - ஏனென்றால் நீங்கள் எனக்கு இதற்குப் பதில் கடிதம் எழுத வேண்டும் என்று நான் விரும்பவில்லை. எதற்காக என்று

என்னைக் கேட்காதீர்கள். நான் இவ்வளவு காலம் உங்களுக்கு ஏன் எழுதவில்லை என்றும் கேட்காதீர்கள். நீங்கள் என்மேல் அதீதக் காதல் கொண்டிருக்கிறீர்கள். அஷோக் என்னை இங்கு மிருகத்தனமாக அடிக்கிறான். நீங்கள் எப்போதுமே என்னை மட்டுமல்ல, என் அம்மாவையும் மிகுந்த கருணையோடும், அன்போடும் கவனித்திருக்கிறீர்கள். அஷோக் என்னை ஒரு துடைப்பத்தைப் போலத்தான் பயன்படுத்துகிறான். உங்கள் இருவரிடமும் உள்ள வித்தியாசம் என்னவெனில், அவனுக்கு நான் தேவைப்படுகிறேன். உங்களுக்கு நான் தேவைப்படவில்லை. நான் நியாயமற்ற காரியங்களை உங்களுக்குச் செய்திருக்கிறேன் என்பது எனக்குத் தெரியும். நான் எந்தவிதமான காரணங்களைச் சொல்லியும் அதை நியாயப்படுத்த விரும்பவில்லை. ஏனென்றால் சில விஷயங்கள் புரிதலுக்கும் அப்பாற்பட்டுதான் வாழ்க்கையில் இருக்கின்றன. உங்களைத்தான் நான் நேசிக்கிறேன் என்றாலும், வாழ்க்கை என்னை அஷோக்குடன் வாழ வைத்திருக்கிறது. நான் இனிமேலும் இங்குதான் இருப்பேன். எதற்காக உபயோகமற்று இதை எல்லாம் நான் பேசிக்கொண்டிருக்கிறேன் என்று எனக்குப் புரியவில்லை. இந்த வார்த்தைகளை எல்லாம் காற்று கலைத்துப்போட்ட பிறகு என்ன மிஞ்சும் என்று எனக்குச் சத்தியமாகப் புரியவில்லை.

ஷீனியை எங்கும் காணக்கிடைக்கவில்லை. (ஷீனி அவளது சகோதரன்) ஒரு தொழுநோயாளிக்கு என்ன சாயல் இருக்கும் என்று நீங்கள் தேடிக்கொண்டிருக்கிறீர்கள். தொழுநோயாளிகள் எல்லோருக்கும் ஒரே சாயல்தான். அவர்கள் ஒரே மனிதனின் முகம் போலத்தான் காட்சியளிக்கிறார்கள். இன்னொரு முக்கியமான விஷயம், ஷீனி ஒருவேளை கையாக்விலுக்கு வராமலே இருந்திருக்கலாம். என்றாலும், நான் இங்கு ஷீனியைத் தேடித்தான் வந்திருக்கிறேன் என்று நானே நினைத்துப் பார்க்கக்கூட விரும்பவில்லை. அம்மாவிடம் எதுவும் சொல்ல வேண்டாம் - இதைக் காட்டவில்லை என்றாலும் அவள் என்னைத்தான் பழி சொல்லுவாள். நான் அதற்காக நீங்கள்தான் பழியை ஏற்றுக்கொள்ளக்கூடிய இடத்தில் இருக்கிறீர்கள் என்று சொல்ல முன்வரவில்லை. மன்னிக்கவும், இதேபோலத் தொடர்ச்சியான ஒரு மனநிலையையோ வார்த்தைகளையோ சுமந்துகொண்டு இந்தக் கடிதத்தை மேலும் எழுதுவதற்கு எனக்கு உவப்பாய்

இல்லை. நான் என்னுடைய எண்ணக் கோர்வையை மாற்றிக் கொள்ளப் போகிறேன்.

இது தொழுநோயாளிகளின் தேசம் - நிலைக்கண்ணாடியோ நினைவுகளோ அற்ற ஒரு தேசமாகவும் இருக்கிறது. இந்த நாட்டில் இரு பருவ நிலைகள் மட்டுமே இருக்கின்றன: ஒன்று கோடைக் காலம், அதில் ஒரு நாள் விட்டு ஒரு நாள் எப்படியும் மழை பெய்கிறது. மற்றொன்று மழைக்காலப் பருவம் அதில் தினமும் மழை பெய்கின்றது. புயல்கள் இந்தப் பூமியில் வெகுசாதாரணமான ஒரு விஷயமாக இருக்கிறது. முதல் வருடம் நாங்கள் இங்கு வந்தபோது நான்கு புயல்களைக் கண்டோம். இங்கு சுற்றி இருக்கிற அத்தனை பசுமையும் நம்ப முடியாத அளவிற்கு மிகவும் அடர்த்தியானவையாக இருக்கின்றன. மரச் செறிவுகளின் இலை நுனியிலிருந்து மெல்ல மெல்ல கீழிருக்கும் புல்வெளிகளில் மழைத்துளிகள் எப்போதுமே சுற்றிக்கொண்டே இருக்கின்றன. சுற்றி எங்கு பார்த்தாலும் கண்களில் படர்கொடிகளும் மரக்கொடிகளும் காணப்பட்டன. மழைக்காடுகள் எங்களைச் சுற்றி எப்போதும் சிலுசிலுவென காற்றைப் படரவிட்டுக்கொண்டே இருந்தன. கிட்டத்தட்ட அங்கு நாங்கள் எப்போதுமே ஒரு மழை இருளில்தான் இருந்தோம். அங்கிருந்த உச்சபட்ச வெப்பநிலையே 28 டிகிரிக்குக் குறைவாகத்தான் இருந்தது. ஆனாலும் ஈரப்பதம் மிக அதிகமாக இருந்தது. நாங்கள் கடலை விட்டு வெகுதூரத்தில் இல்லாமல் இருந்தால்கூட யதார்த்தப் பார்வையில் அது பல மைல் தூரத்தில் இருப்பதுபோல ஒரு மாயபிம்பத்தை எங்கள் மனதில் ஏற்படுத்தி இருந்தது - நடுவில் தடைபோட்டுப் படர்ந்து இருக்கக்கூடிய நீர்நிலைகளும் மலைக் காடுகளும் அதற்கு முக்கியமான காரணங்களாக இருந்திருக்கக்கூடும்.

வானத்தில் எப்போது மேகங்கள் இல்லாமல் இருந்ததோ, எப்போது காற்று எந்தவித சலசலப்பும் இல்லாமல் தூசி அற்று வீசிக்கொண்டிருந்ததோ அப்படியான தருணங்களில் ஒருவர் தங்களால் வானத்தைத் தாண்டியும் பார்க்கையிலும் என்ற ஒரு மாயபிம்பத்தைக் கொண்டிருக்கக்கூடும். இந்த இடமே மிக மெல்லிய நகர்தலோடு கிட்டத்தட்ட எப்போதுமே தூங்கிக்கொண்டிருக்கும் ஒரு நிலப்பரப்புபோல மெல்ல மெல்ல சூரிய அஸ்தமனத்திலும் மழைக்காலத்திலும் தன்னைத்தானே தொலைத்துக்கொண்டிருந்தது.

பெரும்பாலும் சுவாரசியமான எந்தச் சம்பவமும் இங்கு நிகழ்வதில்லை. இங்கு மிக மெல்லிய ஓர் ஒளியே அதிகாலை வேளையில் தோன்றி, அதுமட்டுமே பின் மாலை நேரம் வரை வலுக்கட்டாயமாக வீசிக்கொண்டிருக்கிறது. அந்த இடத்திலேயே விஷ ஜந்துக்களான பாம்பு, தேள் போன்றவற்றின் நடமாட்டம் மிகுதியாக இருந்தது. அங்கு பலவிதமான பறவைகளும் கொசுக் கூட்டங்களும் அலைந்தபடி இருந்தபோதும் ஒற்றைக் காக்கையோ அல்லது சிறு பூச்சிகளோ மருந்துக்குக்கூட இல்லை. கேட்கவே வேடிக்கையாக இருக்கிறது அல்லவா? பகல் வேளையின் காற்றும் வெளியும் முழுக்க முழுக்க பறவைகளின் பாடல்களாலும் பறவைகளின் அழைப்புகளாலும் நிரம்பிக்கிடந்தன. இருள் நெருங்க நெருங்க, தவளைகள் மெல்ல மெல்ல அதைப்போல வேறெங்கும் கேட்டிராதபடியான ஒரு விசித்திரமான குரலால் இரவை வரவேற்றபடி இருந்தன.

இங்கிருக்கக்கூடிய மனிதர்கள் அதைக் காட்டிலும் வேடிக்கையானவர்களாக மிகவும் பிரத்தியேகமான கடவுள்களோடும் புரிந்தேகொள்ளமுடியாத சடங்கு சம்பிரதாயங்களோடும் வாழ்ந்து கொண்டிருந்தார்கள். அவர்களுக்கு எந்தத் தனி தெய்வ ரூபங்களோ அல்லது பக்தி நூல்களோ இல்லை. அவர்களுக்கு இயற்கைசார் தெய்வ வழிபாடு எதுவும் இல்லை என்றபோதும் அவர்களுடைய பக்தி நிலையில் பறவைகளின் ஒலியும் அந்த ஒலிகளுக்கு நடுவே இருக்கக்கூடிய மௌனத்தின் இடைவெளியும் இருக்கவே செய்தது. அவர்களின் பக்தி நிலையை எந்தவிதமான அளவீட்டுக்கோலாலும் துல்லியமாகக் கணிக்க இயலவில்லை என்றாலும், அவர்களின் பக்தி பெரும்பாலும் வார்த்தைகளற்ற ஒலிகளால் நிரம்பி இருந்ததை உணர முடிந்தது - தனக்குத்தானே ஓர் அர்த்தத்தை உள்ளடக்கிய இசையைப்போல. அந்த ஒலி ஒரு கோவிலின் சிற்பக் கட்டமைப்பை ஒத்திருந்தது. எப்போதும் அங்கு மழை பெய்துகொண்டேதான் இருந்தது. அவர்கள் செய்யும் எல்லாமே மகிழ்ச்சியால் நனைந்தபடியேதான் இருந்தன. மனம் வருந்துதல் அல்லது நம்பிக்கை போன்ற வார்த்தைகளுக்கான அர்த்தம் என்னவென்று இந்த மனிதர்களுக்குத் தெரியவே தெரியாது. ஏனெனில், அவர்களுக்கு அந்த ஒரு நொடியும், அந்த ஒரு நாளும், அந்த ஒரு தருணமும் மட்டுமே எல்லாமுமாக இருந்தது. அவர்கள் தங்களுடைய முழு வாழ்வையும் பாடினபடியே

கழித்துவிடுவார்கள். அதை நாம் விவரித்து சொல்லவே இயலாது. அவர்கள் முடியவே முடியாது என்பதுபோல ஒரு மனநிலையோடு இசையைத் தொடர்ந்து கேட்டபடியே இருப்பார்கள். அவர்களைப் பொறுத்தவரை ஒருவேளை அது முடியாமல் இருக்கவும்கூடும். உங்கள் முகஜாடைகளைத் தொழுநோய் தின்றுவிடக் கூடுமே அன்றி, உங்களுடைய தொடுதலின் உணர்வுகளை அது இழக்கச் செய்துவிடுமே அன்றி, உங்களுடைய பல பாகங்களில் உங்களுக்கு வலி என்ற வேதனையே தெரியாமல் போகுமே அன்றி, அது ஒருபோதும் உங்களுடைய குரலையோ அல்லது கேட்கும் திறனையோ பாதிப்பது கிடையாது என்பதை அவர்கள் புரிந்து வைத்திருந்தார்கள். அதனாலே அவர்களுடைய தெய்வ வழிபாடு ஒலிகளின் கட்டமைப்பைச் சார்ந்ததாக இருந்தது - அது ஓர் ஆச்சரியமான ரசிக்கத்தக்க விஷயமாக இருந்தது. கடவுளைப் பற்றிய பிம்பமே அவர்கள் அனைவருக்கும் கிட்டத்தட்ட ஒன்றாகத்தான் இருந்திருக்க வேண்டும். மக்களாக அவர்களைப் பற்றி யோசிக்கும்போது அவர்கள் எல்லோருமே முழுக்க முழுக்க அப்பாவியானவர்களாகவே இருந்தார்கள். எல்லோருக்குள்ளும் நிச்சயமாக ஏதாவது ஒரு குறைபாடு இருக்கக்கூடும். யாருமே முழுமையான நல்லவர்களாக இருப்பது பெரும் கஷ்டம். அதை அவர்கள் புரிந்திருந்தார்கள்.

அதற்கும் மேலாக என்னவெனில், அவர்கள் மிகத் தீர்மானமாக, தீர்க்கமாக நம்பியது - இந்த வாழ்க்கைதான் எல்லாமுமாக இருக்கிறது - மறுபிறப்போ அல்லது மரணத்திற்கு அப்பாற்பட்ட ஒரு வாழ்க்கையோ அல்லது பரிபூரணமாக நிலவக்கூடிய ஆத்மாவோ, அதுபோன்ற முட்டாள்தனமான எந்த விஷயமும் யதார்த்தத்தில் கிடையாது. மரணம் என்பது முடிவு. அந்த ஒரு சிந்தனையினாலேயே அவர்கள் அடுத்ததாக என்ன செய்வார்கள் என்பதைப் பற்றியும் பெரும்பாலும் அறிந்துகொள்ள முடியாது. கூட்டமைப்பாக இருக்கக்கூடிய மனிதர்களிடமிருந்து உறக்க எழும் ஓர் ஒலியே அவர்களுடைய பிரார்த்தனையாக கடவுளைச் சென்றடையும் என்று அவர்கள் பயணப்பட்டார்கள். கேட்பதற்கே அத்தனை அற்புதமாக இருக்கிறது அல்லவா? அத்தகைய ஒரு நம்பிக்கையில் திளைத்துப்போன பிறகு அது மட்டுமே அவர்களுக்கு எல்லையில்லா ஓர் ஆனந்தத்தைக் கொடுத்தது. அவர்களுக்கு வேலை பார்க்கப் பிடிக்காது. அவர்களுடைய பிரார்த்தனைகள்

எல்லாமே ஒலிகளாலும் இசையாலும் நிரம்பி இருக்கின்ற ஒரு காரணத்தினால்கூட அப்படி இருக்க முடியும். ஒளியும் இசையும் மட்டுமே அவர்களுடைய உணவாகக்கூட இருந்தது.

அஷோக்கை அவர்கள் தங்கள் மனதில் ஒரு சித்திரத்தைப் போல வரிந்துகொண்டிருந்தனர். அவர்கள் அவனை ஒரு தெய்வப் பிறப்பின் உருவாகக்கூட நினைத்திருக்கலாம். அவன் பார்வைச் சவாலே அவன் கண்களில் ஒருவிதமான தெய்வீக ஒளியை அதிகரித்துக் கொடுத்திருப்பது போல அவர்கள் கண்களுக்குத் தோன்றியது. இருண்மை சூழ்ந்த அவனுடைய இசையே அவர்களுடைய தெய்வீக ஒளியாகயிருந்தது.

அஷோக் அவர்களிடம் ஒருபோதும் அன்பானவனாக இருந்ததில்லை என்றாலும் அவர்கள் அதை நேசிக்கவே செய்தார்கள். அவன் அவர்களுடைய எல்லாவிதமான வேட்கைகளையும் ஒரு சிறிய செலவுகூட இல்லாமல் தீர்த்து வைத்தான் - அவனது அச்செய்கை வாழ்விலிருந்து மரணத்திற்கு ஒரு நினைத்துப் பார்க்க இயலாத அளவிற்கான ஒரு வீச்சை செயல்படுத்தியது. அவர்களுடைய மரணித்த முன்னோர்கள்கூட அவனிடம் பாதுகாப்பாக இல்லை. அவன் ஒருவகையில் அவர்களுடைய மூத்த மதகுருவாக மட்டும் அல்லாமல், கிட்டத்தட்ட அவர்களின் கடவுள்களில் ஒருவராக இருந்தான். கடவுள் குறித்த நம்பிக்கை உள்ளவர்களுக்கு அவன் மட்டுமே எந்தவிதமான சந்தேகத்திற்கும் அப்பாற்பட்டு கடவுளுக்கு நெருக்கமான ஒரு தொடர்பை ஏற்படுத்தி இருந்தான்.

அசோக்கிற்குப் பாம்புகள் என்றால் மிகவும் பிடிக்கும். பாம்புகள் இப்போது என்னையும் மிகவும் நேசிக்கத் தொடங்கிவிட்டன. அவன் என்னுடைய நிர்வாணமான உடலைப் பூக்களால் மாலைபோல் செய்து, அதன் நெளிந்த சரடுகளின் மத்தில் என்னுடன் உடலுறவில் இணைவதை விரும்பினான். அது அவனுடைய கடைசி இசைக் கோர்ப்பின் லயத்தை ஒத்திருந்ததாக அவன் கருதினான். அவனுடைய இந்த அதிதீவிர தேவைகளும் தேடல்களும் என்னை முதலில் பயமுறுத்தின. ஆனால் நான் உங்களைப்போல அல்லாமல் முடிவுகளைக் குறித்து தீர்மானிக்காதபடியும், யாரைக் குறித்தும் தீர்ப்புகள் மனதளவில் எடுக்காமலும் இருக்கக் கற்றுக்கொண்டுவிட்டேன். அஷோக்கிற்கு அவன் என்ன செய்கிறான் என்பதைப் பார்க்கவே இல்லாது.

அவன் காது இணைப்புக் குழல் முழுக்க முழுக்க ஓர் அதி அற்புதமான தெய்வீக இசையால் நிரம்பிக் கிடந்தது. ஒருமுறை அவன் எனக்காக ஒரு பாடலை மிகவும் எளிய மொழியில் இயற்றினான்:

உன் பார்வையில்தான் நான் என் திசைகளை அறிகிறேன்.

உன் பார்வையில்தான் நான் என் துடுப்புகளின் திசையை அறிகிறேன்.

என் பார்வை ஒளியிழப்பதைப் பார்த்தபடி.

இசை லயம் ஆகட்டும், மௌனம் ஆகட்டும், அவன் இசைக்குப் பிறகான எதிரொலிகள் ஆகட்டும். அவனின் மற்ற கீழ்த்தரமான செய்கைகளில் முகம் பார்த்துக்கொண்டதில்லை. அவனால் ஒருபோதும் நாங்கள் இருவரும் தொழுநோயாளர்கள் என்பதைப் புரிந்துகொள்ள முடியவில்லை. நானே அவனுடைய முன்பார்வை, பக்கப் பார்வை, இரண்டாம் பார்வை, பின்பார்வை மற்றும் வெறிப்பு. நாங்கள் முதல்முதலாக இந்த வீட்டிற்கு வந்தபோது ஒரு பக்க வீடு முழுக்கத் தண்ணீரால் நிரம்பி இருந்தது. இன்றைய பொழுதுவரை, இதை நான் எழுதும் நொடிவரை அதை எங்களால் வெளியேற்ற இயலவில்லை. பின்பக்கம் ஒரு இலந்தை மரத்தில் ஒரு பஞ்சவர்ணக் கிளி அமர்ந்திருந்தது. அது ஏற்கனவே ஒரு கூண்டில் இருந்த கிளியாக இருந்திருக்கக் கூடும். எனவே, அந்தக் கூண்டைத் திறந்து அதை வெளியேற்றிய பிறகு, அது அந்த வானத்தின் எல்லா திசைகளிலும் தன் சிறகை அசைத்துப் பறந்து தன் பழைய இடத்திற்கே மீண்டும் பறந்தது. அன்றாடம் அது தன்னுடைய நேரத்தை இவ்வாறே முழு நாளும் கழித்து, பின் இலந்தை மரத்தின் கிளைகளில் உட்கார்ந்து, அந்த மரத்தின் செதிலை மெல்ல தன்னுடைய அலகால் கொத்திக் கொத்தி எடுத்தபடி இருந்தது. இன்னொரு பக்கம் அங்கு கூச்ச சுபாவமுடைய ஒரு குரங்கு அலைந்ததாகச் சொல்லப்பட்டால்கூட ஒருமுறைகூட என் கண்ணில் அவன் பட்டதே இல்லை. மேலும் இங்கு குழந்தைகளுக்கான ஆரம்ப இசைப் பள்ளி ஒன்று இருக்கிறது. அதற்குப் பின்னால்தான் முடிவற்ற ஒரு தொழுநோயாளிகளின் குடியிருப்பு படர்ந்து கிடந்தது. அதுவே கையாக்குவில்.

பல சிறு விஷயங்களில் அந்தத் தொழுநோயாளிகள் உன்னைப்போல இருக்கிறார்கள். அவர்களுடைய வாழ்க்கை முழுவதும் கருணையாலும் நேர்மையாலும் கட்டுப்பட்டுக் கிடந்தது. அவர்களின் தொழுநோய் பாதிப்பினால் ஏற்பட்ட உருவத்தின் காரணமாக, ஒரு தர்மசங்கடமான நிலைக்கு ஒரு அன்னியனைக் கொண்டுபோய் நிறுத்துவதைக் காட்டிலும் அவர்கள் தங்களைத் தாங்களே ஒரு காணாத இடத்தில் சென்று தொலைந்துபோகச் சம்மதிப்பார்கள். ஏற்கனவே சொன்னதுபோல தொழுநோய் எல்லாவிதமான ஜாடைகளையும் அழித்துவிடுகிறது. ஒருவருமே தனித்து ஒரு கூட்டத்தில் தெரிவதே இல்லை. எல்லோருமே ஒரே போலதான் தோற்றமளிப்பார்கள் - வெவ்வேறு செயல்பாடுகள் ஒவ்வொருவருக்கும் இருந்தபோதும். இந்த இடத்தில் தொழுநோய் முகங்கள் கொண்ட ஒவ்வொரு ஆணும் பெண்ணும் ஒரு நிரந்தர முகக் கவசத்தை அணிந்திருந்தார்கள். தொழுநோயாளர்கள் நிறைந்த தேசத்தில் எந்தவிதமான நிலைக் கண்ணாடிகளும் இல்லை. ஏனெனில் மற்றவர்களது முகத்தை ஒருவர் நோக்கும்போது அதிலேயே அவர்களுடைய பிம்பமும் எதிரொளித்துவிடுகிறது. யாராவது ஒருவர் தங்களைத் தாங்களே தொலைத்துக்கொள்ள விரும்பினால் இந்தத் தேசத்திற்குத் தப்பித்து வரவோ ஓடி வரவோ செய்யலாம் என்று ஒரு கூற்று உண்டு. அவர்களைத் தேடி யாராவது அவர்களைக் கண்டெடுத்து விடக்கூடும் என்ற நம்பிக்கையுடன் பின்னால் வந்தால்கூட, அது ஒரு மிகப் பெரிய போலியான மாயையாக மட்டுமே இருக்க முடியும். நான் அந்தப் பஞ்சவர்ணக்கிளி தனக்குக் கிடைத்த சுதந்திரத்தை எப்படி மறுதலித்துவிட்டு மீண்டும் அதன் கூட்டிற்கே வந்ததோ, அதேபோலத்தான் நானும் என்னுடைய உண்மையான பரம்பரை வேர்களைத் தேடி வந்திருக்கிறேன் என்று தோன்றிற்று. நான் என்னுடைய பிம்பத்தைக் கண்ணாடியில் நானே பார்த்துக்கொண்டிருக்கிறேன் - நீங்கள் எப்போதும் எனக்கு உபதேசித்தது போலவே. எனவே நான் ஆயிரம் ஆயிரம் மைல்கள் கடந்து பயணித்து வீடு வந்து சேர்ந்தபோதும் நான் கண்டது என்னமோ எனக்குப் புலப்படாத குழப்பங்களை மட்டும்தான். அது அப்படியே இருக்கட்டும். நீங்கள் அடுத்த முறை திருமணம் நீங்கள் திருமணம் செய்துகொள்ளும் பெண் பல குழந்தைகளைப் பெற்றுக்கொடுக்கும்படியான ஒரு பெண்ணைத் திருமணம் செய்துகொள்ளுங்கள்.

அந்த இடத்தில் அந்தக் கடிதம் முற்றுப் பெறாமல் அப்படியே முடிந்தது. அது அவளுடைய கையெழுத்துதான். அதில் அவளுடைய குரலை என்னால் உணர முடிந்தது. அதில் எனக்கு எந்தச் சந்தேகமும் இல்லை. அந்த அன்பான முகத்தில் இருக்கக்கூடிய பேரழகின் சாயல் என் கண் முன் வந்துபோனது. அது நோயால் அழிக்கப்பட்டிருக்கக் கூடுமோ என்ற அச்சமும் என் மனதில் ஏற்பட்டது. எந்த ஒரு நட்சத்திரமும் என்னை விட்டுவிட்டு இத்தனை தூரத்தில் இருக்க முடியாது என் காதலே - இவ்வளவு தூரம் நீ என்னை விட்டு நகர்ந்து போய்விட்டாய் என நினைக்கும் போதே நான் உண்மையாகவே உடைந்து போனேன்.

அந்த அரசியல்வாதி என்னிடம், "என்னுடன் வா" என்று சொல்லி அழைத்துப் போனான். நான் அவனைப் பின்தொடர்ந்து போய்க்கொண்டே இருந்தேன். நாங்கள் ஒரு பெரிய அமைச்சரவைக் கட்டடத்தின் பக்கவாட்டு வாயில் முகப்பை அடைந்திருந்தோம். அதற்கு ஒரு நீண்ட தாழ்வாரம் இருந்தது. பின் அங்கு இருக்கக்கூடிய மின்தூக்கியில் சென்று சில தளங்களைக் கடந்து, இறுதியாக ஒரு பெரிய அறையில் நாங்கள் நுழைந்தோம். அங்கு ஒரு சில பேர் எங்களுக்காகவோ அல்லது அவருக்காகவோ காத்திருந்தார்கள். அங்கிருந்த மேஜைகளில் பண்டிகை சமயம் காணப்படும் ஒரு சில இனிப்புப் பதார்த்தங்கள் காணப்பட்டன. அங்கிருந்த நாட்காட்டி ஒன்றில் பார்த்தபோது, அன்றைய தினத்தில் சந்திராஷ்டமத்தின்படி ஓர் இந்துக் கடவுள் சாத்தான் ஒருவனை அழித்த நாள் என்று குறிப்பிடப்பட்டிருந்தது.

வெளியே பால்கனியின் வழியாகக் கூக்குரலிடும் ஒரு கூட்டம் சூழ்ந்திருந்தது எனக்குத் தெரிந்தது. எனவே நான் மெதுவாக வெளியே வந்தேன். அந்தக் கட்டடத்தின் கீழ்த்தளத்தில் ஒரு மைய முற்றம் மற்ற மூன்று திசை கட்டடச் சுவர்களாலும் மறைக்கப்பட்டு அமைக்கப்பட்டிருந்தது. அங்குதான் சத்தமிட்டுக்கொண்டிருந்த அந்த மக்கள் கூட்டம் தென்பட்டது. நான் பால்கனியிலிருந்து எட்டிப் பார்த்தபோது அதை அவர்கள் உணர்ந்துகொண்டு, தங்கள் உற்சாகத்தை அதன்பொருட்டு உந்தி ஊக்கப்படுத்திக்கொள்வதுபோல மேலும் ஆரவாரித்தார்கள். அவ்வளவு தூரத்திலும் என்னால் ஒரு சில பரிச்சயமான முகங்களை அடையாளம் காண முடிந்தது. அவர்கள் அனைவரும்

என்னுடைய கோவிலில் வழக்கமாக பூஜைக்கு வந்து, இப்போது என்னை விட்டு விலகியவர்கள்.

என் பின்னால் திடீரென்று ஒரு பெரும் அசைவு தென்பட்டதை, எனக்கு முன்னால் கீழே நின்றிருந்தவர்களின் முகபாவனைகள் காட்டிக் கொடுத்தன. என்னை அங்கு அழைத்துச் சென்றிருந்த அரசியல்வாதி பின்னால் நின்றிருந்ததை நான் உணர்ந்து கொண்டேன். அவர் அவர்களிடம் ஏதோ ஜாடை காட்டினார். மறுபடி என்னை உள்ளே அழைத்தார். அந்த அறையிலிருந்த வெளிச்சம் மெல்ல மெல்ல மங்கிக்கொண்டே வந்தது. இப்போது அந்த அறையில் இருந்த மர நாற்காலிகள் எல்லாமே மறுபடி வேறொரு திசையில் அடுக்கப்பட்டிருந்தன. திரைச்சீலைகள் முற்றிலுமாக ஒதுக்கப்பட்டு ஏதோ ஒரு திரைப்படத்தைத் திரையிடப்போவதுபோல ஒரு மனநிலையை உருவாக்கிற்று. நான் பால்கனியை நோக்கிச் சட்டென ஓட ஆரம்பித்தேன். என்னுடைய பின்பக்கம் அந்த அரசியல்வாதியின் நக்கலான குரல் துரத்தியபடி வந்தது; "அப்படியெனில் நீயும் கையாக்குவில்லுக்குப் போக வேண்டும் என்று விரும்புகிறாய் அல்லவா?"

அஷோக் ஒரு மோசமானவனாக இருந்திருக்கலாம். ஆனால் அவனுக்கு அடிப்படை மனிதத்தன்மை இருந்தது. ஆஷாவால் அதைப் பார்க்க முடிந்தது - ஆனால் நான் அர்ச்சரகராக இருந்தபோதும் வாழ்க்கையை வெறுக்கிறேன். என்னுடைய பரந்துபட்ட ஆடைகளால் மறைக்கப்படாத நெஞ்சுப் பகுதியால் நான் அரை நிர்வாணமாகத்தான் இருக்கிறேன். நான் கூடி இருந்த கும்பலின் நடுவே மேலிருந்து கீழே குதிக்கும்போது அவர்கள் என்மேல் இருக்கும் இந்த மிச்சத் துணிகளை அகற்றக் கூடும். அப்படி அகற்றி, என்னுடைய நிர்வாண உடலைச் சுற்றி அவர்கள் நின்று அவர்களும் நானும் ஒன்றாகும் ஒரு மையப் புள்ளியை அடையக் கூடும். முகம் பார்க்காத ஒரு பெண்ணின் பதிவு செய்யப்பட்ட ஒரு குரல் உச்சஸ்தாயியில் அலறியது - "வேண்டாம்".

அந்த மொழி எனக்குப் புரியாத மொழியாக, தூரத்தில் நீண்ட காலத்திற்கு முன் கேட்ட ஒரு குரலாகத் தோன்றியது. அது ஒரு திரைப்படத்தின் முதல் காட்சியே ஆகும்.

11. காசி

நான் என் மகள் பாரோவுடன் காசிக்குத் திரும்பியிருந்தேன். என் குழந்தைப்பருவப் பாடல் ஒன்று என் நினைவுக்கு வருகிறது - முதலில் அங்கு காசி இருந்தது. பின்பு அது உலகமாக மாறிவிட்டது. பின்னால் அது பனாரஸ் என அழைக்கப்பட்டு, இப்போது அது வாரணாசியாகப் பெயரிடப்பட்டிருக்கிறது. நான் இங்குதான் சிறுவயதிலிருந்தே வளர்ந்தேன். அதனாலேயோ என்னவோ அது எனக்கு எப்போதும் காசியாகத்தான் இருக்கிறது. நான் மும்பை செல்வதற்காகக் காசியை விட்டு அகன்றபோது - ஒரு நகரத்தைத் தொலைத்த வலி எனக்குள் ஊடுருவிக்கிடந்தது. இங்கிருக்கக்கூடிய தெருக்களில் அலைந்தபடி இருக்கும் என் பால்யத்தை நான் விட்டுச் செல்வதுபோல உணர்ந்தேன்.

பாரோ மும்பையில் இருக்கும் தனது பழைய நண்பர்களுடன் இருக்கவேண்டும் என்று விரும்புவது எனக்கு நன்றாகத் தெரியும் - அவள் வளர்ந்த ஊராக இருக்கும் காரணத்தினால். பதினெட்டு வயது ஆகும்போது அவள் அத்தனை அழகில் மிளிர்ந்தபடி இருந்தாள். அவளது அம்மா அந்த அளவிற்குப் பேரழகியாக அவளுடைய பால்யத்தில் இருந்ததில்லை. அத்தனை பேரழகான முகத்தை ஒரு நொடி பார்க்கக்கூடிய எந்த ஆண் மகனும் நிச்சயமாகத் தடுமாறிப்போவான் என்று எனக்குத் தோன்றுவது உண்டு. நான் இதை வெளிப்படையாகச் சொன்னதில்லை - ஏனெனில் அவள் என்னுடைய மகள். நான் இதை எப்போதுமே சொல்லவும் மாட்டேன் - ஏனெனில் அவள் மட்டுமே நான்

கொண்டிருக்கும் பெரும் சொத்து. அவள் வயதில் இருக்கக்கூடிய மற்ற பெண்களைப்போலவே அவளும் ஒரு நாள் திருமணமாகி என்னைவிட்டு நீங்கிப் போவாள். அது அப்படியாகத்தானே இருக்க முடியும்? ஆனால் அவள் யாரோ ஒரு பெயரற்ற அந்நியனைத் திருமணம் செய்துகொள்ள நான் ஒருபோதும் அனுமதிக்க மாட்டேன். என்னை என் மனைவி விட்டுச் சென்றபோது நான் என்னிடமே சொல்லிக்கொண்ட ஒரு முக்கியமான விஷயம் என்னவெனில், இந்தக் குழந்தை ஒரு பையனாகவோ அல்லது நான் அதன் தாயாகவோ இருந்திருந்தால் எல்லாமே வேறுவிதமாக அமைந்திருக்கும்.

ஒருவேளை நான் ஒரு பள்ளிக்கூட முதல்வராக என் பெண்குழந்தையைக் கையில் ஏந்தியபடி இருந்திருந்தால்கூட என்னால் எல்லா விஷயங்களையும் இன்னும் எளிதாகச் சமாளித்திருக்க முடியும். அதற்குப் பிறகு பலமுறை என்னுடனே நான் மிக அதிகமாகப் பேசுவதை நிறுத்திக்கொண்டேன். நான் திரும்பத் திரும்ப இதுபோன்ற விஷயங்கள் எனக்கு நேர்வதற்கான ஒரே காரணம், அவற்றை நான் எதிர்கொள்ளப் பழகிக்கொள்வதற்காகத்தான் இருக்கக்கூடும் என்று சொல்லிக்கொள்வேன். நான் அந்த உரையாடலில் புதிய வாக்குவாதங்களை உருவாக்கி, என் தோள்களில் இருந்த பாரங்களை மெல்ல அவிழ்த்து, எனக்கு ஆறுதலைத் தரக்கூடிய வழிவகைகளைச் செய்தேனாம்! ஆமாம், ஆமாம். அந்த நாட்களில் இந்த விஷயங்களைக் குறித்து எண்ணிலடங்கா தடவைகள் என்னுடனே நான் பேசிக்கொண்டேன்.

நான் காசிக்குத் திரும்பி இருந்தேன். இந்த நகரம் இறந்தவர்களின் அல்லது இறக்கப்போகிறவர்களின் நகரமாகத்தான் இருந்தது. நான் என் குழந்தைப் பருவத்தின் காட்சிகளுள் மறுபடியும் சென்று வசிக்க விரும்புவதால் அல்ல - அந்த நகரத்தின் இரவு வாழ்க்கைக்குள் வெகு எளிதாக நுழைந்துவிடக் கூடிய ஒன்றாகவும் என்னுடைய சலிப்பை மெல்ல களைவதுமாக இருந்ததாலும் அல்ல - மும்பையின் சிவப்பு விளக்குப் பகுதிகளைக் காட்டிலும் இன்னும் பல வளங்களை எனக்குத் தந்தமையாலும் அல்ல. - அந்த நகரத்தில் வேறு எங்கும் நான் போக எனக்கு வழி இல்லாதபடியினால் அங்கு சென்றேன்.

என் மனைவி திடீரென்று மும்பையிலிருந்து திரும்பி வரும்போது அவளுடன் இளைஞன் ஒருவன் உடன் வந்தான். பன்னிரண்டு வருடங்கள் காணாமல்போய் திரும்பி வந்தவள், என்னைப் பார்க்கவேண்டும் என்று என்னுடைய பள்ளிக்கூடத்திற்கு வந்து எங்களுடைய ஆசிரியர் ஓய்வறையில் பள்ளிக்கூட நேரத்திற்குப் பிறகு சந்திக்கலாமா என்று கேட்டாள். நான் அவர்களை வெறுமனே வெறித்துப் பார்த்தேன் - சாக்பீஸ் துண்டுகளாலேயும் தூசியாலேயும் நிறைந்திருந்த என் உள்ளங்கைக்குள் கோபம் வேர்விட்டது. என் மனைவி என் ஞாபகக் கூடாரங்களில் முன்னே இருந்ததைக் காட்டிலும் இப்போது மிகவும் இளையவளாய் இருந்தாள். அவள் முகத்தில் முன்பிருந்தது போலவே ஓர் ஆதரவற்ற முகபாவனையும் அந்த இளைஞனிடம் பொய் சொல்பவனுக்கான பாவனையும் இருந்தது. அவளுக்குத் தான் செய்த காரியங்கள் குறித்து எந்தவிதமான குற்ற உணர்வும் இல்லாத குரலில் லேசான கீச்சுத்தன்மையுடன் பேசினாள். நான் அவளை மௌனமாக வெறித்தபடி இருந்தேன். அவளது பொய்யான அழகில் நான் இந்த முறை எந்தக் காரணத்தைக் கொண்டும் வீழ்ந்துவிடவில்லை.

அவளை நான் திருமணம் செய்யும்போது ஒரு பாலியல் தொழிலாளியாக இருந்தாள். எனவே என்னுடைய பெற்றோரும் என்னுடைய உறவினர்களும் மிக அதிகமாக அந்தத் திருமணத்தை எதிர்த்தார்கள். அவர்களை எப்படி நான் பாரோவைச் சந்திக்க அனுமதிக்க முடியும்? என்னுடைய இரண்டு நண்பர்கள் மட்டுமே எனக்குத் துணையாக இருந்தார்கள்: அதில் ஒருவன் இறந்து விட்டான். அடுத்தவன் கிட்டத்தட்ட மரணத்தைப்போல் அமெரிக்காவிற்கு இடம்பெயர்ந்துவிட்டான். நான் அவர்களை எல்லாம் பற்றி ஒரு வார்த்தைகூட பாரோவிடம் சொன்னதே இல்லை. அதனாலேயே நாங்கள் பல்வேறு முகங்களைக் கொண்ட காசி என்னும் நகரத்திற்கு இடம் பெயர்ந்தோம்.

எல்லாப் பாவப்பட்ட ஜென்மங்கள்போலவே நானும் இந்த ஒளிகளின் விளக்கான நகரத்திற்குத் திரும்பி வந்திருந்தேன். வயதில் இளையவர்களாய் இருப்பவர்கள் இந்த நகரத்திற்கு சமஸ்கிருதம் கற்றுக்கொள்ள வருவார்கள். அல்லது வேத பாடங்களைக் கற்றுக்கொள்வதற்காக வருவார்கள். பக்தர்கள் பெரும்பாலும் இங்கு பிரார்த்தனைகள் செய்யவும், அந்தணர்களும் அவர்களுடைய

நண்பர்களும் இங்கு போதனைகள் செய்யவும் வருகை தந்தார்கள். மற்றபடி இங்கு வரக்கூடிய குடும்பஸ்தர்கள் அனைவரும் தங்களுடைய நெருங்கிய உறவினர்களின் மரித்த சாம்பல்களை எடுத்துக்கொண்டு வந்து, இங்கு கங்கை ஆற்றின் கரையில் கரைத்து, அவர்களுடைய இறுதி யாத்திரையைப் புனிதமாக்க முயற்சி செய்தார்கள். மற்றபடி பக்தர்கள் மற்றும் துறவிகள் எல்லோருமே இங்கு இருக்கக்கூடிய ஆசிரமங்கள், கோவில்கள், சாமியார் மடங்கள் - இவற்றை எல்லாம் பார்ப்பதற்காக வந்தார்கள். கணவனை இழந்த பெண்கள் வேறு எங்கும் செல்ல வழி இல்லாமல் இவ்விடத்தைத் தங்களுடைய புகலிடமாகக் கொண்டார்கள். வாழ்க்கையில் எல்லாவற்றையும் இழந்தவர்களும், புறக்கணிக்கப்பட்டு துஷ்பிரயோகம் செய்யப்பட்டவர்களும் இங்கு அவர்களுடைய துன்பத்திலிருந்து வெளிவரவே வருகை தந்தார்கள். இங்கு யாசகம் கேட்பவர்கள் அதிகம் இருந்தார்கள். அதற்கு முக்கியமான காரணம், இங்கு வந்துசெல்லும் பலர் தாங்கள் செய்த பாவங்களுக்காக நேர்மையாக ஈகைத் திறனை வெளிப்படுத்தினார்கள் அவர்கள் தங்கள் பாவங்களிலிருந்து விடுதலை அடைவார்கள் என்ற நம்பிக்கையில், நிறைய யாசகம் கொடுப்பதாக ஒரு நம்பிக்கை இருந்தது. வாழ்க்கையில் உடல் அளவில் பலவீனப்பட்டுப் போனவர்களும் தீராத நோயால் அவதிப்படுபவர்களும் இவ்விடத்திற்கு மரணிக்கவே வருகிறார்கள். இப்படியாக காசி பல மனிதர்களுக்கு பல்வேறு முன்நோக்குகளைக் கொண்டிருந்தது.

பொதுவாக என்னுடைய மத்தியான நேரங்கள் ஓய்வு நிரம்பியதாக-குறிப்பாக எனக்கானவையாக இருந்தன. அதைப்போன்ற நேரங்களில் நான் வளைந்த அந்தத் தெருக்களில் இருந்த நிழல் மையங்களில் மெதுவாக நடந்து போவதுண்டு. குளிர்காலங்களில் நான் வெளியே மத்தியபொழுது சூரியன்கள் அலைந்த வெளியில் உட்கார்ந்து விளையாட்டுச் செய்திகளைப் படிப்பதுண்டு. காலை வேளைகளில் நான் பள்ளிக்கூட மாணவர்களுக்கு வகுப்புகள் எடுத்துக்கொண்டும், மாலை நேரங்களில் முறைசாராக் கல்வி பயின்ற மாணவர்களுக்குச் சிறப்பு வகுப்புகளை, என்னுடைய வீட்டிலேயே ஒரு தனி அறையைக் கட்டமைத்து எடுப்பதையும் பழக்கமாகக் கொண்டிருந்தேன். முழு மத்தியானமும் எனக்காகவே ஒதுக்கப்பட்டதுபோலத் தோன்றும். பாரோவும் கல்லூரிக்குச்

சென்றுவிட்டு நேராக நூலகத்திற்குச் சென்றுவிடுவாள். பின்பு நான் மாலை சிறப்பு வகுப்புகள் எடுத்துக்கொண்டு இருக்கும்போதுதான் உள்ளே நுழைவாள். நாங்கள் இருவரும் அவ்வளவாக உரையாடிக்கொள்வதில்லை என்பதை நான் ஏற்கெனவே உணர்ந்திருந்தேன். சில நேரங்களில் இரவு முழுக்க சிறப்புப் பயிற்சி வகுப்புகள் நகரின் பல்வேறு இடங்களில் நடைபெறும். அதற்கு மையக் காரணம் என்னவெனில், பயண வசதிகள் ஏதுமற்ற மாணவர்களுக்கு அவரவர் இடத்திற்குச் சென்று பயிற்சி அளிப்பதை நோக்கமாகக்கொண்டு உருவாக்கப்பட்ட திட்டம் அது. அது போன்றான பல இரவுகளில் நான் என்னுடைய சைக்கிளை ஒரு கையில் பிடித்துக்கொண்டு, மற்றொரு கையில் அந்த வகுப்புகளுக்கான வருகைப் பதிவேட்டைப் பிடித்துக்கொண்டு உள்ளே நுழையும்போதே, பாரோ சூடான ஒரு தேனீர்க் கோப்பையைக் கொண்டு வந்து என்னிடம் நீட்டுவாள். சில நேரங்களில் மாலை நேர சிறப்பு வகுப்புகளுக்கான வரைபடங்களையும் விளக்கப்படங்களையும் அவள் எனக்கு உதவியாகத் தயார் செய்வது உண்டு. அவள் அம்மாவின் மிக தீர்க்கமான கண்கள் அவளுக்கும் வாய்த்திருந்தது- அது அவளுக்கு மேலும் அழகூட்டியபடிதான் இருந்தது. அவள் குரலில் ஒரு மிகப் பெரிய வசியசக்தி இருந்தது - ஒவ்வொரு வார்த்தைக்கும் நடுவே அவள் மூச்செடுக்கும் சப்தம் என் காதுகளில் ஒலிக்கும் ஒவ்வொரு தருணமும் - என் இதயம் ஒரு முறை நின்று பின் இயங்க ஆரம்பிக்கும்.

நான் பல ஞாயிற்றுக்கிழமை காலை வேளைகளில் அவளைக் கூர்ந்து கவனித்திருக்கிறேன் - தலைக்குக் குளித்துவிட்டு அவளுடைய நீண்ட கரிய கூந்தலை ஜன்னல் பக்கம் நின்றுகொண்டு காய வைக்கும் அதே தருணங்களில், அவளுடைய கண்கள் அமைதியாக அந்தத் தெருவில் கடந்துபோகும் சைக்கிள் ரிக்ஷாக்களையும் தெருநாய்களையும் ஒரு சேர புசித்துக்கொண்டிருக்கும். நடு மத்தியில் படுத்திருக்கும் எருமை மாடுகளைச் சுற்றிக்கொண்டு, நெருக்கடியான போக்குவரத்துத் தீவுகளில் நகர்வதுபோல வாகனங்கள் நகர்ந்தபடி இருக்கும். மல்யுத்த அரங்கங்களுக்குப் பக்கத்திலிருக்கிற வெற்றிலை துப்பிய கறைகளைக் கொண்டிருக்கும் சுவர்களுக்குப் பக்கத்தில் ஓடிக்கொண்டிருந்த திறந்த சாக்கடைகள், மெல்ல மெல்ல புனித நதிக்குள் பாய்ந்துகொண்டிருந்தன..

என்றாலும் பாரோவின் இதயமும் புத்தியும் முழுக்க முழுக்க மும்பையிலேயேதான் தஞ்சம் கொண்டிருந்தது. அவைபோன்று தருணங்களில் நான் அவளை ஒருகணம்கூட சிரமப்படுத்தியதே இல்லை.

அவள் தெருக்களை அவதானிப்பதை நான் பார்த்தபடி இருப்பதை அவள் அறிந்துகொள்ளக் கூடாது என்பதில் கூடுதல் கவனம் எடுத்துக்கொண்டேன். ஆனாலும் அவள் கண்களில் இருந்த பார்வையின் மூலமாக அவள் என்னிடம் ஒற்றை வார்த்தைகூட பகிர விரும்பவில்லை என்பதைப் புரிந்துகொண்டேன் - அவள் அந்தப் பெரிய நகரத்தை, அந்த அழகான கடற்கரையை, அவளுடைய பழைய நண்பர்களைத் தேடினபடியே இருந்தது எனக்குப் புலப்பட்டது. இங்கு வேறு என்ன இருக்கிறது? பாதி எரிந்த பிணங்கள் மிதக்கும் ஒளி நிறைந்த வாழ்க்கையின் நதி; அந்தப் பிணங்களின் மேல் ஒற்றைக் காலில் உட்கார்ந்திருக்கும் ஒரு காகம் அல்லது வல்லூறு; உலகத்தின் நல்ல ஆத்மாக்களால் புறக்கணிக்கப்பட்ட சதைக் குப்பையைப் பார்த்தபடி, வாழ்க்கையின் கரையை வெகுதூரம் கடந்த அந்த ஆத்மாவின் மிச்சமிருக்கும் சக்கையான சதைப்பிண்டத்தை உற்றுநோக்கியபடி இருக்கும் அந்தப் பறவைகள்; பிச்சைக்காரர்கள் மற்றும் பக்தர்கள் நிறைந்த காசி நகரத்தின் நதிக்கரைகள்- இவையெல்லாம் நமக்குள் அப்படி என்ன ஞாபகத்திட்டுகளை ஏற்படுத்திவிட முடியும்?

நீங்கள் யாசகம் கேட்பவர்களைக் கடப்பதற்கோ அல்லது அவர்களுடன் நடப்பதற்கோ எதுவும் சொல்லவேண்டியதுகூட இல்லை. அந்தக் காட்சியின் எந்த நொடியிலும் நீங்கள் பங்கேற்பாளராகக் கூட இடம்பெறப்போவதும் இல்லை. பாரோவுடனும் அப்படித்தான் நடந்தது. அவளுடைய மனம் மும்பையின் பிரகாசங்களைத் தேடினபடியே இருந்தது- அதனுடைய வேகமான போக்குவரத்து மற்றும் மின்சார ரயில்கள் அவற்றில் ஒன்று- அது மட்டுமல்லாமல் மிக முக்கியமாக, நமக்கென்று ஒப்புவிக்கப்படாத ஒன்றுடன் நமக்கு ஏற்படும் ஒரு பந்தம்; அவற்றுடன் நமக்கு ஏற்படும் மந்திரத்தனமான பெயரிடப்படாத ஒரு பிணை மிகவும் பிரத்யேகமானது. அவள் மறுபடி மும்பைக்குத் திரும்ப வேண்டும் என்று அதனாலேயே நினைத்தாள்.

நான் அவளுக்கு அவள் பள்ளிக்காலத்தில் நடந்த சம்பவத்தைப்

பற்றிச் சொல்ல வேண்டும். ஆனால் அவள் என்னிடம் எதுவுமே சொன்னதும் இல்லை, அவளுக்கு எதையும் விவரிக்கும் ஒரு வாய்ப்பை அவள் எனக்கு வழங்கியதும் இல்லை. ஒருநாள் எனக்குப் பள்ளிக்கூடத்தில் தலைமைப் பொறுப்பில் தற்காலிகமாக இருக்க வேண்டிய ஒரு சூழல் வந்தது. அன்று மத்தியானம் பருவகாலத்தின் முதல் மழைக்குப் பிறகு நான் கோடியலாவைத் தாண்டி இருக்கக்கூடிய நகராட்சித் தோட்டங்களுக்கு அப்பால் வடக்குப்புறமாக நடக்க ஆரம்பித்தேன். அப்போதுதான் தற்செயலாக நான் சிறுவயதாக இருந்தபோது வளர்ந்த ஒரு வீட்டின் பின்புறம் நின்றிருப்பதை உணர்ந்தேன். அந்த வீட்டின் பின்புறம் வளர்ந்த பிறகு நின்று பார்த்து மற்ற வீடுகளின் கூரைகளோடு ஒப்பிட்டு நோக்குவது என்பது மிக வித்தியாசமான ஓர் அனுபவமாக இருந்தது. மற்ற வீடுகள் எல்லாமே கிட்டத்தட்ட ஒரே காம்பவுண்டிற்குள் அமைந்திருந்தனவாக இருந்தன. அவை எல்லாம் நான் வளரும்போது அங்கிருந்ததாக எனக்கு நினைவே இல்லை. ஒருவேளை அதற்கு முந்திய இரவுநேர பெருமழை ஒன்று அந்த இடத்தை நனைத்து கழுவி ஓடியிருக்க வேண்டும் - அங்கு நிறைந்திருந்த காற்று கனவில் அலசும் ஓர் ஒளியில் ரணம் நிறைந்த தெளிவோடு நனைந்துகொண்டிருந்தது போலிருந்தது எனக்கு. அது இதற்கு முன்பாகக்கூட அங்கிருந்திருக்கக்கூடும்.

திறந்திருந்த வரவேற்பறையின் கதவுகளின் வழியே எனக்கு முன்னால் தார்சாவின் பக்கத்தில் படர்ந்திருந்த பிச்சிப்பூ புதர் கண்ணுக்குப் பட்டது. அந்த நீண்ட தாழ்வாரம், பக்கத்தில் இருக்கக்கூடிய சமையலறைக்கும் அந்தப் பக்கத்தில் இருக்கக்கூடிய கழிவறைக்கும் நடுவே அமைந்திருந்த திண்ணையோடு இயைந்திருந்தது. கிணறு எப்போதும்போல மத்தியஸ்தமாகவும் அங்கிருந்த எலுமிச்சை மரம் அதன் கிளைகளை மாடிப்படி எங்கும் பரப்பியதுமாயிருந்தது. (மாடியில் நான்கு அறைகள் ஒன்றுக்கு ஒன்று திறந்து சென்று வரும்படி அமைக்கப்பட்டிருந்தது) என்னுடைய பரம்பரை வீடு இங்கு ஒருபோதும் அமைந்திருக்கவில்லை. எல்லாமே தவறாக இருக்கிறது. என்னுடைய ஞாபகசக்தி என்னிடம் ஏதோவொரு விளையாட்டை விளையாடிக்கொண்டிருக்கிறது. நான் காசியின் கிழக்குப் பகுதியில் வளர்ந்தேன். நான் என் மனதின் அதீத கற்பனை வளத்தைக் குழிதோண்டி முதலில் புதைக்க ஆயத்தமானேன்.

என்றாலும் என்னுடைய பழைய வீட்டை - அதுவும் இங்கே நான் கண்டதில் இருக்கும் ஆச்சரியம் - ஒருபோதும் பாரோ எங்கள் வீட்டின் பக்கவாட்டு நடையையொட்டி வெளியேறுவதைப் பார்த்த அதிர்ச்சியை ஒத்ததாக இருக்கவே இயலாது. அவள் மிக மெதுவாகத் தெருவை நோக்கிக் குப்பை நிறைந்து தூவிக்கிடந்த அந்தக் குறுகலான வளவுக்கு நடுவே தன்னை உட்புகுத்திக் கொண்டு நடந்து போனாள். அவ்விடத்தில் நான் சிறுவயதில் கோலிக்குண்டு விளையாடியிருக்கிறேன். அந்தத் தெரு அங்கிருந்து நேராக நகரத்திற்கு இட்டுச் செல்லும் என்பது எனக்குத் தெரியும். நான் அதைப் பார்த்துக் கொண்டிருக்கும்போதே என்னைப் பின்னால் நானே நகர்த்திக் கொண்டு அவள் பார்க்காதவண்ணம் நின்றுகொண்டேன்: அவள் நான் எங்கு நின்றிருந்தபோதும் என்னைப் பார்க்க மாட்டாள் என்று தெரிந்தும்கூட. பாரோ! எனதருமை பாரோ!

மழைத் தூறல் போட ஆரம்பித்திருந்தது. சுற்றிலும் நெரிசலான சாக்கடைக் குழாய்களும் அவை எல்லாம் ஒன்றின்மேல் ஒன்றாக சங்கமிக்கும் இடத்தில் பலப் பல குறுக்குமானலான கட்டடங்களும் தென்பட்டன. அக்கட்டடங்களின் பால்கனிகளில் துணி துவைத்துக் காயப்போடப்பட்டிருந்தன. கீழே உள்ள கடைகளில் பட்டு வியாபாரம் மற்றும் அக்மார்க் நெய், பித்தளைப் பாத்திரங்கள் விற்பனை செய்யப்பட்டுக்கொண்டிருந்தன. எனக்கு இப்போது பழையபடி என்னுடைய வீட்டிற்கு எப்படிப் போகவேண்டும் என்று புரியாமல் நின்றிருந்தேன்.

நான் காலடி எடுத்து வைத்த ஒவ்வொரு இடத்திலும் பல நெருக்கமான தெருக்களும் அவற்றுள் படர்ந்து கிடந்த விரிந்த படிக்கட்டுகளும் என்னை வெளியே செல்லவிடாமல் தடுத்தன. எனக்கு நன்றாக நினைவிருக்கிறது - நான் அந்த இடத்தைவிட்டு வெளியேறும்போது அங்கிருந்த பக்கத்துப் பள்ளிக்கூடத்தில் இருக்கும் குழந்தைகள் இந்த பைத்தியக்காரத்தனமான பாடலைப் பாடிக்கொண்டிருந்தார்கள்: "முதலில் அங்கு காசி இருந்தது. பின்பு அது உலகமாக மாறிவிட்டது."

நான் மெல்ல என்னுடைய அனாமதேயக் குழப்பங்களுக்குள் புகுந்துகொண்டேன். என் கைகள் என்னுடைய காதுகளை இறுகப் பற்றினபடி இருந்தன. நான் வீடு திரும்பும்போது பாரோ

என்னுடைய வீட்டில் இல்லை. ஆனால் அங்கு என்னுடைய பள்ளிக்கூடத்து சேர்மன் சீல் வைத்த ஒரு பிரிக்கப்படாத கடிதம் எனக்காகக் காத்திருந்தது. அது என்னுடைய பதவி உயர்வு சம்பந்தப்பட்ட கடிதமாகத்தான் இருக்கக்கூடும். இன்னொருபுறம் என்னுடைய முதல் வகுப்பு மாணவர்களில் ஒருவனான ஸ்ரீனிவாசன் - இப்போது அவன் வயதானவனாக, தொடர் இருமலால் பாதிக்கப்பட்டு தினமும் என்னை வந்து பார்க்கிறவன் - எனக்காகக் காத்திருந்தான். நான் அந்தக் கடிதத்தை அப்படியே பிரிக்காமலேயே வைத்துவிட்டேன். நானும் ஸ்ரீனிவாசனும் ஒருவரை ஒருவர் பார்த்துத் தலையசைத்துக் கொண்டோம்.

நான் என்னுடைய தலையைத் துவட்டிக்கொண்டே யோசிக்கும்போது, அவன் என்னிடம் ஏதோ ஒருவிதமான ஆறுதலைத் தேடி வருவதாகத் தோன்றியது. அவன் கற்றுக்கொள்ள வேண்டும் என்ற உத்வேகத்தில் நிச்சயமாக வரவில்லை - ஏனெனில், அவன் கிட்டத்தட்ட ஒரு மக்கானவனாகவும், ஒழுங்காகப் பள்ளிக்கு வருவதைத் தவிர வேறேதும் வகுப்பில் சாதிக்காதவனாகவும், தனது நுரையீரல் வீக்கத்தைப் பற்றிய புலம்பல்கள் கொண்டவனாகவும் மட்டுமே அறியப்பட்டிருந்தான். அவன் என்னிடம் சுவாரஸ்யமாக, அவனுடைய நுரையீரல் எப்படி அதனுடைய நெகிழ்ச்சியை இழந்துவிட்டது என்பதைப் பற்றிப் பேசுவான். அவன் அவனுடைய முடிவுக்காகத்தான் காத்திருப்பதுபோல எனக்குப் பல சமயம் தோன்றும். காசியை விடவும் மோசமான இடங்கள் மரணிப்பதற்கென்றே இருக்கின்றன - புறக்கணிக்கப்பட்ட என்னைப் போலவே அவை இருப்பதாக எனக்குத் தோன்றும். என் வீட்டிற்கு அவன் ஆயுட்காலம் முழுக்க வந்தால்கூட அவன் எதையுமே கற்றுக்கொள்ளப்போவதில்லை என்பது திண்ணம்.

"உன்னுடைய எழுத்துப் பயிற்சிப் புத்தகத்தை என்னிடம் காட்டு" என்றேன் நான்.

நான் பாரோவைப் பற்றிச் சிந்திக்க வேண்டாம் என்று முடிவெடுத்திருந்தபடியினால் ஸ்ரீனிவாசன் மீது அதிகமான அக்கறை செலுத்தினேன். அவன் என்னிடம் காட்டிய அந்த வெற்றுத்தாள்களில் என்னுடைய கண்பார்வையை ஊன்றிக் கவனித்தேன். மிக பலவீனமான ஓவியங்களால் நிறைந்த

அவனுடைய பயிற்சிப் புத்தகம் என் கைகளில் தவழ்ந்தபடி இருந்தது.

பாவிப்பயல்! அவன் அங்கும் இங்கும் சுற்றித் திரிந்த ஒரு மோசடி ஆசாமியாகத்தான் அவன் அறியப்பட்டிருந்தான் - ஒரு நாள் சட்டமும் நீதியும் அவன் கருவேல முட்களால் கண்புரை அறுவை சிகிச்சைகளைக் அப்பாவி கிராமத்தவர்களுக்குச் செய்வதைப் பார்த்து அவனை அன்றோடு அத்தொழிலை விடவைத்தது. அவனை நம்பி ஒரு பெரும் குடும்பம் அவனது வீட்டில் வசித்து வந்தது. மூன்றாவது முறையாக சட்டத்தின் முன்னால் மாட்டி, அவன் அறுவை சிகிச்சைகளை மேற்கொள்ள முடியாமல் போனதற்குப் பின்பாக, அவன் நம்பிக்கையின் பொருட்டு வியாதியைக் குணப்படுத்தும் ஒருவராக மாறியிருந்தான்.

சில ஆரம்பக்கட்ட தற்காலிக அலுவலர்கள் அவனை நிர்ப்பந்திப்பதன் பொருட்டே அவன் என்னுடைய வகுப்புகளில் கலந்துகொண்டான். அவன் படிப்பறிவில் சிறந்தவனாக இல்லாததினாலோ என்னவோ அவனுடைய நம்பிக்கைசார் மருத்துவத்தின் மேலும் எனக்கு எந்தவித நம்பிக்கையும் ஏற்படவில்லை -

என்னுடைய மற்ற மாணவர்கள் உள்ளே வராமல் போய்விட - ஸ்ரீனிவாசன் அங்கேயே உட்கார்ந்திருந்தாலும் வேறெங்கோ இருப்பது போலொரு பிரமையில் இருந்தான். “ஸ்ரீனிவாசன்” என்று கூப்பிட்டேன் நான்.

“எனக்கு நீ ஏன் என் வகுப்புகளில் பங்கெடுக்கிறாய் என்பது நன்றாகவே தெரியும். ஆனால் நான் முன்பே சொன்னதுபோல நீ இங்கிருந்து கற்றுக்கொள்வதற்கு எதுவுமே இல்லை. நான் உன்னிடம் சத்தியமே செய்கிறேன் - நீ இங்கிருந்ததுபோல நான் வருகைப் பதிவேட்டில் பதிவு செய்துவிடுகிறேன். நீ இல்லாவிட்டால்கூட அதை நான் செய்வேன் என்று நான் சொல்வதை நீ நம்பு. ஆனால் இவ்வளவு சொல்லியும் நீ அனேகமாக எல்லா இரவு நேர வகுப்புகளுக்கும் வந்து விடுகிறாய். நீ காசியில் இருக்கும் மிக மோசமான வகுப்பு மாணவனாக இருந்தால்கூட மிக ஒழுக்கமாக வகுப்பிற்கு வரும் மாணவனாக இருக்கிறாய். எனக்கு சத்தியமாக இந்தப் புதிர் விளங்கவே இல்லை.”

“நான் உங்களிடம் உண்மையாக இருக்கவேண்டும் என்று நினைக்கிறேன்,” என்று அவன் சொன்னான்.

“நீங்கள் என்னிடம் வெளிப்படையாகப் பல விஷயங்களைக் கூறியதுபோல நானும் உங்களுடன் வெளிப்படையாக இருக்கவேண்டும் என்று நினைக்கிறேன். நீங்கள் நினைப்பது போன்ற ஒரு மனிதன் நான் அல்ல. நான் உங்களை ஏன் வந்து தினமும் பார்க்கிறேன் என்றால், எனக்குப் போவதற்கு வேறு இடமே இல்லை. அதுவும் இப்போது,” என்று கூறிவிட்டு மெல்ல எழும்பி, “ஆனால் நீங்கள் என்னைப் பொறுத்தருள வேண்டும். மற்ற மாணவர்கள் வரவில்லை அல்லவா? ஒருவேளை இன்று இரவு அவர்கள் வராமல்கூட போகலாம். நான் இதுவரை உங்களிடம் சொல்லாத எதையும் சொல்லி முடித்துவிடக் கூடாது என்று நினைக்கிறேன்.”

நான் எப்படியாவது இப்போது அவனைச் செல்லவிடாமல் தடுக்கவேண்டும். இன்னும் சொல்லப்போனால் அவன் வார்த்தைகள் எனக்கு மிகப்பெரிய ஒரு பயத்தை உள்ளுக்குள் கிளறி விட்டிருந்தன. அதேநேரம் அவன்மேல் ஒரு சிறிய ஆர்வமும் அவன் இத்தனை வெளிப்படையாக மரியாதைக்குரியவனாக இருப்பது என் மனதிற்கு இசைவாகவும் இருக்கத்தான் செய்தது. அதேநேரம் அவனுடைய வார்த்தைகளின் மூலமாக அவன் சொல்வதன் மேல் ஒரு சிறு ஆர்வமும் அவனுடைய அப்பட்டமான நேர்மையை அவன் வெளிப்படுத்திய அந்த மாண்பும் என் மனதிற்கு மிகவும் நெருக்கமாகத்தான் இருந்தது.

“நீ என்னிடம் சொல்லத் தயங்கும் அந்த விஷயம் என்ன?” என்று நான் அவனிடம் கேட்டேன். நான் கிட்டத்தட்ட என்னுடைய மனநிலையை மீறி அவனைப் பார்த்து இந்த வார்த்தைகளைப் பேசும்போது புன்னகைக்க முயற்சி செய்தேன்.

“நீங்கள் உங்களுடைய வாத்தியாரை ஏதேனும் ஒரு தெருவில் சந்திக்க நேர்ந்தால் அவரை அடையாளம் கண்டுவிடுவீர்களா?” என்று அவன் கேட்டான்.

“நீ இப்படிக் கேட்பாய் என்று நான் எதிர்பார்க்கவில்லை என்பதை நான் ஒத்துக்கொள்ளத்தான் வேண்டும். அதற்காக, நீ சொல்வதைக் கேட்டுச் சிரிக்கவும் முடியவில்லை. நீ யாரைப்

பற்றிப் பேசுகிறாய்? என்னுடைய வாத்தியாரையா அல்லது என்னை உருவாக்கியவரைப் பற்றியா?" என்று கேட்டேன்.

"ஓ! அதெல்லாம் இல்லை" என்று அவன் லேசான கிசுகிசுப்பான குரலில் வார்த்தைகள் தத்தளித்தபடி சொன்னான். சொல்லிவிட்டு பாரோ வாசலில் நிற்க அவன் வாசலை நோக்கிச் சென்றான்.

நான் கிட்டத்தட்ட பாரோவைப் பற்றிய எல்லாவற்றையும் மறந்துவிட்டேன். "போகாதே!" என்று நான் கதறினேன் - அவனை நான் இதற்குமேல் ஒரு நொடிகூட பார்க்க வேண்டாம் என்ற மனநிலைக்கு வந்தபோதும் அவ்வாறு சொன்னேன். ஆனாலும் அவன் போயிருந்தான். பாரோ நான் நீட்டியிருந்த இரண்டு கைகளையும் அவளுடைய இரண்டு கைகளால் பற்றிக்கொண்டாள். அந்த ஸ்பரிசம் என்னை நெகிழ்த்தியது. அவள் குழந்தையாக இருக்கும்போது அவள் அம்மா அவளை விட்டுவிட்டுச் சென்ற பிறகு நான் அவளைக் கூட்டிக்கொண்டு, இந்த நகரத்து வீதிகளில் நடந்து போனது உண்டு. இப்போது அந்த ஞாபகம் வந்ததில் எனக்கு ஒன்றுமட்டும் நன்றாகப் புலப்பட்டது. பாரோ என்னுடைய வாழ்க்கையின் மையப்புள்ளியாக மாறிவிட்ட பிறகு நான் கடவுளில்லாத ஒரு வாழ்க்கையிலிருந்து பெற வேண்டியவற்றை எல்லாம் பெற்றுக்கொண்டிருந்தேன்.

"அப்பா!" என்று சொல்லிவிட்டு ஒருமுறை ஒரு நிமிடம் தயங்கினாள் பாரோ. என்னை அடுத்த அறைக்கு அவள் மெல்ல அழைத்துக் கொண்டுபோய், "அஷோக்கை நீங்கள் சந்திக்கவேண்டும் என்று விரும்புகிறேன்," என்றாள்.

அவள் அப்போதே அப்படியே ஸ்ரீனிவாசனின் ஒரு சுருக்கப்பட்ட பதிப்பாக என் கண்முன் தோன்றினாள். என் முன்னால் இப்போது நின்றுகொண்டிருக்கும் இளைஞனின் போலியான முகத்தை நான் உற்றுநோக்கினேன். ஆனால் அவன் என் கண்களைப் பார்க்கத் தவிர்த்து, பல வருடங்களுக்கு முன்னால் என் மனைவி அவன் பக்கத்தில் மும்பையில் இருக்கும் ஒரு பள்ளியில் நின்றதுபோலவே நின்றபடி இருந்தான்.

"ஆனால் பாரோ, அவன் ஒரு பொய்யன்" என்று நான் சொல்லிக்கொண்டு இருக்கும்போதே, நான் என்னுடைய நாக்கைக் கடித்துவிட்டதால் என்னை அறியாமல் என் கண்களுக்குள் கண்ணீர் பொங்கி நிரம்பிற்று.

இப்போது நான் என் மனைவி அங்கிருந்த சோஃபாவில் உட்கார்ந்து இருப்பதை நான் பார்த்தேன். அதேபோல் அந்த அறையில் பலர் இருந்தார்கள். அவர்களில் கசிபூரிலுள்ள வெற்றிலைக்கறை படிந்த பற்களைக் கொண்ட என்னுடைய அத்தையையும், அவளுடன் ஆஸ்துமாவால் பாதிக்கப்பட்ட மாமாவையும் நான் பார்த்தேன். அவர்களை அதற்குமுன் நீண்ட வருடங்கள் நான் பார்த்ததில்லை.

நான் மிகவும் கூர்ந்து கவனிக்கும்போதுதான் அங்கு பல்வேறு விதமான மனிதர்கள் கூடி இருப்பது எனக்குத் தெரிந்தது. நான் என்னுடைய பழைய சொந்தக்காரர்களை நிச்சயமாக அடையாளம் கண்டுகொள்ள வேண்டும் என்று எனக்குத் தோன்றிற்று. ஆனால் அதற்குக்கூட எனக்கு நேரமில்லை. இந்த முட்டாள் ஸ்ரீனிவாசன் இங்கே என்ன செய்துகொண்டிருக்கிறான்? அவர்கள் எல்லோரும் நான் அங்கு வருவதற்கு முன்பாகவே கூடி, ஒரு சில முடிவுகளை எடுத்திருந்தார்கள். அவற்றை எல்லாம் என்னிடம் முன் நிறுவப்பட்ட தகவல்களைப்போலவே சொல்ல ஆயத்தமாய் இருந்தார்கள். இவர்கள் எல்லோரும் எனக்கு யார் என்று எனக்கு சத்தியமாகப் புரியவில்லை. எதற்காக எனக்கு அவர்கள் தேவைப்படுகிறார்கள்? என் மகளைச் சந்திப்பதற்கு அவர்கள் யாரும் எனக்குத் தேவைப்படவில்லை என்பதை அவர்கள் அறியவில்லையா? அவர்கள் யாருமே தேவையில்லை என்று நான் தீர்மானித்ததால் நான் பாரோவை நோக்கித் திரும்பினேன். அவளது பின்புறத்தை அங்கிருந்த பக்கத்து அறையிலிருந்த கரும்பலகையில் சாய்த்து, மெதுவான குரலில், "பாரோ! நீ ஏன் என்னை ஏமாற்றினாய்?" என்று கேட்டேன்.

அவளுடைய குரலில் தோய்ந்திருந்த கண்ணீர் அவள் வார்த்தைகளில் ஈரத்தைக் கோர்த்து, "நான் உங்களை ஏமாற்றினேன் என்ற ஓர் எண்ணத்திற்கு நீங்கள் ஏன் இடம் கொடுக்கிறீர்கள் என்பது எனக்குப் புரிகிறது. ஆனால் நான் அஷோக்கைச் சந்திக்க வேண்டும் என்று சொன்னதாலே அந்த எண்ணத்தை நீங்கள் மனதில் வைத்திருக்க வேண்டாம். ஒரு நொடியில் நீங்கள் கடவுளாகவும், அடுத்த நொடியிலேயே உங்களின் ஆண்தன்மையை நான் சந்தேகிப்பது போலவும் இருக்கிறது. நீங்களும் உங்களைச் சுற்றி தயவுசெய்து பார்த்துக் கொள்ளுங்கள். இந்த உலகம் மாறிக்கொண்டு இருக்கிறது. நீங்கள் எங்கே இருக்கிறீர்கள்?"

நான் அவளிடம் அவள் அந்தப் பழைய வீட்டில் இன்று காலை எதற்காக வந்தாள் என்று கேட்க வேண்டும் என்று நினைவுபடுத்திக் கொண்டேன். என்றாலும் எனக்கு இருந்த அதிகப்படியான அழுத்தங்களின் காரணமாகவும் குழப்பங்களின் வீரியத்திலும் நான் என்னுடைய பதற்றத்தை மறைத்த காரணத்தினால், அந்தக் கேள்வி என்னுடைய புத்தியிலிருந்து நழுவிப்போய்விட்டது. "என் குழந்தையே!" என்றேன் நான். "நான் அஷோக்கை உன் அம்மாவுடன் பார்த்தேன். எப்போது தெரியுமா? நீ அவனைக் கூட்டி வந்து என்னைச் சந்திக்க வைப்பதற்கு முன்னால்."

"இல்லை. அது பொய்" என்று சொல்லியபடி அவள் பெரும் குரல் எடுத்து அழுதபடி அறையை விட்டு வெளியேறினாள்.

யாராவது அவளிடம் அவளது தாயின் கடந்த காலத்தைப் பற்றிப் பேசியதைப் பார்த்திருக்கிறீர்களா? நான் அவளின் ஒட்டுமொத்த வருங்காலமும் அவளது பெற்றோரின் கடந்த காலத்தினுள் புதைந்து கிடப்பதாகத் தான் நினைத்தேன். எத்தனை பொய்யான மனிதர்கள்! பாரோவை எந்தவிதத்திலும் சங்கடப்படுத்தாமல், அதை அவர்கள் மறக்கவே முடியாத அளவிற்கு ஒரு பாடத்தை நான் கற்றுக்கொடுத்து விடுவேன். நான் இப்படி எல்லாம் நடந்து கொள்வேன் என்று நானே நினைக்கவில்லை.

நான் பழையபடி அறைக்குத் திரும்பி என்னுடைய அந்த அறையின் ஓர் ஓரத்தில் அமைதியாக தனியாக நின்றுகொண்டிருந்த என்னுடைய மகளை நோக்கி "இந்த அஷோக்தான் நீ திருமணம் செய்து கொள்ள வேண்டும் என்று நினைத்தவனா பார்வதி?" என்று மிகவும் சன்னமான குரலில் எந்தவிதமான உணர்வும் இன்றி கேட்டேன். என்றாலும் அந்த மோசமான மனிதர்கள் மத்தியில் என்னுடைய வார்த்தைகள் வந்து விழும் இடத்தில் மௌனம் முளைத்துக் கிளைவிட்டிருந்தது.

அவள் தன்னுடைய தலையைக் குனிந்தபடி தவறும் வெட்கமும் கலந்த ஓர் உணர்வில் தலையைக் கீழே தொங்கப்போட்டு நிற்க, அவளுடைய கன்னங்களில் கண்ணீர் வழிந்தபடி இருந்தது.

"எல்லாம் சரிதான் என் குழந்தாய்!" என்றேன் நான். அதற்குப் பிறகு எங்களைச் சுற்றி புன்னகைகள் நிரம்பிக்கிடந்தன. அங்கிருந்த மனித சலசலப்புக்கு நடுவே நான் என்னுடைய

வார்த்தைகளைச் சரியாகப் பேசியது போலவும் அதைக்கூட அவர்களை முன்தீர்மானித்து எனக்கு அளித்ததாகவும் தோன்றியது. நான் அவர்கள் பேசிக்கொண்டிருந்ததைக் காதில் கேளாமல் என் முதுகுப்புறமாய் அவர்களை நிற்க வைத்துக்கொண்டேன். மறுபடி நான் குழந்தைப் பிராயத்தில் வளர்ந்த வீட்டை நோக்கிக் கிளம்பினேன். அங்குதான் எல்லாமே துவக்கப்பட்டது. என் வாழ்வே இப்போது சிதைந்து போய்க் கிடக்கிறது. நான் என்னுடைய பாதைகளைத் தவறவிட்டு என்னுடைய காலடிச் சுவடுகளை மறுபடி தேடிச் செல்கிறேன். ஓடிலியாவைத் தாண்டிய நகராட்சி தோட்டங்களில் நான் அவற்றைத் தேடி அலைந்தபோதும் அதனால் எந்தப் பயனும் இல்லை. மறுபடியும் மழை பெய்ய ஆரம்பிக்கிறது. நான் வீட்டிற்குத் திரும்ப வேண்டும். ஆனால் அங்கு எந்தவிதமான வீடும் தென்படவில்லை. குடையுடன் வந்த ஒருவர் ஸ்னேகமுடன் என்னை நிறுத்தி, அந்தத் தெருவிளக்கு ஒளியில் என்னிடம் அன்பான வார்த்தைகள் ஒன்றிரண்டைப் பகிர்ந்தார்.

இங்கு என்னுடைய வாழ்க்கை முடிந்துவிட்டது. இப்போது எனக்கு நடப்பதாக நான் நினைப்பது எல்லாமே நான் மறுபடி மறக்க இயலாத விஷயங்களாக இருக்குமோ என்ற அச்சம் எனக்கு ஏற்பட்டது. அந்தக் குழப்பத்தோடேயே நான் பெருமழை பொத்துக்கொண்டு பெய்யும்போது அசையாமல் நின்றிருந்தேன். என் வாழ்க்கை வீணாகி என் காலடியில் கிடந்தது போலிருந்தது.. என்னுடைய கனவுகள் அத்தனையும் சிதைந்துபோய்க் கிடந்தன - சாம்பலாக்கப்பட்ட என்னுடைய சிதறடிக்கப்பட்ட நம்பிக்கைகளின் மத்தியில். நான் என்னுடைய பலவீனங்களை ஒத்துக்கொள்கிறேன். - என்னுடைய தோல்விகளை நான் தழுவிக்கொள்கிறேன்.

இது போன்ற விஷயங்கள் யாருக்காவது நடக்கத்தான் செய்யும் என்று எனக்கு நானே ஆறுதல் சொல்லிக்கொள்கிறேன் - அவர்கள் எல்லோரும் வடக்கே இருக்கும் உத்திர காசியிலோ தெற்குப் பக்கத்தில் இருக்கும் சிவகாசியிலோ அல்லது கிழக்கு காசியின் புறநகர் பகுதியிலோ அல்லது கோடலியாவின் வடக்குத் துருவத்திலோ வசிக்கலாம். மனதில் நிறைந்த பல தீர்மானங்களுடன் நான் ஒரு வாடகைக்காரில் ஏறுகிறேன். என் நினைவில் அலையும் என்னுடைய குழந்தைப்பிராய வீட்டை

நோக்கி அந்த வாகனத்தைச் செலுத்தச் சொல்கிறேன். காசியின் கிழக்குப் புறநகர் பகுதியில் அது அமைந்திருக்கிறது என்று என்னால் ஞாபகப்படுத்திக்கொள்ள முடியும். என்றாலும் இப்போது அங்கு பல்வேறு விதமான விளக்குகளும் ஒளிக்கீறல்களும் நிறைந்திருக்கின்றன. அங்கிருந்த எலுமிச்சை மரம்கூட பல்வேறு விளக்குகளால் அலங்கரிக்கப்பட்டிருக்கின்றன. வாசல் நடையிலும் ஜன்னல்களிலும் மாமர இலைகள் தொங்கவிடப்பட்டிருக்கின்றன. அங்கிருந்த ஒவ்வொரு பசுமாட்டிற்கும் கன்றுக்குட்டிக்கும் அதனுடைய நெற்றிகளில் குங்குமப் பொட்டிட்டு, வீட்டின் முன் கட்டப்பட்டு நிறுத்தி வைக்கப்பட்டிருக்கின்றன. அவற்றிற்குக் கூடத்துணைக்கு அங்கிருக்கக்கூடிய ஒரு பெட்ரோமாக்ஸ் விளக்கு எரிந்தபடி இருக்கின்றது.

நான் அந்த வீட்டிற்குள் நுழையும்போது அங்கு என்ன எனக்குக் காணக்கிடைக்கும் என்று எனக்கு ஏற்கெனவே தெரிந்திருந்தது. நான் எனக்காக எது ஒதுக்கப்பட்டிருக்கிறதோ அதை ஏற்றுக்கொள்ளும் மனநிலையில் இருந்தேன்,

அவர்கள் எல்லோரும் அங்குதான் இருந்தார்கள். வீட்டில் யார் யாரெல்லாம் நான் வேண்டாம் என்று நிராகரித்துவிட்டு வந்தேனோ - அஷோக்கின் அப்பா ஸ்ரீனிவாசன் உட்பட - - என்னை அந்த அறையின் உள்ளே தள்ளிக்கொண்டு போனார்கள். அங்கு லேசாக வழுக்கையுடன் காவி உடை அணிந்த ஒருவரிடம் அசோக்கின் அப்பா என்னை அறிமுகப்படுத்தும்போது, அவர் உலகத்தின் ஆக அன்பான குரலில் என்னைப் பார்த்து, “என் சகோதரனே!” என்று அழைத்தார். அந்தத் தொனி அப்படியே அவர் அதற்கு முன் ஸ்ரீனிவாசனுடன் பேசிக்கொண்டிருந்த ஓர் உடையாடலின் நீட்சியாகத்தான் இருந்தது. - “கற்றுக்கொடுப்பது, நம்புவது மற்றும் கற்றுக்கொள்வது இவை எதுவுமே நம்பிக்கையோடு தொடர்புடையவே அல்ல. அவை எல்லாமே செயல்பாடுகள்தாம். நான் உங்களுக்கு அதைக் காட்டுகிறேன். நீ அதைக் குறித்து எந்தக் காலமும் வருத்தப்பட மாட்டாய், ஒரு நிமிடம்கூட.”

கேட்பதற்கு மிகவும் முட்டாள்தனமாக இருக்கக்கூடிய இந்த விஷயத்தை எதிர்த்து நான் எதுவுமே சொல்லவில்லை. ஏனெனில் நான் இழப்பதற்கு எதுவும் இல்லாததுபோல் உணர்ந்ததால் - நான் எந்தவிதமான விவாதத்திற்குள்ளும் என்னை உட்புகுத்திக்

கொள்ளவில்லை. யாருமே கற்க முடியாத ஒருசில விஷயங்களை நான் கற்றுக்கொள்ள விரும்பினேன். நான் அந்த நபரைப் பின்தொடர்ந்து கதவு ஓரம் வரை சென்றுவிட்டு, பின் திரும்பி அங்கு நிறைந்திருந்த மனிதர்களைக் கடைசியாக ஒரு முறை பார்ப்பதுபோல் பார்த்தேன். பாரோ என்னைப் பார்த்து அழுதாள். அவள் அஷோக்கிற்குப் பக்கத்தில் நின்றிருந்தபோதும் அஷோக் அவளை எப்படிச் சமாதானப்படுத்துவது என்று புரியாமல் பார்த்துக்கொண்டிருந்தான். எல்லோருமே இறுக்கமான முகத்தை அணிந்திருந்தார்கள், அவர்கள் விருப்பத்திற்கு மாறாக என் மனைவியும்.நடப்பதுபோல ஒரு முகபாவனை அவர்களிடம் தென்பட்டது. சமையலறையிலிருந்து கமகமவென்று சமையல் செய்யும் வாசனை காற்றில் கலந்து கரைந்து வந்து அடைந்தது. என்றாலும் இந்த அந்நியனைப் பின்தொடரும் சந்தர்ப்ப சூழல் தந்த வலியின் அடர்த்திக்கு, அங்கிருப்பவர்களை விட்டு விலகி, அந்தப் பண்டிகை வாசம் நிறைந்த சமையல் ஒத்துவரவில்லை. வானம் வெளிறிப்போய்க் கிடந்தது. அப்போதுதான் மெல்ல காற்று வீச ஆரம்பித்திருந்தது. நதிக்கரையில் இருக்கக்கூடிய சின்னச் சின்ன கல்லால் செய்யப்பட்ட படிக்கட்டுகளில் அந்த நிலவொளியின் குளிர்ச்சியில் நான் அமரவைக்கப்பட்டேன். என்னுடைய தலை முழுவதுமாகச் சிரைக்கப்பட்டது. அங்கிருந்த அழுக்குத் தண்ணீர்களில் நான் மூழ்கி எழுந்த பிறகு, என்மீது சந்தனக் கலவை, புனித எண்ணெய் தெளிக்கப்பட்டு என்னுடைய முன் நெற்றி பெரிய குங்குமப்பொட்டும் விபூதியும் வைக்கப்பட்டு அலங்கரிக்கப்பட்டது - நான் காசிக்கு இதற்காக மட்டும்தான் திரும்பியிருந்தேன்.

நான் என்னுடைய பழைய துணிகளை எல்லாம் எறிந்துவிட்டு, இரண்டு முழு நீள காவித் துணியை எடுத்துக்கொண்டேன். ஒன்றை நான் இடுப்பிலும் அடுத்ததை என்னுடைய நடுங்கும் தோள்களின் மேலும் போர்த்திக்கொண்டேன். மெல்ல மெல்ல பலவீனம் அடைந்துகொண்டு வந்த அந்த விடியல் பொய்யாய் என்மேல் படிவதுபோல இருந்தது. நான் வெறும் காலில் நடக்கத் துவங்கினேன். என்னுடன் என்னுடைய புதிய உறவு நடந்து வந்தான் - அவன் மிக இளமையாக, அமைதியானதாக எப்போதும் உதட்டில் ஒட்டிக்கொண்டிருக்கின்ற ஒரு புன்னகையுடன் இருந்தான். முதலில் விஷ்வநாத் கோவிலுக்கும், பின்பு மணிகர்ணிக்கா குண்டுக்கும்

அதற்கும் பின் அசி காட் வரை நீண்டிருக்கக்கூடிய கங்கை நதியின் தெற்குப் பகுதியில் அமைந்திருக்கும் கரைகளுக்கும், தொடர்ந்து துர்கா கோவிலில் நடைபெறும் பிரார்த்தனைகளுக்கும், பின்பு பஞ்ச்கோசி சாலையின் வழியாக கர்டமேஷ்வர், பிம்சாடி, ராமேஷ்வர், கப்பில்தாரா, பர்ணா சங்கம் என்று போய் மறுபடியும் மணிகர்ணிக்காவிற்கு வந்து சேர்ந்தோம். பருவக்கால மழை மெல்ல கசிய ஆரம்பித்திருந்தது. எனக்குத் தெரியாத புரியாத சமஸ்கிருதத்தில் பிரார்த்தனைகள் செய்யவும் (அந்த மொழியை நான் அறிந்திருக்கவில்லை) என்னுடைய பங்கு உணவை மற்றவர்களுக்கு யாசகமாகக் கொடுப்பதிலும் தொடர்ந்து உண்ணாவிரதம் இருப்பதிலும் காலத்தைக் கடத்தினேன். நான் என்னுடன் இருப்பவர்கள் கங்கை ஆற்றில் குளிப்பதுபோல தினமும் அதிலேயே குளித்தேன். நேரம், காலம் எனக்குப் பெரிய முக்கியமானதாக இல்லை. ஆரம்பகாலக் கட்டங்களில் எனக்குப் புரியாத சில பிரார்த்தனை வாராத்தைகளைப் புரியாத மொழியில் நான் மறுபடி மறுபடி சொல்ல வேண்டிய நிர்ப்பந்தம் இருந்தது. ஒருவருக்கு ஒருவர் காலமும் நேரமும் வேறுபட்டதை நான் அங்கிருக்கும்போது உணர்ந்து கொண்டேன். என்றாலும் துயரம் ஒரு மனிதனுக்கு எந்த அளவிற்குக் கடவுளின்மேல் நம்பிக்கையை ஏற்படுத்துகிறது என்பதுதான் மிகப் பெரிய புதிர். கடவுள் நம்பிக்கை அற்றவர்கள்கூட தங்கள் வாழ்வின் துயரத்தினால் கடவுளைத் தேடிவருகிறார்கள். அதனால்தான் காசி என்னும் அந்த வரலாற்றைக் காட்டிலும் பழமையான நகரத்தை ஞானிகளும் புகழ்ந்து பாடியிருக்கிறார்கள். காசி எப்போது ஆரம்பிக்கப்பட்டது என்றும், எப்போதுவரை அது இருக்கும் என்றும் யாராலும் கணித்துச் சொல்ல இயலாது. நான் கங்கை நதிக்கரைகளில் என்னுடைய பாரங்களை எல்லாம் இந்தப் புனித காசி நகரத்தில் இறக்கி வைத்திருக்கிறேன். நான் சந்தோஷமாக இருக்கிறேனா? நான் சோகமாக இருக்கிறேனா? இதை எல்லாம்விட நான் உயிரோடிருக்கிறேனா என்று கேட்கலாம். நீ என்னைக் கெஞ்சு. நீ என்னை நம்பு. நீ எனக்குப் பாத்தியப்பட்டவனாக இரு.

12. பின்தொடர்தல்

அம்பாள் ஒருமுறை தன்னுடைய படுக்கையறைக்குள் காலை வேளையில் நுழையும்போது அவள் படுத்திருந்த படுக்கையின் பக்கத்தில் பார்த்தாள். தன் கண்களுக்கு முன் விரிந்துகிடந்த அந்தக் காட்சியின் உண்மைத்தன்மையை அவளால் ஒப்புக்கொள்ளவோ ஏற்றுக்கொள்ளவோ முடியவில்லை. அவள் அன்று கர்காணில் உள்ள ஓர் அரசுசாரா இயக்கத்தின் கூட்டத்தில் பங்குபெற்று, மிகத் தாமதமாகத்தான் வீடு திரும்பி இருந்தாள். அந்தக் கூட்டம் நீண்ட நேரம் நடைபெற்றது.

வீட்டில் அவளுடைய கணவன் அவளுடைய மெல்லிய இளஞ்சிவப்பு மார்புடையையும் அவளது ஜட்டியையும் அணிந்திருந்தான். அவனுடைய உதடும் நகமும் முழுதுமாக அடர்சிவப்பு நிறச் சாயத்தைப் பூசியிருந்தன. கன்னங்கள் முழுவதும் அதீதமான ரூஜ் தடவப்பட்டு, புருவங்கள் எல்லாம் செதுக்கப்பட்டு, அதன்மேல் ஒரு அடர் கறுப்பு வண்ணக் கோடு பென்சிலால் இழைக்கப்பட்டிருந்தது. அவனது மெல்லிய கண் இமைகள் மஸ்காரா போட்டு அடர்த்தியாக மாற்றப்பட்டிருந்தன. கண்களுக்கு மேலே - புருவங்களுக்கு நடுவே லேசான வெளிர்சிகப்பு வண்ணம் தூவப்பட்டு அதன்மேல் பளபளக்கும் மினுமினுப்புகள் ஓடியிருந்ததன. லேசாக அங்கொன்றும் இங்கொன்றுமாகத் தெரிந்த நரைமுடி நன்றாக இழுத்து பின்னால் வாரப்பட்டு இருந்தது, நெற்றியின் நட்ட நடுவில் வகுடெடுக்கப்பட்டிருந்தது. உதட்டுச் சாயம் மிகத் தீவிரமாகப் பூசப்பட்ட அந்த உதடுகள்

பிளந்து கிடக்க, ஒரு பக்க வாயில் லேசாகச் சிரிக்கும்போது எச்சில் துளிகள் வெளியே தூவின அதீத தூக்க மாத்திரைகளை உட்கொண்டதால் நிகழக்கூடிய ஒரு விஷயம் ஒரு தனிப்பட்ட ஹாஸ்யமாக மாறி இருந்தது. கண் இமைக்கும் தருணத்தில் சாவு எட்டிப் பார்த்ததைப்போல் ஒரு கண் மூடப்பட்டு இருந்தது. இது எல்லாவற்றிற்கும் மேலாகப் பாரம்பரியமான ஒரு சந்தனக் கீற்று அவனது முன்நெற்றியில் தென்பட்டது.

அம்பாளுடைய நெக்லஸ் அவனது கழுத்தில் மாட்டப்பட்டிருந்தது - அந்த இடத்தில்தான் அவனது அதீத மேக்கப் முடிந்து சாதாரண தோல்நிற கோடு தென்பட்டது. அவளது வளையல்கள் எல்லாம் மாட்டியிருந்ததால் அவனது கையே மிகவும் கனமாக மாறியிருந்தது. அம்பாளை அவன் திருமணம் செய்துகொள்ளும்போது அவனது பெற்றோர் அவளுக்குக் கொடுத்த அந்த நகைகளை மட்டுமே அவன் இப்போது அணிந்திருந்தான்.

அவனது வெற்று இடது தோள்பட்டையின் குறுக்கே படர்ந்து கிடந்த பூணூல்- முடிக்கற்றைகள் நிறைந்த அவனுடைய மார்பின் குறுக்கே படர்ந்து, அவளது லேஸ் வைத்த பிரா தட்டையாக அவன் மார்பில் விழுந்து கிடந்த இடத்திற்குள் சென்று மடங்கிக் கிடந்தது. அவனது ஜட்டியின் வழியே முடிகள் நிறைந்த ஒரே ஒரு விதைப்பை சரிந்து கிடந்தது தடமாக தென்பட்டது. அவனது கால் நகங்களும் கை நகங்களைப்போலவே சிவப்பு வண்ணத்தில் சாயம் பூசப்பட்டிருந்தது. அவனுடைய கால்களில் அம்பாளுக்கு மிகவும் பிடித்த, அவள் பார்ட்டிக்குச் செல்லும்போது அணியும் உயரமான செருப்புகளை அணிந்திருந்தான். அவன் சாப்பிட்டிருந்த அந்தத் தூக்க மாத்திரைகள் அவனுடைய முகத்தை மிகவும் நிர்மூலமானதாக மாற்றி, எந்தவித சலனமும் இல்லாமல் ஆக்கியிருந்தது.

அம்பாளுக்கு அவளுடைய கணவனின் உடல், அவளுடைய உள்ளாடைகளும் ஆபரணங்களும் அவளுடைய ஒப்பனைப் பொருட்களுடன் கிடந்ததை ஒரு நிமிடம் பார்க்கும்போது, அவளுடைய ஒட்டுமொத்த சிதிலமடைந்த வாழ்க்கையையே விமர்சனம் செய்யும் ஒரு காட்சியாகவே அது தோன்றியது. சமூக நேர்மையும் அவள் சார்ந்த இனத்தின் நெறிமுறைகளை வெகு கடுமையாகப் பின்பற்றும் முறைமைகள், பிராமண சமுதாயத்தின்

ஒழுக்கமுறைக்குள் தன்னை உள் நிறுத்தும் முயற்சிகள், தன்னைச் சார்ந்தவர்களின் கலாச்சார படிநிலைகளுக்குள் கீழ்ப்படிந்து போதல் - இவை அல்லது இவை போன்ற சிறிய அல்லது பெரிய உலகியல் வழிமுறைகள் எவ்வாறு அவளது கணவனுடன் அவள் பகிர்ந்த வாழ்க்கையில் எதிர்வினைகளை ஏற்படுத்திகத்தில் இவ்வாறான சூழலில் வாழ்க்கையை எதிர்கொள்ள வேண்டிய நிர்ப்பந்தத்தை உருவாக்கியிருக்கிறது என்பதை அவள் ஆயாசமாக நினைத்துப் பார்த்தாள். அவளது இமைக்க மறந்த கண்களுக்கு மத்தியில், ஓர் ஓவியத்தில் காணப்படும் இறந்த பாலியில் தொழிலாளியைப்போல் கிடந்த அவளது கணவனின் உடல் குறித்த உண்மையை அவளால் எந்தக் காரணத்தைக்கொண்டும் ஒத்துக்கொள்ளவோ ஏற்றுக்கொள்ளவோ இயலவில்லை. இத்தனை காலமும் நான் இந்த மனிதனுடனா வாழ்ந்திருக்கிறேன்? அதைப் பற்றி மற்றவர்கள் என்ன சொல்வார்கள்? தன்மீதோ, யார்மீதோ, பிறர்மீதோ கொண்ட வெறுப்பின் காரணமாக அவளுடல் உறுப்புகள் இயங்காததுபோல அவளுக்குத் தோன்றியது. அவள் அப்படியே நின்று அவள் கணவனின் உடலை வெறித்துப் பார்த்தபடி இருந்தாள். பின் மெதுவாக தன்னிலைக்கு வந்து காவலர்களை அழைப்பதற்காகத் தொலைபேசியை எடுத்தாள். அவர்கள் அவளது தொலைபேசி அழைப்பை எடுத்து மறுமுனையில் பேசிய போது அவளால் ஒற்றை வார்த்தைக்கூட பேச இயலவில்லை. அவர்கள் அவளை அவளது தொலைபேசி எண்ணை வைத்துதான் அவள் வீட்டைக் கண்டுபிடித்தார்கள். அப்போதுதான் அங்கு வேலை செய்த பணியாள் காணாமல் போயிருப்பது புலப்பட்டது. மரணத்தின் வாடை அவளுக்குக் லேசாக குமட்டியபடியே இருந்தது. உடல் எங்கும் திடீரென ஓர் மெல்லிய அசதி அவளுடைய உடலை ஒரு புயலைப்போல் தாக்கியதில், அவள் அப்படியே பக்கத்திலிருந்த சோஃபாவில் சரிந்து உட்கார்ந்தாள்.

அந்த ஒட்டுமொத்த வீடும் மௌனத்தால் குழுமிக் கிடந்தது - ஒரே ஒரு ஒற்றைக் குரல் மட்டும் தன்னுடனே பேசிக்கொண்டிருந்ததைத் தவிர. அங்கிருந்த மூன்றாவது அறையில் இருந்த ஒரு வயதான பெண்மணியின் வாயிலிருந்து வெளிப்பட்ட வார்த்தைகள் அவை; அது அம்பாளுடைய மாமியார். நரம்புகளின் தளர்ச்சியால் வயோதிகத்தின் முத்திரையுடன் அவளுக்கு நினைவு பிறழ்வு

ஏற்பட்டு, அதன் காரணமாக நரம்பின் நுனியிலிருந்து பழைய ஞாபகத் திரளுக்குள் திரட்டிய வார்த்தைகள் அவை. ஒரு கதையை அவள் சிறு இடைவெளிகூட விடாமல் தொடர்ந்து ஒப்புவிப்பதைப்போலச் சொல்லியபடியே இருந்தாள் - அவளுடைய உதடுகள் எல்லாம் காய்ந்து அல்லது அந்தப் பழைய நினைவை ஒரு புதிய நினைவாக இடம் மாற்றும் வரை. கடந்த காலம் அவளுக்குள் பகுதி பகுதியாகத் தன்னைத் துண்டித்துக்கொண்டே இருந்தது. மறுபடி மறுபடி ஒரு மந்திரத்தைச் சொல்வதுபோல அவள் ஆரம்பமோ முடிவோ இல்லாமல் அந்தக் கதையைச் சொல்லியபடியே இருந்தாள் - நான் நேற்றுதான் கயாவில் இருந்து திரும்பி வந்திருந்தேன். இந்த வருடம் வெள்ளம் மிக அதிகமாக இருந்தது. நான் மருத்துவர்களின் ஒரு கூட்டத்திற்காக அழைக்கப்பட்டிருந்தேன். அப்போது அந்த நதியில் பல படகுகள் கவிழ்ந்துபோயின. சில பிணங்கள் கரைக்கு ஒதுங்கிக் கிடந்தன. ஆனால் பெரும்பாலான பிணங்கள் நதிக்குள் அடித்துச் செல்லப்பட்டுவிட்டன. எந்த ஒரு பிணத்தையும் கண்டுபிடிக்கவே இயவில்லை. அகோரம்! அகோரம்! மனிதர்கள் மருத்துவமனைக்குக் கொண்டு வரப்பட்டு, அவர்கள் மனிதர்கள் இல்லை, உயிரற்ற உடல்கள் என்று முத்திரை குத்தப்பட்டார்கள். நீர்நிலை மெல்ல மெல்ல உயர்ந்துகொண்டே வந்தது. அப்போதுதான் நான் ராணியைச் சந்தித்தேன் -எல்லோரும் என்னிடம் அன்று அவளது பிறந்தநாள் என்று சொன்னார்கள். அதனால் அவளிடம் சென்று நான் பிறந்தநாள் வாழ்த்துகளைச் சொன்னேன். அவளும் என்னைத் திரும்பிப் பார்த்து "நன்றி" என்றாள். உடனே பக்கத்திலிருந்த எல்லோரும், "ஏன் நீ அப்படிச் செய்தாய்?" என்று கேட்டார்கள். "அவள் ராணி தெரியுமா?" என்றார்கள். "அதனால் என்ன?" என்றேன் நான். "நான் அங்கிருந்த மருத்துவர்களிடம் எல்லா நோயாளிகளையும் மருந்துக் கடைகளையும் கீழ்த் தளத்திலிருந்து காலிசெய்து, எல்லாவற்றையும் முதல், இரண்டாம், மூன்றாம் தளங்களில் பகிர்ந்துகொடுக்கச் சொன்னேன். நான் இங்கிருந்து நீங்கி, நீண்டகாலமாக பெட்டயாவில் இருந்ததால், இங்கிருந்த ஒரு தெருகூட எனக்குப் பரிச்சயமானதாக இல்லை. எல்லாமே இங்கே மாறிவிட்டது. ஆனால் பெட்டியாவிலோ எதுவுமே மாறுவதில்லை. நான் நேற்றுதான் கயாவிலிருந்து வந்தேன். வெள்ளம் இந்த வருடம் மிக அதிகமாக இருக்கிறது. நான் மருத்துவர்களின் ஒரு

கூட்டத்திற்கு எல்லோரையும் அழைத்திருந்தேன்.”

அம்பாளுக்குப் பிறப்பால் பிரகதாம்பாள் என்பது பெயர். அவள் மூன்று சகோதரிகளுடனும் ஒரு சகோதரனுடனும் புதுக்கோட்டையில் பிறந்து வளர்ந்தாள். அவளது கல்லூரிப்படிப்பை முடித்த கையோடு அவளுடைய திருமணம் ஒழுங்கு செய்யப்பட்டது. அது அவளுக்கு அந்த நேரத்தில் மிகப் பெரிய பெருமையாக இருந்தது. திண்டிவனம் தஷிணாமூர்த்தி ஷங்கர நாராயணன் (ஷங்கி என்று அவனுடன் வேலை பார்த்த இந்திய நிர்வாகத்துறை சக ஊழியர்களால் அழைக்கப்பட்டான்) என்பவனைச் சேர்ந்தவர்கள் எல்லாருமே கும்பகோணத்திலிருந்து வந்தவர்கள். அவனது தந்தையார் பாட்னா நீதிமன்றத்தில் ஒரு நீதிபதியாகவும், அம்மா பாட்னா மருத்துவமனையின் முதல் மகப்பேறு மருத்துவராகவும் செயலாற்றிவிட்டு, பின்னர் வடக்கு பீகாரின் பெட்டியா என்னும் இடத்தில் பணிபுரிந்தனர். அவர்களுக்கு ஷங்கி ஒரே குழந்தையாக இருந்த காரணத்தினால், அவனிடமிருந்து அவர்கள் மிக அதிகமாக எதிர்பார்த்தார்கள். அதில் முக்கியமான ஒன்று, அவன் *IAS* பரிட்சையில் தேர்ச்சி பெற வேண்டும் என்பதுதான். அப்படிப் பெற்றுவிட்டால் அவனுக்குக் கல்யாணச் சந்தையில் ஒரு நல்ல வரன் கிடைக்கும், நல்ல வரதட்சணை கிடைக்கும் என்பது அவர்களுடைய நம்பிக்கை.

அம்பாளின் அப்பாவோ ஒரு பள்ளிக்கூட வாத்தியாராக இருந்தார் -அவருடைய குறைந்த சம்பளத்தைச் சமன் செய்வதற்காக அவர் வீட்டில் சில தனிநபர் பயிற்சி வகுப்புகள் எடுத்தார். அப்போதெல்லாம் பெரிய பொருளாதார பிடிமானம் இல்லாதபோதும் அம்பாளுக்கு ஒரு மகிழ்ச்சியான குழந்தைப் பருவமே வாய்த்திருந்தது. அவளது குழந்தைப் பருவம் முழுக்கவும் வீடு, படிப்பு, விளையாட்டு, பாட்டு வகுப்பு என்று பிரிக்கப்பட்டதுபோல இப்போது தோன்றுகிறது. லூடோ, கண்ணாமூச்சி போன்ற விளையாட்டுகள் அவளுடைய விருப்பமான பொழுதுபோக்குகளாக இருந்தன. அம்பாளுக்குத் திருமணமானபோது அவளுடைய இரண்டு சகோதரிகளான சுப்புத்தாய் மற்றும் மீனாட்சி நான்கு நாள் வித்தியாசத்தில் டைஃபாய்டு காய்ச்சலால் இறந்துபோயிருந்தார்கள். இந்திரேசன் அப்போது ஒன்பதாம் பகுப்பு அங்கு உள்ள அங்கு உள்ள

நகரத்துப் பள்ளிக்கூடத்தில் படித்துக்கொண்டிருந்தான். அதே பள்ளிக்கூடத்தில்தான் அவர்களது தந்தையாரும் பாடம் சொல்லிக்கொடுத்துக் கொண்டிருந்தார். இந்திரேசன் பின்னாளில் வீட்டை விட்டு ஓடிவிட்டான். அவனை எங்கு தேடினாலும் கிடைக்கவில்லை. அவனது அம்மா தொடர்ந்து அவள் எதிர்கொண்ட இழப்புகளால் மெல்ல மெல்லத் தன்னுடைய மனநிலையின் சமத்துவத்தை இழந்து, தன்னைத்தானே ஒரு கிணற்றில் வீசியபடி தற்கொலை செய்துகொண்டாள். அந்த இரவு இன்னும் நன்றாக அம்பாளுக்கு நினைவுக்கு வந்தது. தொடர்ந்து அம்பாளின் தந்தையால் பள்ளிக்கூடத்தில் பாடங்களை ஒழுங்காக எடுக்க முடியாத காரணத்தினால், தன்னுடைய வேலையை இழந்துவிட்டார். அதன் தொடற்சியாக அவரிடம் பயின்று வந்த மாணவர்களும் மெல்ல மெல்ல அவரிடம் படிக்க வருவதைக் குறைத்துக்கொண்டனர். அம்பாளின் மூன்றாவது சகோதிரியான ராஜலக்ஷ்மி மாயவரத்தில் ஒரு தையல்காரராகப் பணிசெய்து, பின்பு அவளது சுகவீனமான தந்தையையும் அங்கு அழைத்துச் சென்று வசிக்க ஆரம்பித்தாள்.

அம்பாளுடைய திருமணத்தின் சமயம் ஷங்கியுடைய குடும்ப ஜோசியர் மற்ற ஜோசியர்களையும் அணுகி ஆலோசனை கேட்டிருந்தார். அப்போது அவர்கள் அந்த ஜாதகங்கள் இரண்டும் நன்றாகப் பொருந்தி இருப்பதாகச் சொன்னார்கள். கோள்கள் எல்லாம் சரியான இடங்களில் இருந்ததாகவும், மற்றபடி ஏழாம் இடத்துப் பொருத்தம் அமையப்பெற்றிருப்பதாகவும், செவ்வாய் மற்றும் வெள்ளி அதற்கான அற்புதமான இடங்களில் இடம்பெற்றிருப்பதாகவும் சொன்னார்கள். சுருக்கமாகச் சொல்ல வேண்டுமெனில், எல்லாமே அவ்வளவு அம்சமாக ஒரு நல்ல திருமணத்திற்கான அடையாளமாக இருப்பதாகச் சொன்னார்கள். அவர்களுக்கு ஏனோ அப்போது இதுபோல ஒரு துயரம் பின்னால் நிகழுமென்றோ அல்லது அவமானத்தின் அடையாளமான ஒரு மரணத்தில்தான் இந்தத் திருமணம் முடியுமென்றோ கணிக்க இயவில்லை. என்றாலும் இப்போது அது தான் நேர்ந்திருக்கிறது.

ஷாங்கியுடைய தற்கொலையைப் பற்றி பல்வேறு விதமான வதந்திகள் ஊரில் அலைந்தபடி இருந்தன. அம்பாளோடு தொடர்புபடுத்தி ஒரு சில வதந்திகள் அவற்றிலிருந்தன. அம்பாள்

இன்னும் நிறைய சிரமப்பட்டு, அவளுடைய மரணம் மிக மோசமான ஒரு சூழ்நிலையில்தான் நடைபெறும் என்பது அதில் சுவாரசியமான ஒன்றாக இருந்தது. பல்வேறு விதமான ஜோசியக்காரர்களை முன்வைத்து அவர்கள் சொன்ன கூற்றுகள் மறுபடி ஞாபகப்படுத்தப்பட்டு, பஞ்சாங்கங்கள் தூசிதட்டி எடுக்கப்பட்டு, அவை முன்வைத்த பல்வேறு விதமான கூற்றுகள் மறுபடி பரிசீலிக்கப்பட்டன. இதனோடு சம்பந்தம் இல்லாத ஒரு விஷயத்தை ஷங்கியின் மரணத்தோடு சம்பந்தப்படுத்திப் பேசினார்கள் - மனிதர்களாகப் பிறந்தவர்கள் பிரச்சினைகள் இல்லாமல் வாழ்வது சங்கடம் என்று தத்துவம் பேசிய சிலர் அம்பாளுடைய காணாமல்போன சகோதரன் இந்திரேசன் பல இடங்களில் பல வேலைகள் செய்து வந்ததைக் குறிப்பிட்டு சொன்னார்கள். மதுரையில் ஒரு பெட்ரோல் பங்கில் அவன் வேலை பார்த்ததாகவும்; மதனப்பள்ளியில் பீடா விற்றுக்கொண்டு இருந்ததாகவும்; குட்டாநல்லூரில் ஒரு மசூதியில் தென்பட்டதாகவும்; தூத்துக்குடியில் கறிக்கடையில் வேலை பார்த்ததாகவும் சொன்னார்கள். எதன்மீதும் சிறிதளவும் ஆதாரம் இல்லாத இதுபோன்ற வதந்திகள் ஒரு மரணத்தின்மேல் பலவிதமான விளையாட்டை விளையாடினபடி போயின. இந்தக் கதைகளை உருவாக்கியவர்கள் அதை இன்னும் விலாவாரியாகப் வேறு வேறு திசைகளில் நெய்தபடி போய்க்கொண்டே இருந்தார்கள். அதில் ஒன்று - இந்திரேசன் மெக்சிகோ மாநகரத்தின் எல்லைக்குள் கள்ளக்குடியேற்றம் செய்திருந்தான் என்றும், அம்ஸ்டர்டாமில் அவன் ஒரு பாலியல் தொழில் செய்யும் புரோக்கராக நடமாடியதாகவும், கோஸ்டா ரிக்காவில் ஒரு கண்டெய்னர் கப்பலில் சமையல்காரனாக பார்த்ததாகவும் கதைகளை உலவ விட்டிருந்தனர்.

ஷாங்கியின் உடல் முழுவதுமாகக் குளிப்பாட்டப்பட்டு சந்தனமும் லேசாக சுத்திரிக்கப்பட்ட வெண்ணெயும் தெளிக்கப்பட்டது. ஒரு புது வெள்ளை நிற வேஷ்டி ஷாங்கியின் இடுப்பிலிருந்து கணுக்கால் வரை போர்த்தப்பட்டது. அவனுடைய நெஞ்சுப் பகுதி எதுவும் பூசப்படாமல் வெற்றிடமாகத்தான் இருந்தது. அவனுடைய மூக்கிலும் காதிலும் சிறிதளவு பஞ்சு புனித எண்ணெயில் முக்கிச் சுருட்டி வைத்து அடைக்கப்பட்டது. அவனுடைய கண்கள் இறுக மூடி இருந்தன. அவனுடைய தலையிலிருந்து நாடி வரை ஒரு பெரிய

கட்டுப் போடப்பட்டு, வாய்மூடுவதற்கான பிரத்தியேக முயற்சிகள் செய்யப்பட்டிருந்தன. இரு கால் பெருவிரல்களும் ஒரு சிறு கயிறினால் கட்டப்பட்டு, ஒன்றோடு ஒன்று பிணைக்கப்பட்டிருந்தன. மூங்கில் கம்புகளால் கட்டப்பட்ட ஒரு படுக்கையில் அவனுடைய உடல் வைக்கப்பட்டு, வரவேற்பறைக்கு வெளியே இருந்த நனைந்த தரையில் கிடத்தப்பட்டிருந்தது.- மேலெங்கும் பூக்கள் - அவற்றில் பெரும்பாலும் சாமந்தி பூக்கள்தான் இருந்தன. அறையில் இருந்த எல்லா நாற்காலிகளும் சுவரோரமாகச் சாய்த்து வைக்கப்பட்டு, நடுவில் மிகச்சில நாற்காலிகளே போடப்பட்டிருந்தன. தரை விரிப்புகள் அத்தனையும் நீக்கப்பட்டிருந்தன. ஜன்னல்கள் எல்லாமே திறந்து வைக்கப்பட்டிருந்தன. அந்த வீட்டின் மையக் கதவு மட்டுமல்ல, பக்கவாட்டாய் இருந்த இரண்டு கதவுகளும் திறந்து வைக்கப்பட்டு, வீடே திறந்த கூடாரம் போல காட்சியளித்தது. மூன்று புரோகிதர்கள் உட்கார்ந்து மந்திரம் ஓதிக்கொண்டிருக்க, அந்த புகை காற்றில் கருப்புநிற மண்டலமாக மாறின படி இருந்தது. மூன்று புரோகிதர்களில் ஒருவர், ஒரு புல்கட்டைத் தண்ணீரில் நனைத்து, ஷாங்கியின் உடலைச் சுற்றித் தெளித்தபடி வலம் வந்தார். அவரது மறு கையில் தண்ணீர் இருந்த வெண்கலச் செம்பு ஒன்று இருந்தது.

அந்த வீட்டில் இருந்த எல்லாப் பெண்களும் நடுங்கினபடி இருந்தார்கள். அங்கிருந்த முக்கியப் புரோகிதர் சொன்னதற்கு ஏற்ப, அந்தப் பெண்களின்மேல் வேலை செய்தவர்கள் எல்லோரும் வாளி வாளியாகத் தண்ணீர் இறைத்திருந்தார்கள். வீட்டின் மையக் கதவை நோக்கி ஷாங்கியின் பாதம் இருந்தது.

வீட்டிற்கு வெளியே மூன்று ஒப்பாரி வைக்கும் நபர்கள், கிட்டத்தட்ட ஓலமிடுவதைப் போல தங்கள் குரலை உச்ச ஸ்தாயியில் ஒலிக்க விட்டுக்கொண்டிருந்தார்கள். அங்கு புனித தீ ஒன்று நிலத்தில் பற்ற வைக்கப்பட்டிருந்தது. யாரும் யாரையும் அழைக்கவில்லை. ஓர் ஆண் குழந்தை பிறந்த வீடு பற்றிக் கேள்விப்பட்டதுமே அந்த வீட்டை நோக்கி ஏதோ ஒரு மர்மமான வகையில் படை எடுக்கும் திருநங்கைகள்போல மரண வீட்டைத் தேடி அந்த ஊர் மக்கள் குழுமி இருந்தனர். வெளியே ஒப்பாரி வைத்துக்கொண்டிருந்த மூன்று பெண்களும் வெள்ளை நிறச்சேலையும் சட்டையும் அணிந்து, தங்கள் கூந்தலை அவிழ்த்து தங்கள் முதுகுவரை படர

விட்டிருந்தார்கள். தங்களுடைய மார்பைத் தாளலயத்தோடு அடித்தபடி, தங்கள் குரலுக்குப் பொருத்தமாக அவர்கள் ஓலமிட்டுத் தங்களுடைய கண்ணில் வராத கண்ணீரோடு இந்த உலகத்தை விட்டுச் சென்ற அந்த உயிருக்காக அழுதபடி இருந்தார்கள். அவர்கள் குரலிலிருந்த சோகம் அதை அவர்களுக்கு மிகவும் ஆத்மார்த்தமான ஓர் இழப்பாகத் தோன்ற வைத்தது.

ஷாங்கியின் உடலைத் தூக்கிச் செல்லவிருந்த நான்கு ஆண்களும் அவன் உடல் வைக்கப்பட்டிருந்த அறைக்குள் வந்தார்கள். அவர்களைப் பார்க்கவே அதிர்ச்சியாக இருந்தது: கிட்டத்தட்ட ஒரு விலங்குபோல, நிறைய முடி உள்ள கால் பகுதிகளோடு, லேசாக வளைந்திருந்த பின் பகுதியோடு அவர்கள் இருந்தார்கள். இரண்டாம் நிலை புரோகிதராக அங்கே மந்திரம் சொல்லிக்கொண்டிருந்தவர், திடீரென்று தன் கையில் ஒரு புகை பறக்கும் செம்பைச் சணலால் கட்டப்பட்ட தொட்டில் போன்ற ஒரு முடிச்சில் வைத்து, கைகளைச் சுழற்றியபடியே அந்த அறைக்குள் உள்ளே வந்தார். அவரது செய்கை ஒரு குழந்தைக்கும் எரியும் ஊதுபத்திக் குழாய்க்கும் நடுவே உள்ள ஒரு மெல்லிய திரைபோலத் தோன்றிற்று.

அங்கு கூடியிருந்த உறவினர்கள் மத்தியில் ஒருவிதமான பொறாமை, அங்கு நிலவியிருந்த சந்தன வாசம் மத்தியில் வீசிக் கொண்டிருந்தது. அங்கு கூடியிருந்த எல்லோரும் அங்கு நடைபெற்றுக் கொண்டிருந்த சடங்கு சம்பிரதாயங்களில் உதவி செய்ய ஆரம்பித்து, மரித்துப்போன உயிருக்காகத் தங்களுடைய ஆதங்கங்களைப் பகிர்ந்து கொண்டிருந்தார்கள். அத்திம்பேர் - (அம்பாளுடைய இறந்துபோன அத்தைப் பெண்ணின் கணவர்) தரங்கம்பாடியிலிருந்து வந்திருந்தார். கோயம்புத்தூரிலிருந்து அம்பாளின் அண்ணன் மகளான ஸ்வப்னா வந்திருந்தாள். அவளது சொந்த அத்தையும் மாமாவும் - அவர்கள் இந்த வீட்டிற்குள் நுழையும்போதே தெருவிலிருந்த எல்லோரும் அவள் அப்படியே அம்பாளைப்போலவே இருப்பதாகச் சொல்லிக்கொண்டார்கள். தர்மபுரத்திலிருக்கும் அவர்களுடைய அக்ரஹார வீட்டிலிருந்து அவர்கள் கிளம்பி வந்திருந்தார்கள். அம்பாளின் கணவனின் அத்தங்காளும் அவரது மகனும் மும்பையின் மட்டுங்காவிலிருந்து வந்திருந்தார்கள். அவளது இரண்டு மகள்களும், அவர்களது

கணவர்களும்கூட வந்திருந்தார்கள். கணவன்மார் இருவரும் கணினிப் பொறியாளர்களாக இன்னும் அவர்களுடைய க்ரீன் கார்டுக்காகப் பொறுமையாகக் காத்திருக்கிறவர்கள். மேலும் அங்கு தூரத்து உறவினர்கள் நிறைய பேர் இருந்தார்கள். என்றாலும் அம்பாள் அவளுடைய மூன்றாவது குழந்தையும் ஒரே மகனுமான இஷானையே (அமெரிக்காவிலிருந்து அன்று காலைதான் வந்திருந்தான்) வெறித்தபடி இருந்தாள்.

தில்லியில் இருக்கக்கூடிய மிக அதிகமான கட்டணம் வாங்கக்கூடிய ஜோசியரிடம் அவள் இஷானுடைய ஜாதகத்தைக் கணிப்பதற்காகக் கொடுத்திருந்தாள். அவனுக்கு வெகுசீக்கிரமே உலகத்தின் ஆகச்சிறந்த பெண்ணை மணப்பெண்ணாகத் தன்னால் கண்டுபிடித்துவிட முடியும் என அவள் நம்பினாள். (அவன் எவ்வளவு உயரமாக வளர்ந்துவிட்டான்! அவனது தோள்களும் அவனுடைய மார்பும் அத்தனை தூரம் விரிந்து காணப்பட்டன! அவனுடைய நீண்ட முடி எப்போதும் ஈரத்துடன் தண்ணீர்த் தொட்டே வாரப்பட்டிருக்கும். இப்போது அவை கலைந்துபோய்க் கிடந்தன. அவனை உற்றுநோக்கும்போதுதான் அவளுக்கு ஒன்று புலப்பட்டது - அவனுடைய முகம் எத்தனை தூரம் கவலையற்று இருந்ததுபோல காட்சி அளித்ததோ, குறிப்பாக அதுவும் கண்கள் - அவனுடைய ஒட்டுமொத்த உருவமும் ஏதோ ஓர் உள்ளார்ந்த வெறுமையைச் சுமந்தபடி இருந்ததாக அவளுக்குத் தென்பட்டது.

சத்தங்கள் மத்தியிலும், கூட்டங்கள் மத்தியிலும், ஆலைகள் மத்தியிலும், சமஸ்கிருதத்தில் ஓதும் தொடர் பிராத்தனைகள் மத்தியிலும், நறுமணப் புகை மத்தியிலும், ஈமச் சடங்கின் எரியும் வாசனை மத்தியிலும், பல்வேறு வதந்திகள் மத்தியிலும், இஷான் தனக்குள்ளேயே தொலைந்தவனாக இருந்தான். ஏற்கனவே கோடைக்காலம் மெல்ல மெல்ல உச்சத்தைத் தொட்டுக்கொண்டிருக்கின்ற அந்த வேளையில், அவனால் அந்த வெக்கையைத் தாங்க முடியாமல் திகைத்தபடி நின்றிருந்தான். அவனுக்கு நாடுவிட்டு நாடு வந்ததில் ஏற்பட்ட தூக்கக்கலக்கம் அவனைத் தூக்கத்திற்கும் விழிப்பிற்கும் நடுவே இழுத்தபடி இருந்தது. நாக்கில் உண்டாகும் சிறு கொப்பளம்போல அவன் அமெரிக்காவிலிருந்து கிளம்பி வந்ததிலிருந்து ஒரு ஆயாசமும் வலியும் சேர்ந்திருந்தது. பகீசா அழுதிருக்கவில்லை - இவனுக்கும்

அவளைத் தேற்றுவதற்கு எந்த வார்த்தையும் இல்லை. துணைக்கண்டங்களிலிருந்து வந்த பலரைப்போலவும் அவள் பாகிஸ்தானிலிருந்து வந்திருந்தாள். இவன் இந்தியாவிலிருந்து வந்திருந்தான் - அவர்கள் அவர்களுடைய உறவைக் குறித்து மிகவும் தெளிவாக இருந்தார்கள். வெறுமனே அது உடல் சார்ந்ததாக மட்டுமே இருக்கக்கூடாது என்று தீர்மானித்திருந்தார்கள். அவர்கள் ஒரு வருடத்திற்கும் மேலாக வெளியே போய் சந்தித்தபடி ஒருவருக்கொருவர் கையெழுத்திடப்படாத ஓர் உறவு ஒப்பந்தத்திலும் இருந்து வந்திருக்கிறார்கள். என்றாலும் ஒருவருக்கொருவர் உறுதிப்படுத்தும் எந்தவொரு வார்த்தையையும் சொன்னதில்லை. ஆனாலும் அவனைப் போலல்லாமல் பகீசா மிகவும் தைரியமாகவும் அதேநேரம் நளினம் சார்ந்தும் வலம் வந்தாள் - அவனுடைய குணத்திற்கு நேர் எதிரான குணம் இது.

அவர்கள் இருவரும் விமான நிலையத்திற்கு வெளியே நின்றுகொண்டிருந்தார்கள். அவள் ஒரு சிகரெட்டைப் புகைத்தபடி இருந்தாள். அதைச் சீக்கிரமே முடித்துவிட வேண்டும் என்று பிரயாசப்பட்டு வேகமாக ஊத ஆரம்பித்தாள். அவர்கள் இருவரும் நீடித்த மௌனத்துடன், அவனுடைய பெட்டிப் படுக்கைகளுக்கு நடுவே நழுவி ஓடும்படி வகுப்பறையின் மூலையில் நிறுத்தப்பட்ட தண்டனைக்குரிய குழந்தைகள் போல நின்றிருந்தார்கள். இருவரில் யார் முதலில் பேசிவிடப் போகிறோமோ என்ற தயக்கம் அவர்களிடம் மிகுந்திருந்தது. என்றாலும் கிளம்புவதற்கான நேரம் நெருங்கிக்கொண்டு வருவதையும் அவர்கள் அறிந்தே இருந்தார்கள். ஏதோ ஒன்றைச் சொல்ல வந்து பின் நிறுத்திவிட்டு பகீசா அடுத்த சிகரெட்டை முந்தைய சிகரெட்டின் கடைசி நெருப்புத்துகளால் பற்ற வைத்துக் கொண்டாள். அவள் வெறுமனே புகை பிடித்தபடியும் அந்தப் புகையை அவன் சுவாசித்தபடியும் அவர்கள் இருவரும் பிரியும் நேரம்வரை இருந்தார்கள். "நான் உனக்கு எழுதுகிறேன்" என்று அவள் சொன்னாள். அதற்குள்ளாக அவன் அவளை நெருங்கி, அவளுடைய தோள்பட்டையை அவனுடைய விரல் நுனியால் தொட்டு, மெதுவாக ஒவ்வொரு சொல்லாக அந்த வார்த்தைகளை உச்சரித்தான் - "உன்னைக் கவனமாகப் பார்த்துக்கொள்!"

அத்தனை கூச்சலுக்கும் சத்தத்துக்கும் நடுவில் அம்பாள் ஒரு கூட்டம்

அழுதபடி யாசகம் கேட்டுக்கொண்டு வாசலுக்கு அந்தப் பக்கம் நிற்பதைப் பார்த்தாள். அந்தக் கூட்டத்தில் பின்னால் நின்றிருந்த மெல்லிய தாடி வைத்த ஓர் உருவம் அப்படியே அவளுடைய காணாமல்போன சகோதரனை ஒத்திருந்தது - இந்திரேசன். சரியாக அந்த நேரத்தில் வேறு யாரோ அவளை உள்ளே அழைத்ததால், அவள் அந்த யாசகம் கேட்கும் கூட்டத்திலிருந்து திரும்பும்போது எந்த முகத்தை அவள் தேடினாளோ அந்த முகம் மறுபடி காணாமல் போயிருந்தது. அவள் வேக வேகமாக இப்போது வாசலை நோக்கி நடந்தாள். தெருவின் இரண்டு பக்கமும் அவள் அவசரமாக அந்த உருவத்தைத் தேடினாள். ஆனால் அவள் எதற்காக ஓடித் தேடிச் சென்றாளோ அது காணக் கிடைக்கவில்லை. அவள் பேசாமல் மறுபடி வீட்டிற்குத் திரும்பினாள். அவளுடைய வலது கையின் உள்ளங்கை தன்னை அறியாமல் முன் நெற்றியைப் பிடித்தபடி இருந்தது. காரணம், அவள் திடீரென தன் நிலை மறந்து நடந்து கொள்கிறோமோ என்ற அச்சத்திலும் பயத்திலும் அவ்வாறு தன்னைத்தானே தாங்கிக்கொள்வதுபோல் செய்தாள்.

அந்த நான்கு மனிதர்களும் ஷாங்கியின் உடலை எடுத்துக்கொண்டு தகன மேடைக்குக் கொண்டு வந்தார்கள். அது ஒரு சிமெண்ட் தளம் போட்டப்பட்டு அஸ்பஸ்டாஸ் கூரையினால் மூடப்பட்டிருந்தது. அஸ்பஸ்டாஸ் கூரையை நான்கு இரும்புக் கம்பிகள் தாங்கிப் பிடித்தபடி இருந்தன. தகனம் முழுக்க முழுக்க மதரீதியாக நடைபெற்ற காரணத்தினால் பிணத்தின் கால் பகுதியை முதல் முதலில் தகன மேடைக்குள் எடுத்து வந்தார்கள். புரோகிதர் தீப்பிழம்பு நிறைந்திருந்த ஒரு மண் பானையை சணல் கயிறுகளை வைத்துக் கட்டித் தூக்கிக்கொண்டு சவ ஊர்வலத்தில் நடந்து வந்து தகன மேடைக்குள் நுழைந்தார். அப்போது அதற்குமுன் அங்கு தகனம் செய்து வந்தவரின் குடும்பம் மெல்ல வெளியேறிக்கொண்டிருந்தது.

விறகுக்கட்டைகள் பிளக்கப்பட்டு அங்கும் இங்கும் குறுக்கே அந்த சிமெண்ட் தளத்தில் வைக்கப்பட்டு, அதற்கு மேலாக ஷாங்கியின் உடல் கிடத்தப்பட்டிருந்தது. கண்கள், மூக்கு, வாய், முன் நெற்றி மற்றும் உடலெங்கும் புனித நீரைத் தெளித்து, பின் விபூதி, புனித எண்ணெய் மற்றும் சந்தனத்தை மேலெங்கும் தெளித்து விட்டார்கள்.

பச்சரிசியில் ஒரு கவளமும் ஒரு ரூபாயும் கண்களின் மேலாக வைக்கப்பட்டிருந்தது. அதேபோலவே உள்ளங்கையிலும் அவ்வாறே பச்சரிசியிம் ஒரு ரூபாயும் நாணயமும் வைக்கப்பட்டிருந்தன. உடலின் பக்கவாட்டில் இரண்டு கைகளும் ஒரு சணல் கயிற்றினால் கட்டி வைக்கப்பட்டிருந்தது. அங்கு நின்றிருந்த புரோகிதர்கள் சமஸ்கிருதத்தில் மந்திரத்தைச் சொல்வதை நிறுத்தவில்லை.

அங்கிருந்த விறகுக்கட்டைகள் எல்லாமே சமன்படுத்தப்பட்டு, உடலைச் சுற்றி எல்லா இடங்களிலும் வைக்கப்பட்டு, அவனுடைய நெஞ்சுக்கூட்டில் இருந்த பூமாலைகள் எல்லாம் அகற்றப்பட்டு, மார்புப்பகுதி வானத்தில் பிரதிபலிப்பது போல ஷாங்கியின் உடல் கிடத்தப்பட்டிருந்தது. களிமண்ணை மேலும் கொஞ்சம் நீர் விட்டு, ஒரு நனைந்த மாவு போன்ற பதத்தில் பிசைந்துகொண்டு சுற்றி அமைக்கப்பட்டிருந்த விறகுக்கட்டைகளின் மேல் பூசப்பட்டு, பின் வெளியே தெரிந்த உடலில் அதைப் பூசி, நெஞ்சுப் பகுதி மட்டும் பூசாமல் அப்படியே விடப்பட்டது. இஷானை மட்டும் ஏழு முறை அந்த உடலைச் சுற்றிவரச் செய்தார்கள். தீக்கங்குகள் நிறைந்த மண்பானையை வைத்திருந்த புரோகிதர் முன்னே வந்து, அந்தப் பானையை இஷான் கைவசம் கொடுக்க, அவன் அதை அவனது மரணித்த தகப்பனின் வெறும் மார்புக்கூட்டில் அவர் சொன்னதுபோலவே வைத்தான். அதுவரை துக்கம் அனுசரிக்க வந்தவர்கள் இப்போது குளிப்பதற்காக வீடு திரும்ப ஆயத்தமானார்கள். உடலைச் சுமந்து வந்த அந்த நான்கு பேர் மட்டும் அந்த உடல் சரியாக வேகின்றதா என்று பார்ப்பதற்காகவும், தீ அமைந்து விடவில்லை என்று ஊர்ஜிதப்படுத்திக் கொள்வதற்காகவும், அந்த உடல் மெதுவாக எந்தவித அவசரமும் இல்லாமல் தன்னுடைய உலகியல் வாழ்க்கையைச் சரியாக முடித்துக்கொள்கிறதா என்பதைக் கண்காணிக்கவும் அங்கு நிறுத்திவைக்கப்பட்டிருந்தனர்.

தகனம் நடந்ததற்கு மறுநாள் இஷான் லேசாக கண் அயர்ந்திருந்தான். ஆனால் திடீரென்று அவனுக்கு ஏதோ உத்வேகம் வந்ததுபோல் எழும்பி, அவனுடைய சட்டைப் பையை எடுத்துப் பார்க்கும்போது அதில் அவன் தகப்பனாரின் சாம்பல் ஒரு சிறு ப்ளாஸ்டிக் கவரில் இருப்பதைப் பார்த்தான். அந்தப் பேருந்து இரண்டாவது கியரில் பெரும் அமளியோடு

மலையின் மீது ஏறிக்கொண்டிருந்தது. இஷான் முதலில் காரில் சென்றுவிடலாம் என்று சொல்லி இருந்தான். இஷானுக்குப் பக்கத்தில் உட்கார்ந்திருந்த வயதானவர் அவருடைய முழங்கையை வைத்து இஷான் பக்கம் லேசாக இடித்தபடி இருந்தார். அவர் முகபாவனைகள் மிகவும் விசித்திரமாக இருந்தாலும் அவர் யாரைப் பார்த்தும் அதைச் செய்யவில்லை என்பதே மிக முக்கியமான விஷயமாக இஷானுக்குத் தோன்றிற்று.

புயல்காற்று மிக மோசமாக வீசிக்கொண்டிருந்தது. மலை ஏறும் அந்தப் பேருந்தில் ஓட்டுநருக்குச் சரியாக எதுவும் தெரியாததால் அவ்வப்போது அதை நிறுத்தித்தான் அவர் மறுபடி இயக்க வேண்டியிருந்தது. இதுவரை காணாத மிக வித்தியாசமான ஒரு புயல் காற்றாக அது தோன்றிற்று. எங்கு பார்த்தாலும் மிக அதீதமான ஒலியுடன் கூடிய இடியும் வானத்தை இரண்டாகக் கிழிப்பதுபோல ஒளிக்கீற்றுகளாய் மின்னலும் அந்தப் புழுதிபடர்ந்த வானத்தில் தென்பட்டு இருந்தன. அந்தப் பேருந்தில் இருந்த ஒரு சில குழந்தைகள் தங்களை அறியாமல் தேம்பிக்கொண்டு இருந்தார்கள். அவன் பக்கத்தில் இருந்த அந்த வயதான நபர், "எப்படி ஒரு தவறான நேரத்தில் இந்த யாத்திரையை மேற்கொண்டு விட்டேன்" என்று சொல்லிக்கொண்டார். "இந்த ரீதியில் நாம் சென்றுகொண்டிருந்தால் நாம் எல்லோரும் நாம் சென்று சேர வேண்டிய இடத்திற்குப் போவதற்குள் இறந்துவிடுவோம் என்று நம்புகிறேன். இத்தனை காலமாக இதுபோன்ற ஒரு பயணத்தை மேற்கொள்ளவில்லை என்று நான் ஆச்சரியப்படுகிறேன்."

இஷான் எந்தவிதமான ஒப்புதலோ மறுப்போ காட்டாமல் வெறுமனே புன்னகைத்தான். அவன் அவனுடைய தந்தையின் சாம்பலைச் சுமந்துகொண்டு அதைக் கரைப்பதற்காகக் குடும்பத்து மூத்தவர்களின் விருப்பத்திற்குத் தக்க பயணப்பட்டுக் கொண்டிருந்தான். அந்தப் பேருந்து மறுபடி நகரத் துவங்கியது. என்றாலும் இரண்டாவது கியரை மீறி அந்த ஓட்டுநரால் அதை முன் எடுத்துச் செல்ல இயலவில்லை. அங்கிருக்கக் கூடிய மிகக்கூரிய மலைப்பாதை வளைவுகளையும் திடீரென ஏறும் அல்லது இறங்கும் மலைச் சாலைகளையும் அந்த ஓட்டுநர் கருத்தில் கொண்டுதான் ஓட்ட முடிந்தது. இஷானின் பக்கத்தில் இருந்த வயதானவர் மறுபடி தன்னுடைய இறுக்கமான முகத்துடன் இஷானைப் பார்த்து, "என்னுடைய பல்செட் மிகத் தளர்வாகிவிட்டது. எனவே சில

நேரங்களில் அது இப்படியான ஒரு பயணத்தில் மிக மோசமாக எனக்கு பல் வலிக்கிறது," என்றார்.

இஷான் இப்போது அவரை நோக்கிக் கருணையோடு தலையசைத்தான். அந்த வயதானவரின் வலியை அவன் தன்னுடையது ஆக்கிக்கொண்டது போலிருந்தது அவனுடைய தலையசைப்பு. பேருந்து நின்றபோது பேருந்தின் நடத்துநர் அவர்களிடம் இதுபோன்ற ஒரு புயலின் காரணமாக அவர்கள் தாமதமாகப் போய்க்கொண்டிருப்பதாகச் சொன்னார். அங்குள்ள பயணிகள் எல்லோரும் கீழே இறங்கி தங்களை ஆசுவாசப்படுத்திக் கொள்ளவும் கை கால்களை நன்றாக நீட்டி முறிக்கவும் அல்லது ஒரு கோப்பை தேநீரை உட்கொள்ளவும் இப்போது செய்யலாம் என்று சொன்னார். யாரோ ஒருவர் கேட்ட கேள்விக்குப் பதிலாய் அவர்கள் இரவுக்குள் செல்லவேண்டிய இடத்திற்குச் சென்று விடுவதாகச் சொன்னார். மலைப்பிரதேசக் காற்று மிகவும் லேசானதாகவும் குளிர் நிறைந்ததாகவும் இருந்தது. அங்கிருந்த தேநீர் கடை ஒரு பாறையின் முனையில் அப்படியே அந்த மங்கிக்கொண்டிருந்த சாயங்கால சூரிய ஒளிக்குள் புகுந்து விடுவதுபோல இருந்தது. தேநீர் குடிக்கும்போது இஷான் பேருந்தின் ஜன்னல்கள் வழியாக வழிந்த வாந்தியை, அதை மூடி இருந்த தூசியைப் பார்த்தான்.

திடீரென்று பயங்கரமாக மழை பெய்ய ஆரம்பித்தது. மக்கள் எல்லோரும் நனையாமல் இருப்பதற்காகத் தலையில் கை வைத்தப்படி பேருந்து நோக்கி ஓடினார்கள். கடைசிப் பயணி அதில் ஏறும்போது மலை சோரென அடிக்கத் தொடங்கியது. கல் மழையாக வந்து விழுந்த அந்த மழைத் துளிகள் பேருந்தின் மேல் கட்டப்பட்டிருந்த பல்வேறு பைகளில் தடதடவென ஓசையை எழுப்பியபடி விழுந்தன. அதுவரை அங்கு பறந்து கொண்டிருந்த காக்கைகளெல்லாம் ஒரு சில நிமிடங்களில் எங்கு மறைந்து போயின என்றுகூடத் தெரியவில்லை.

பேருந்து மெல்ல மெல்லத் தன்னுடைய பாதையை அந்தப் புழுதிப் புயலைக் கிழித்துக்கொண்டு பயணப்பட்டுக் கொண்டிருக்க, இஷான் ஜன்னல் வழியாக வெளியே பார்க்கும்போது எந்தவிதமான காட்சியும் மாறவே இல்லை. அவனுக்கு மெல்லியதாகத் தூக்கம் வந்தது. அவன் திரும்பித் தன் பக்கத்தில் இருந்த வயதானவரைப்

பார்த்தான். அவருக்கு இன்னும் ஒரு 30 வருடங்கள் கூடியது போலிருந்தது. கன்னங்கள் குழி விழுந்து, ஈரமாக இருந்த அவருடைய கண்கள் மூடி, உதட்டின் ஓரமாக எச்சில் லேசாக வாய்வழியாக வழிந்துகொண்டிருந்தது. அவரது மடியைப் பார்க்கும்போது அவர் தன்னுடைய பல் செட்டைக் கழற்றி, அவர் கைகளில் வைத்து, உள்ளங்கைக்குள் மூடிவைத்திருந்தது புலப்பட்டது.

அந்தப் பேருந்து திடீரென நின்றது. ஓட்டுநர் சடாரென திரும்பி அவர்களது பயண இலக்கை அடைந்துவிட்டதாகச் சொன்னார். இப்போது புயல் முற்றிலுமாக நின்றுவிட்டிருந்தது. மேலே இருந்த வானம் முழுக்க நட்சத்திரம் நிறைந்து காணப்பட்டது. அந்த இருளில் அவர்கள் தங்க வேண்டிய அந்த கெஸ்ட் ஹவுஸ் கூட மிக மங்கலாகவே தெரிந்தது. அவர்களை வரவேற்க வேண்டிய நபர் அங்கு இவர்கள் வருவார்கள் என தயாராக நின்றிருந்தார். “சீக்கிரமாகக் கிளம்புங்கள். ஏற்கெனவே மிகவும் தாமதமாகிவிட்டது. மேலே இருக்கக்கூடிய அந்த மலைக்கோவிலுக்கு அதிகாலை ஐந்து மணிக்கு நாம் செல்ல வேண்டும். அப்படியென்றால் உங்களுக்கு வெறும் நான்கு மணி நேரந்தான் ஓய்வெடுக்க மிச்சமிருக்கிறது” என்று சொன்னார்.

மலைக்கோயில் உச்சி என்று ஒன்று இருப்பது போல தென்படவில்லை, அங்கு செல்லக்கூடிய பக்தர்களின் அரோஹரா ஒலியும் கேட்கவில்லை. அங்கு இருந்த பயணிகள் எல்லோருமே தங்களுடைய பைகளை எடுத்துக்கொண்டு ஓட்டுநரும் நடத்துநரும் பேருந்தின் மேலே ஏறி கட்டப்பட்டிருந்த மற்ற சூட்கேஸ் போன்ற பொருட்களை எடுத்துக் கொடுக்கக் கொடுக்க அதை வாங்கிக்கொண்டார்கள். இஷானைக் கவனித்துக்கொள்ளும் பொறுப்பாளர் அவன் தங்க வேண்டிய அறையைக் காட்டினார். அது மிகவும் சிறிய ஓர் அறையாகவும் தரைதளத்திலிருந்து சற்றே மேலே இருக்கக்கூடிய ஒரு இரும்புக் கட்டிலும் அதன் பக்கத்திலிருக்கக்கூடிய ஒரு நிலை மேடை விளக்கும் அங்கு இருந்தன. அந்த விளக்கின் மேல் எந்தவிதமான விளக்குத் திரையோ அல்லது கதவுகளுக்கு எந்தவிதமான தாழ்பாளோ இல்லாமல் இருந்தன. பொறுப்பாளர் அவனுடைய பைகளை அறைக்குள் தன்னுடைய காலால் தள்ளினபடி, “என்னுடைய

இளைய தங்கையை நீங்கள் சந்திக்க விரும்புகிறீர்களா? அவள் இப்போதுதான் கிராமத்திலிருந்து வந்திருக்கிறாள்," என்று கேட்டார். "இல்லை. நீங்கள் வெளியே செல்லும்பொழுது தயவுசெய்து கதவை மூடிவிட்டுச் செல்லுங்கள்," என்றான் இஷான்.

அவன் அந்த நிலை மேடை மின் விளக்கின் ஸ்விட்சைத் தட்டிவிட்டான். அறையிலிருந்த இருளை அவன் வெளியே துரத்துவதுபோல அந்தக் கதவையும் திறந்து வைத்து, உள்ளே நுழைந்த குளிர்க்காற்றைச் சுவாசித்தபடி நின்றான்.

"நான்தான் இப்போது உங்களைச் சந்தித்த பொறுப்பாளரின் தங்கை" என்று அவள் அந்த இருளிலிருந்து கிளர்ந்து வந்து சொல்லிவிட்டுக் கதவைத் தனக்குப் பின்னால் மூடினாள். அவளிடமிருந்து பச்சை வெங்காயத்தை உரித்தாற்போல் ஒரு வாசம் வந்தது. அவளது தோற்றமே தன்னுடைய கண்களில் கண்ணீரை வரவழைக்கக் கூடும் என்று இஷான் பயந்தான். அவன் மெல்ல மைய விளக்கைப் போட்டு அந்தப் பெண்ணை நன்றாகப் பார்க்க முயன்றான். அவள் ஒரு கிராமத்துப் பெண்ணாக, தன் பதின்ம வயதில் கிட்டத்தட்ட மலைவாழ் மக்களின் சாயலோடும் நிறத்தோடும் இருந்தாள். நல்ல நிறம் உடையவளாக அவளுடைய உதடு மிகச்சீராகச் செதுக்கப்பட்டதாகவும் அத்தனை கூர்முனைகள் இல்லாத ஜாடையும் நீண்ட கரும் கூந்தலும் உடையவளாய் இருந்தாள். அவன் தன்னுடைய கட்டிலிலிருந்து தன்னுடைய கால்களை விலக்கி அவளுக்கு உட்கார்வதற்கு இடம் ஏற்படுத்தினான்.

"தயவுசெய்து விளக்கு வெளிச்சம் வேண்டாமே" என்று அவள் சொன்னாள். உடனே இஷான் விளக்கை அணைத்தான். அந்த இருளில் அந்தப் பெண் மிக வசதியாகத் தன்னை கட்டிலில் இருத்திக்கொண்டாள். இப்போது இஷான் அவளுடைய உடலின் வெப்பத்தை அவன் கால்களுக்குள், அந்தப் பருத்திப் போர்வையின் அடியில் உணர ஆரம்பித்தான்.

"நீங்கள் நிஜமாகவே அவருடைய சகோதரியா?" என்று இஷான் கேட்டான். பக்கத்தில் இருளில் இருக்கும் பெண்ணுக்கும் அவனை வரவேற்ற காப்பாளருக்கும் பெரிதாக எந்தச் சம்பந்தமும் இல்லாததுபோல அவனுக்குத் தோன்றியது.

"எங்களுடைய கிராமத்தில்..." என்று அந்தப் பெண் சொன்னாள்.

“பள்ளத்தாக்கின் அந்தப் பக்கத்தில் எல்லோரும் அவன் என்னுடைய அண்ணன் என்று நம்புகிறார்கள். நானும் அவனை என்னுடைய சகோதரன் என்று சொல்கிறேன். அவனும் என்னை அவனுடைய சகோதரி என்று சொல்கிறான்” என்றாள்.

“உனக்குத் தெரியுமா? நீங்கள் இருவரும் சகோதரர்களாக இருப்பீர்கள் என்று யாருமே யோசிக்கக்கூட முடியாது” என்றான் இஷான். “அவன் மிகவும் வயதானவனாகவும் நீ மிகவும் இளமையோடும் காட்சியளிக்கிறீர்கள்.”

அவள் லேசாக ஒலி எழுப்பிச் சிரித்துவிட்டு அவனை அப்படியே தன்னுடன் அந்தப் போர்வைக்குக் கீழ் ஆக்கிரமித்துக் கொண்டாள். வறுமையின் வாடையும் உரித்த வெங்காயத்தின் வாடையும் ஒரே நேரத்தில் அடித்தாற்போல் இருந்தது அவனுக்கு. இதுபோலொரு நெருக்கமான சூழலில் இதற்குமுன் இஷான் இருந்ததில்லை. அவன் மிக அமைதியானவனாக, ஒரு நள்ளிரவு ஆழ்கடலைப் போலப் படுத்திருந்தான். அவள் அவனுடைய தயக்கத்தை உள்வாங்கிக்கொண்டு அவளே முன்னேற ஆரம்பித்தாள். அவளுடைய வயதிற்கு அவள் பாலியல் ரீதியாக மிகவும் அனுபவம் வாய்ந்ததாகத் தோன்றினாள். அவர்கள் உடனடியாக இருவரும் உடலுறவு கொள்ள ஆரம்பித்தார்கள். இஷான் அவளைக் கட்டிலின் மறுமுனைக்குத் தள்ளி மிகவும் வேகமாக மூச்சிரைத்தபடி இருந்தான். ஆமாம்! அவன் தேடியது இதுதானா?

அவனுடைய புதிர்கள் எதுவும் தீர்ந்தாற்போலில்லை. அப்படி ஒன்று இருந்தால் அது இன்னும் ஆழமானதாகவும் இன்னும் புதிர் நிறைந்ததாகவும்தான் மாறி இருந்தது. இஷான் சட்டென பலவீனமானதாக உணர்ந்தான். அவன் பக்கத்தில் இருந்த பெண் சின்னக் குரலில் தன்னுடைய தொண்டையின் கரகரப்பில் மறுபடியும் அவனை உடலுறவுக்கு அழைத்தாள்.

“என்னுடன் சமவெளிக்கு நீ கூட வருவாயா?” இஷான் அவளைக் கேட்டான்.

“இல்லை.”

“ஏன்?”

“எனக்கு நேரம் போகாது” என்று அவள் சொன்னாள். “இங்கு நான்

நாள் முழுவதும் தூங்கிவிட்டு இரவு இப்படிப் பல மனிதர்களைச் சந்திக்கப் போயிருக்கிறேன். நிறைய பேர் அதில் உங்களைப் போல் பக்தர்களாக இருக்கிறார்கள். பள்ளத்தாக்குக்கு அப்பால் இருக்கக்கூடிய என்னுடைய கிராமத்திலிருந்து நான் இங்கு வந்தேன். நான் இங்கு உலகத்தின் எல்லாத் திசைகளிலுமிருந்தும் வரும் மனிதர்களைச் சந்தித்தபடியே இருக்கிறேன். அவர்கள் இங்கே வரும்போது நான் அவர்களுடன் பயணித்து உலகத்தின் பல பகுதிகளுக்கு அவர்களோடு சென்று வருகிறேன். மக்கள் இங்கு பிரார்த்தனை செய்யவும் அவர்களுடைய பாவங்கள் எல்லாவற்றையும் கழுவவும் வருகிறார்கள். நல்ல மனிதர்கள் என்னை நல்லவிதமாக நடத்துகிறார்கள். அதனால்தான் நான் இந்த இடத்தை விட்டுப் போக விரும்பவில்லை. என்னுடைய கிராமத்திற்குச் சென்று திருமணம் செய்துகொள்ளவும் விரும்பவில்லை. நான் இங்கிருந்தால் வயதாகவே மாட்டேன். ஒவ்வொரு இரவும் என்னைப் புதுப்பித்துக்கொண்டே பல்வேறு மைல் தூரங்களை நான் பயணித்து, காலையில் மிகவும் சோர்வாகி, வெறும் தூக்கம் நிறைந்த உடலாகி மட்டும் போயிருக்கிறேன்."

"நான் உன்னுடன் வாழ விரும்புகிறேன்," என்றான் இஷான். "நீ என்னுடன் என்னுடைய இடத்திற்கு வரத் தயங்கினாய் என்றால், நான் உன்னுடன் வந்து இந்த மலைப் பிரதேசத்தில் தங்கலாமா?" என்று கேட்டான்.

"அவர்கள் எல்லோரும் என்னுடனே இருக்க விரும்புகிறார்கள்" என்று அவள் கலகலவெனச் சிரித்தாள். அவனுடைய கன்னத்தில் மிகவும் அன்பாகக் கிள்ளினாள். "நீயும் அதற்கு எந்தவிதத்திலும் வித்தியாசப்படவில்லை. நீ இங்கு என்னுடன் தங்கவே இயலாது. இங்கு பாரேன்! என்னுடைய சகோதரன் என்று சொல்லக்கூடிய அந்த வயதான காப்பாளன் என்னை அவன் சகோதரி என்று எல்லோரிடமும் சொல்கிறான். அவனும் ஒரு காலம் இளமையானவனாக உன்னைப்போல் இருந்திருக்கக் கூடும். அவனுக்கு என்னவாயிற்று என்று பார்த்தாயா? இப்போது அவன் என்னுடன் தங்கி இருக்கிறான். அவன் என்னுடனும் தூங்குகிறான். பின் அவன் என்னிடம் என்ன சொன்னான் என்று தெரியுமா? என்னுடனேயே அவன் தங்கி என்னுடனே படுத்து என்னைச் சகோதரி என்று அவன் என்னை அழைத்துக்

கொள்கிறேன் என்று கெஞ்சினான்.. அவன் அப்படிக் கெஞ்சுவதை என்னால் தாங்கிக்கொள்ள முடியாதபோது சரி என்று ஒத்துக்கொண்டேன். அதனால் என்ன ஆகிவிட்டது? அவன் இதே மலைப் பிரதேசத்தில் மிகவும் வயதானவனாக மாறிவிட்டான். அவன் இன்னும் எத்தனைக் காலம் உயிரோடு இருப்பான் என்று எனக்குத் தெரியவில்லை. ஆனால் நீ மிகவும் இளமையானவனாக இருக்கிறாய். உன் முன் ஒரு முழு வாழ்க்கை விரிந்து கிடக்கிறது. அதை அப்படியே இந்தத் தூசு பறக்கும் மலையகத்தில் நீ தொலைத்துவிடாதே. இங்குப் பல மனிதர்கள் அவர்களுடைய வாழ்க்கையைத் தொலைத்து இந்த மலையிலிருந்து குதித்து தற்கொலை செய்துகொண்டிருக்கிறார்கள். நான் அவர்களைப் சொல்லவில்லை. அவர்கள் வாழ்க்கையைச் சொன்னேன். நான் இந்த மலைப் பிரதேசத்தில் வாழ்வதற்கு எனக்கு ஒரு வாழ்க்கை இருக்கிறது. அதனால் நான் இங்குதான் இருக்கவேண்டும். உனக்கு நான் சொல்லக்கூடிய ஒரே விஷயம், நீ விடிந்ததும் உன்னுடைய வேலையைப் பார்க்க ஆரம்பி. உன்னுடைய பார்வையில் உன் இதயம் உடைந்து கிடப்பது தெரிகிறது. ஆனால் சீக்கிரமே இப்போது நடப்பதெல்லாம் ஒரு கனவாக மட்டுமே உனக்குத் தோன்றும். அல்லது இப்படி ஒன்று நடந்ததே உனக்கு மறந்து போயிருக்கும்," என்றாள்

அதற்கு அவன் "நான் இங்கே உன்னுடன் உன்னுடைய சகோதரனாக இருந்து கொள்கிறேன். இரவு நேரம் அடுத்திருக்கும் அறைகளில் மற்ற ஆண்களை தங்க வைக்கிறேன். இந்த வயதான கவனிப்பாளன் குடித்தே இன்னும் சில காலத்தில் இறந்து விடுவான் என்று நீயே சொல்கிறாய். நான் அவனுடைய இடத்தில் என்னைப் பெயர்த்திக்கொள்கிறேன். உன்னுடைய சகோதரனாக இருக்கிறேன்," என்றான்.

அவள் கலகலவென சிரித்து, "நானும்தான் எத்தனை சகோதரர்களை வைத்துக் கொள்ள முடியும்? வேண்டாம். நீங்கள் இப்போதைக்குக் கிளம்புங்கள். அவன் இறந்த பிறகு ஒருவேளை நீங்கள் திரும்பி வருவதைப் பற்றி யோசிக்கலாம். ஆனால் இப்போது வேண்டாம்," என்று சொன்னாள் அவள்.

"அதுவும் சரிதான்" என்றான் இஷான். அவளைக் கட்டிலிலிருந்து வெளியே தள்ளினபடி, "அப்படி நீ நினைத்தால், இப்போதே

இந்த இடத்தை விட்டு கிளம்பி விடு" என்றான்.

அவள் திடீரென்று தன்னைத்தானே உலுப்பிக்கொண்டவளாய், "ஏய், இதை எல்லாம் சகஜமாக எடுத்துக்கொள். ஒரு நிமிடத்திற்கு முன்னால் நீ உன்னுடைய ஒட்டுமொத்த வாழ்க்கையையும் என்னுடன் கழிக்க வேண்டும் என்று ஆசைப்பட்டாய். ஆனால் இப்போது பார். உன்னுடைய கட்டிலைவிட்டு என்னை எத்தித் தள்ளுகிறாய்" என்றாள்.

"நீ இப்போது முதலில் வெளியே போ" என்றான் இஷான் அப்பெண்ணிடம். அவள் தொடர்ந்து சிரித்தபடி இருந்தாள். "நான் அதிகாலையில் சீக்கிரமாகக் கண்விழித்து நான் செய்ய வேண்டிய பல்லாயிரக்கணக்கான வேலைகளைச் செய்ய வேண்டும். அப்படியான ஒரு பொழுதில் என் வாழ்க்கையின் ஒரு பாகமாக உன்னை நினைத்து, இதை எல்லாம் ஏன் சொன்னேன் என்று இருக்கிறது. இத்தனைக்கும் நாம் இருவரும் இப்போதைக்கு ஒன்றாகப் பயணப்படப்போவது இல்லை என்பதை ஒத்துக்கொண்டோம் அல்லவா?"

அவள் மேலும் சிரித்தபடியும் கழுத்தை ஒருசாய்த்து அவனைப் பார்த்தபடியும் அவன் பக்கத்தில் இன்னும் போர்வையை மீண்டும் தங்கள் மீது போர்த்திக்கொண்டு நெருங்கி நெருங்கி வந்தாள். அவளது குரல் மெல்ல உருகும் பனிபோல உருகி உருகி அந்தப் போர்வையினுள் நுழைந்து என்னிடம் வந்தது. "ஆக நீ என்னுடனே தங்க வேண்டும் என்று நினைக்கிறாயா?" என்று கேட்டாள்.

"இல்லை" என்றான் இஷான். "நான் இங்க இருக்கவேண்டும் என்று விரும்புகிறேன். ஆனால் இங்க நான் இருக்க முடியாது. நான் செய்ய வேண்டிய பல வேலைகள் இருக்கிறது. ஆனால் அவை எல்லாம் செய்வதற்கு என்னுடைய இருப்பு வேறு வேறு இடங்களில் தேவையும் படுகிறது."

"அப்படி என்றால் நானும் உன்னுடன் உன்னுடைய இடத்திற்கே வந்து விடுகிறேன். உன்னுடைய வேலையும் நடக்கும். நாம் இருவரும் நீ நினைத்த மாதிரியே ஒன்று போலிருக்கலாம்." என்று சொல்லிக்கொண்டு அந்தப் போர்வையிலிருந்து அவளுடைய தலையை மட்டும் வெளியே நீட்டி கண்களை நோக்கிப் பார்த்தாள்.

"அப்படி நீ செய்தால்..." என்று அவன் அவளை உற்றுநோக்கினபடி,

"நீ உன்னுடைய வாழ்க்கையையும் இருப்பையும் ஒரு புரியாத வாழ்வியல் முறைக்காக விட்டுக்கொடுத்ததுபோல் தோன்றும். ஒரு வாழ்நாள் உனக்குள் வெறும் வருத்த சுவடுகளாய் அடிபணிந்து போய் விடக்கூடாது. அது மட்டுமல்ல, இங்கிருக்கக்கூடிய உன்னுடைய வயதான சகோதரனை நீ என்ன செய்யப் போகிறாய்? அவனை இங்கேயே ஒரு குப்பைக் கிடங்கில் போடுவதுபோல் போட்டுவிட்டு இருவரும் இந்த இடத்தை விட்டுக் கிளம்பி விடக்கூடாது. அதை மட்டும் நாம் செய்யவே கூடாது. எல்லா விஷயங்களையும் நாம் பொருட்டாக கருதி பார்த்தோமேயானால், நீ இங்கு அவனோடு இருப்பதுதான் உனக்கு நல்லது. நீ இப்போது நடத்திக்கொண்டிருக்கும் வாழ்க்கையையே தொடர்ந்து நடத்திக்கொள். நான் என்னுடைய பழைய வாழ்வியல் முறைக்குத் திரும்பச் செல்கிறேன்" என்று சொன்னான்.

"அவன் என்னைக் குறித்து எதையும் கவனித்துக்கொள்வதில்லை. நான்தான் அவனுக்காக எல்லாவற்றையும் பார்த்துப் பார்த்துச் செய்ய வேண்டும். எனக்கும் அவனுடைய அந்த வயோதிகத் தோற்றத்தைப் பார்க்கவே அலுப்பாக இருக்கிறது. ஒரு கட்டத்தில் நான் ஏதோ அவனுக்கே பாத்தியப்பட்டவள் போலவும் இன்னொரு பக்கம் பார்த்தால் நான் செய்கின்ற ஒவ்வொரு செயலும் அவனை அவனுடைய தகன மேடைக்கு மிக அருகே கொண்டு செல்வது போலவும் நான் உணர்கிறேன். எனக்கும் இங்கிருந்து வெளியே போகவேண்டும் என்ற உந்துதல் இருக்கிறது," என்றாள் அவள் சன்னமான குரலில்.

"நீ உன்னுடன் இரவுப்பொழுதைக் கழிக்கக்கூடிய எல்லோருடனுமே இந்த ஒட்டுமொத்த உலகத்திலும் பயணப்படுவதாக சொன்னாய். இப்படியான ஒரு பல்தரப்பட்ட அனுபவத்தை ஒருநாளும் ஒரு மங்கிய முனைப்பைத் தரக்கூடிய திருமணத்தில் நீ தொலைத்துவிடக் கூடாது. என்றாலும் சீக்கிரமாக விடிந்துவிடும். சூரிய வெளிச்சம் வரும்போது பல்வேறு விஷயங்கள் தன்னாலேயே தீர்ந்துவிடும் என்று நினைக்கிறேன். அப்போது புதிதான ஓர் ஒளியில் நாம் எல்லாவற்றையும் பார்ப்போம். இப்போது நீ படுத்து உறங்கு."

அவள் அவனுடைய வார்த்தைகளைக் கேட்டு ஒத்துக்கொண்டு தூங்கச் சென்றாள். அவனும் கனவே இல்லாத அயர்ந்த ஒரு தூக்க நிலைக்கு வெகு சீக்கிரத்திலேயே சென்றுவிட்டான். அவன்

தூங்கிய மறுநொடி அந்தப் பெண் எழுந்து கட்டிலை விட்டு வெளியே வந்தாள். அவனுடைய பர்சைத் திறந்து அதிலிருந்த அவன் ஒத்துக்கொண்ட பணத்தை எடுத்துக்கொண்டு அவள் அந்த அறையை விட்டு வெளியே போய் கதவைச் சாத்தினாள்.

கீழே இருந்த சமையல் அறையில் அதிகாலைவேளை துவங்க இருப்பதன் அடையாளமாய் காபி போடும் பாத்திரச் சத்தம் மெல்ல கேட்க ஆரம்பித்திருந்தது. என்றாலும் சுற்றிலும் இருள் கவிந்து கிடந்தது. அவள் சமையலறையின் மேல் தாழ்வாரத்தின் வழியே வந்து விழுந்த ஒளிக்கற்றையை வெகு புத்திசாலித்தனமாகத் தவிர்த்து, மாடிப்படியின் நிழலோரமாய் இருட்டுக்குள் அவள் தன்னுடைய முந்தானையைத் தோள்மேல் இறுகப் போர்த்திக்கொண்டு, காலை இருளுக்குள் தப்பித்துச் செல்பவள் போல் வெளியேறினாள்.

காலை பொறுப்பாளர் கதவு தட்டும்வரை இஷானுக்கு எதுவுமே புலப்படவில்லை. அவன் கதவை வேகமாகத் தட்டி, “எழுந்திருங்க, எழுந்திருங்க” என்று சத்தமாகவே கத்திக்கொண்டிருந்தான். இஷான் அவசர அவசரமாகக் கதவைத் திறந்து அவனுடைய காலைக் கடன்கள் எல்லாவற்றையும் முடித்து, தன்னுடைய பைகளைக் கட்டிக்கொண்டு தயாரானான். அவனுடன் வந்த சிலர் இன்னும் கீழே இருந்த பெரிய ஹாலில் காலை உணவைச் சாப்பிட்டுக் கொண்டிருந்தார்கள். பேருந்தில் அவன் பக்கத்தில் உட்கார்ந்திருந்த அந்த வயதானவர் இப்போது பல் செட்டை மாட்டி இருந்தார். இவனைப் பார்த்ததும் கையை வேகமாக அசைத்து, ‘இங்கே வா’ என்பதுபோலக் கூப்பிட்டார். அவன் அங்கு நேராகச் சென்று அவர் பக்கத்தில் உட்கார்ந்து, அவனுடைய பையைப் பக்கவாட்டிலிருந்த நாற்காலியில் வைத்தான். காலை உணவாக பாலும் சர்க்கரையும் கலந்த உடைத்த கோதுமைக் கஞ்சும் உருளைக்கிழங்கு கூட்டுடன் உள்ள பூரிகளும் வைக்கப்பட்டிருந்தன. வயதானவர் இப்போது அவனிடம் நன்றாக இரவு உறங்கினானா என்று கேட்டார். அவர் அவனுடைய பதிலுக்காகவோ தலையசைப்பிற்காகவோ காத்திருக்காமல் அவர் தன்னுடைய கோதுமைக் கஞ்சியைக் குடிக்க ஆரம்பித்தார். அவர் மெதுவாக உறிஞ்சும்போது கஞ்சியை மிகவும் ருசித்துக் குடிப்பதுபோல வித்தியாசமான குரல்களை ஏற்படுத்துக்கொண்டு குடித்தார். ஒருவேளை அதற்குக் காரணம்

அவருடைய தளர்ந்த பல் செட்டாக இருக்கக்கூடும்.

காலை உணவுக்குப் பிறகு ஒவ்வொருவரும் மெல்ல வெளியே இருந்த பேருந்தை நோக்கி நடக்க ஆரம்பித்தனர். அந்தப் பொறுப்பாளர் இப்போது எங்குமே கண்ணில் தென்படவில்லை. இரவு அங்கு வந்த அந்தப் பெண்ணும் கண்ணில் தென்படவில்லை. காலை வேளைகளில் அவள் தூங்குவதாக மிக இயல்பாக அவள் சொன்னது அவன் நினைவுக்கு வந்தது. இப்போது பேருந்து முழுவதுமாக நன்றாகக் கழுவி விடப்பட்டு, கடந்த இரவின் மழைத் தடயங்கள் எதுவும் இல்லாமல் இருந்தது. அன்றைய நாள் அவனுக்கு மிகவும் புத்துணர்வு தரக்கூடியதாகத் தோன்றியது. அங்கு இருந்த ஈரப் புல்வெளியிலும் புதர்களிலும் இருந்து அழகான வாசனை அசைவற்ற காற்றில் அவனை வந்தடைந்து கொண்டிருந்தது.

வெகு சீக்கிரமே அந்தப் பேருந்து நிறைந்து நடத்துநரும் ஓட்டுநரும் மெல்ல அதற்குள் (பொது நிகழ்ச்சிக்குக் கடைசி நிமிஷத்தில் வந்த முக்கிய விருந்தாளர்போல) ஏறி உட்கார்ந்தனர். அவர்கள் அதில் ஏறி உட்கார்ந்த தருணம் ஒரு புனிதப் பயணத்தின் கடைசி மைல் கல்லில் அவர்கள் தங்களை இணைத்துக் கொண்டதுபோல இருந்தது. இரண்டு மணி நேரப் பயணத்திற்குப் பிறகு அந்தப் பேருந்து மெல்ல ஒரு கிலுக்கு ஒலியுடன் பாதைகளைக் கடந்து மலை உச்சியில் இருந்த ஒரு கறுப்பு நிற கிரானைட் உச்சியை அடைந்தது. அங்கிருந்து தொடர்ச்சியாகப் படிகள் தென்பட்டன. அவற்றுடன் பெரிய பெரிய கயிறுகள் கட்டப்பட்டு, கைகள் பிடித்துக்கொள்வதுபோல அமைக்கப்பட்டிருந்தது. அது ஒரு மிக ஆபத்தான செயல்பாடாக இருக்கும் என்று பார்த்த நொடியே தெரிந்தது. அங்கிருந்து பார்க்கும்போது மனிதர்கள் மேலே மலை உச்சிக்கு அதன் வழியாக சென்றுகொண்டிருந்தது தெரிந்தது தவிர, யாரும் கீழே வந்தாற்போல் தெரியவில்லை. பக்தர்கள் எல்லோருமே வேறொரு மலைப்பாதை வழியாக கோவிலுக்கு மேலே சென்றடைய வழி செய்யப்பட்டிருந்தது. பயணிகள் பலரும் தாங்கள் கொண்டு வந்திருந்த தங்கள் பொருட்களை எல்லாம் பேருந்திலேயே விட்டுச் சென்றுவிட்டு, மிக அத்தியாவசியமான பொருட்களை மட்டுமே தங்களுடன் எடுத்துக்கொண்டு கிளம்பினார்கள். மலை உச்சியில் அந்தப் புனித நதியின் ஊற்று

இருந்த காரணத்தினால் அங்குதான் அவர்கள் தங்களுடைய பக்தி மையத்தைக் கண்டு அடைக்கலம் நாடி வந்திருந்தார்கள்.

மேலே மலை உச்சிக்கு ஏறுவது என்பது அவ்வளவு ஒன்றும் சிரமமான காரியமாகத் தெரியவில்லை. அது ஏறுவதற்குச் சிரமமாய் இருக்கக்கூடும் என்ற அவன் நினைத்திருந்தாற்போலல்லாமல் மிகவும் எளியதாகத்தான் இருந்தது. அங்கே மலை உச்சியில் அவன் அந்த வயதானவரைக் கண்ணீரோடு மீண்டும் சந்தித்தான். அந்த வயதானவரின் முகம் சுருங்கி உட்பக்கமாய் குழிவிழுந்து போயிருந்தது. இஷான் ஏதேனும் சொல்வதற்கு முன்பாகவே அந்த வயதானவர் அவருடைய கதையைச் சொல்ல ஆரம்பித்தார்.

“நான் மேலே வரும்போது தும்மல் போட ஆரம்பித்தேன். என்னுடைய பல்செட் என்னுடைய வாயிலிருந்து வெளியே விழுந்துவிட்டது. இப்போது நான் என்ன செய்யப் போகிறேன் என்று தெரியவில்லை.” அவருடைய குரலில் உச்சபட்ச சோகம் இருந்தது.

“என்னவாக இருந்தாலும்...” என்று இஷான் அவரை ஆற்றுப்படுத்தும் வகையில் சொல்லி, “அவை உமக்குப் பொருந்தவில்லை அல்லவா? இப்போது நீங்கள் அது தொலைந்து போனதால் உங்கள் நாடிக்குப் பொருத்தமான இன்னொரு பல் செட்டை நீங்கள் வாங்கி வைத்துக் கொள்ளலாம். அப்படியென்றால் உங்களுக்கு எந்தத் துன்புறுத்தலும் இல்லாமல் இருக்கும்” என்றான்.

“உங்களுக்கு நான் என்ன சொல்ல வருகிறேன் என்று புரியவில்லை. அந்தப் பல் செட் என்னுடையது இல்லை. என்னுடைய இறந்த மனைவியுடையது. அவள் ஞாபகார்த்தமாக என்னிடம் அது மட்டுமே இருந்தது” என்று அவர் மிகவும் சோர்வான கண்களோடு சொன்னார்.

குகைக்குள் செல்லக்கூடிய நுழைவாயில் மிக மிகக் குறுகியதாகவும், ஒரே ஒரு மனிதர் மட்டுமே உள்ளே சென்று வரக்கூடிய அளவிற்கு வீதியானதாகவும் இருந்தது. வௌவால்கள் வெகு அதிகமாக அலையும் நெடி ஒன்று அந்தக் குகையினுள் மண்டிக் கிடந்தது. அதையும் மிஞ்சும் வகையில் மனித வேர்வையும், எரிந்த எண்ணெயின் வாடையும் மிகுந்திருந்தது. கர்ப்பக் கிரகத்திற்கும் புனித நதிக்கும் செல்லக்கூடிய பாதை வலதுப்

பக்கமாய் வளைந்து இன்னும் நெருக்கமானதான ஒரு கல் படிகட்டு போன்ற ஓரிடத்திற்குக் கொண்டுவிட்டது - அந்த மாடிப்படிகளின் மேல் சூரிய ஒளி வெளியே இருந்து படும்போது அந்தப் படி உடைந்தாற்போல் தோன்றிற்று. இங்கிருந்துதான் பக்தர்கள் எல்லோரும் அந்த மலை உச்சிக்குச் சென்றடைய, மலையின் தெற்குப் புறமாகப் போடப்பட்டிருந்த சாலையில் சென்று கீழே இறங்கினார்கள். கல்லால் அமைந்த அந்த கர்ப்பக் கிரகத்தில் முழுக்க முழுக்க எண்ணெய் விளக்குகள் எரிந்தபடி இருந்தன. ஒரு பாறையின் துளை வழியாக நல்ல தண்ணீர் - ஊற்றுபோலச் சுழன்று அந்தக் குகைக் கோவிலிலிருந்து வெளியே வழிந்தது. அது மலையின் மறுபுறம் வந்து வழிந்து, உலகத்தின் மிகப் பெரிய நதியாக உருவெடுத்து, 2000 மைல் கணக்கான மலைப் பிரதேசங்களையும் மலைக் காடுகளையும் கடந்து, சமவெளிகள் வழியாகவும் சதுப்பு நிலங்கள் வழியாகவும் பாய்ந்து கடலைச் சென்றடைந்தது. அது மட்டுமே நதிமூலத்தின் ஒரே ஊற்று என்பதுபோல இறந்தவர்களின் சாம்பலை அதில் கரைப்பது மிக முக்கியமான சுபசடங்காகக் கருதப்பட்டது.

இஷான் கர்ப்பக்கிரகத்தில் இருக்கக்கூடிய கடவுள் சிலைக்கு முன்னால் அப்படியே சாஷ்டாங்கமாக நமஸ்காரம் செய்து, தான் கொண்டுவந்திருந்த ப்ளாஸ்டிக் உறையினுள் இருந்த அப்பாவின் சாம்பலை அங்கிருந்த நல்ல தண்ணீரின் ஊற்றில் கரைத்தான். பின் அவன் அங்கும் இங்கும் திரும்பி அந்த வயதானவர் பின்தொடர்வதைப் பார்த்தான். இஷானுக்கும் மற்ற பக்தர்களுக்குமான இடைவெளி அதிகமாகிக்கொண்டே இருந்தது. இஷான் அந்த அடர்ந்த இருள்கொண்ட படிக்கட்டில் நின்றபடி, கைகளைப் பக்கவாட்டாக நீட்டுவது என்பது தன்னைத்தானே அவன் சமநிலைப்படுத்திக்கொள்வதுபோல் தோன்றிற்று.

அவன் மறுபடி ஒரு வெளிச்சமான வெளிப்பிரவாகத்தில் வந்து நின்றபோது அவனால் நம்பவே முடியாத காட்சி ஒன்றை அவன் கண்கள் கண்டன. அந்தப் பொறுப்பாளரும் அவனுடைய சகோதரியும் ஒருவரையொருவர் இடித்துக்கொண்டு, அமைதியாக முன்னால் நின்றுகொண்டிருந்தவர்கள் மலை உச்சியிலிருந்து கீழிருக்கும் நிலத்தில் ஒரு துளி அழுகைகூட இல்லாமல் விழுந்தார்கள். இஷான் உடனடியாக அவ்விடத்திற்குச் சென்று அவர்கள் இருவரும் சண்டையிட்ட அந்த இடத்தை மேலிருந்து

கீழே குனிந்து பார்த்தான் - அவன் பார்ப்பதற்கு அங்கு எதுவுமே இல்லை. இஷான் வேறு யாராவது அங்கு இருக்கிறார்களா, இல்லை அவனுக்கு முன்பாக யாராவது அந்த இடத்தை வந்து அடைந்திருக்கிறார்களா என்று சுற்றும் முற்றும் உடலை வளைத்து வளைத்துப் பார்த்தான். அங்கு யாருமே இல்லை. கடைசியாக அவனுக்கு முன்னால் வந்த பக்தர்கள் எல்லோருமே மறுபடி கீழே இறங்கிக் கொண்டிருந்தார்கள்; இஷான் உடனடியாக திரும்பி நடக்கலானான். என்றாலும் அந்தப் பல்லில்லாத வயதானவரோ அல்லது அவனுடன் வந்த மற்ற பக்தர்களோ இவனைப்போல் அத்தனை விரைவாக அந்தப் புனிதக் குகையின் இருளிலிருந்து இன்னும் வெளிவரவில்லை என்பதை இஷான் உணர்ந்தான். அவன் உடல் ஒருமுறை கதகதப்பாகி அதிர்ந்தது - இஷான் உடனடியாகத் தான் பாதுகாப்பாக இருக்க வேண்டும் என்று உணர்ந்தான்.

பின்னால் இஷான் மற்றவர்களிடம் தான் பார்த்ததை எல்லாம் சொன்னபோது, அவர்கள் அவர்களுடைய தலையை அனுதாபத்தில் அசைத்து, ‘அச்சச்சோ’ என்பதுபோல உச்சு கொட்டினார்கள். அவர்கள் அவன் சொன்னதைப் புரிந்துகொண்டதாகச் சொன்னார்கள்.

“இந்த விஷயங்களெல்லாம் நடக்கும் இஷான். வேறென்ன நீ எதிர்பார்க்கிறாய்? எப்போதுமே அவை அப்படித்தான் இருந்திருக்கின்றன” என்றார்கள் அவர்கள். அவன் தங்கி இருந்த இடத்திற்குப் பின்னால் இப்போது அந்தப் பொறுப்பாளனோ அல்லது அவனுடைய சகோதரியோ பற்றிய எந்தத் தடயமும் இல்லை. அந்த வயதான பொறுப்பாளனுக்குப் பதிலாக இன்னொரு ஆள் அங்கு உட்கார்ந்து, இஷானிடம் அந்த வயதான பொறுப்பாளன் அன்று அதிகாலை அவனுடைய கிராமத்தில் நடைபெறக்கூடிய ஒரு திருவிழாவிற்குச் சென்றிருப்பதாகச் சொன்னான். இந்த மனிதன் மிகவும் இளமையானவனாக ஒரு காக்கிவண்ண சீருடையை அணிந்திருக்கக்கூடியவனாகவும் இருந்தான். அவன் தான் வேறொரு கிராமத்திலிருந்து வந்ததாகச் சொல்லி, அந்த வயதான பொறுப்பாளனின் கிராமத்திலிருந்து தான் வரவில்லை என்று திரும்பத் திரும்பச் சொல்லிக்கொண்டிருந்தான்.

“அவன் வந்த கிராமம் முழுக்க முழுக்க பாலியல் தொழிலாளர்களும்

அவர்களுக்கு மாமா வேலை பார்க்கும் ஆண்களும் நிறைந்திருக்கக்கூடிய ஒன்று," என்று அவன் ஒருவிதமான வெறுப்போடு சொன்னான்.

இஷான் அவனிடம் அந்த வயதான பொறுப்பாளனின் சகோதரியைப் பற்றிக் கேட்டபோது, அவன் பயங்கரமாகச் சிரித்துத் தன்னுடைய கைகளை அங்கும் இங்கும் ஆமோதிப்பதுபோல் அல்லாமல் அசைத்தான்.

"நீங்கள் இன்று இரவெல்லாம் அங்கு தங்குவதாகத் தீர்மானித்தார்கள் என்றால், நீங்கள் என்னுடைய சகோதரியைச் சந்திக்கலாம்" என்று சொன்னான்.

இஷான் மறுபடி அவசரமாகத் திரும்பி, பேருந்தை நோக்கி நடக்க ஆரம்பித்தான். அது அப்போதுதான் மிக பக்தியுள்ள மனிதர்களைத் தனக்குள் அடைத்துக்கொண்டு கீழே போவதற்குத் தயாராக இருந்தது. இஷான் அப்பாவின் சாம்பலைக் கரைக்க வந்த இந்த யாத்திரையை மனதில் நினைக்கும்போது லேசான நடுக்கத்துடன் மறுபடி டெல்லிக்குச் செல்ல ஆயத்தமானான். மறுபடி அமெரிக்காவுக்கு டெல்லி வழியாகச் செல்வதற்கு அவனது கனவில் ஆயத்தமானான். இன்னும் தூக்கக் கலக்கம் போகாத ஒரு தருணத்தில் அவனுடைய பாட்டி அவன்மீது ஒரு சில மிட்டாய்த் துண்டுகளை அழுத்தி அவளது பழைய கதையைச் சொல்ல ஆரம்பித்துவிட்டாள்:

"அந்த மகாராணி இந்த வருடம் மிகவும் கவலையோடு இருந்தாள். நான் அவளிடம் சென்று, கயாவில் இருக்கக்கூடிய பருவ மழைக்கு என்னுடைய பிறந்த நாள் வாழ்த்தைச் சொன்னேன். ஏனெனில் அப்போது அங்கு நோயாளிகள் எல்லோரும் நீந்திக்கொண்டும் மருத்துவர்கள் எல்லோரும் பெட்டியாவின் தெருக்களில் மூழ்கிக்கொண்டும் இருந்தார்கள்" என்றாள். இஷான் தன்னுடைய யாத்திரையை முடித்துக்கொண்டு திரும்பும் முன், அவனுக்கு அமெரிக்காவிலிருந்து ஒரு கடிதம் வந்திருந்தது. அம்பாள் ஒருவிதமான பொறாமைசார்ந்த - மகன் மீதான அதிகப் பற்றுள்ள உணர்வில் அந்தக் கடிதத்தின் உறையைக் கிழித்து, பகீஷா எழுதியிருந்த ஓர் அழகான கடிதத்தை மிகக் கோரமான ஒரு கோணத்தில் வாசித்தாள்.

எனது அன்பின் இஷான்! நீ இல்லாதது இங்கு மிகவும் வேதனையாக இருக்கிறது. பகல்பொழுதுகள் மிகவும் காலியான கோப்பைகள் போலவும் நீளமான முடிவே இல்லாத சாலைகள் போலவும் விரிந்து கிடக்கின்றன. நான் இங்கு சரியாக வேலை பார்த்திருக்க வேண்டும். என்றாலும் நான் அவ்வாறு செய்யவில்லை: அதனால் அந்த வயதான டாக்டர் கோலாஸ்கி என்மீது கோபமாக இருக்கிறார். அவர் என்னிடம் வந்து ஒரு மாணவர் கவுன்சிலரைச் சந்திக்குமாறு சொன்னார். அவர் யாரைக் குறிப்பிடுகிறார் என்று எனக்கு நன்றாகத் தெரிந்து விட்டது - கொஞ்சம் கன்னத்தில் குழிவிழுந்த வழுக்கையான அந்தக் கவுன்சிலரைத்தான். எனக்கு ஏதேனும் உணர்வுரீதியாகப் பிரச்சினைகள் இருந்தால் ஒருவேளை அது என்னுடைய வேலைக்குக் குறுக்காக வந்துவிடுகிறதோ என்று அவர் நினைத்ததாகச் சொன்னார். நான் அவரிடம் உடனடியாகப் பொய் சொல்லிவிட்டேன். எனக்கு ஒரு தற்காலிக மருத்துவப் பிரச்சினை இருப்பதாகவும் அதற்காக நான் ஏற்கெனவே சிகிச்சை எடுத்துக்கொண்டிருப்பதாகவும் சொல்லிவிட்டேன்.

வஹீதா கராச்சிக்குக் கிளம்பி இருந்தாள். சாஸ்கியா அதனால் அவளுடன் அறையை யார் செலவழிப்பார்கள் என்று ஒரு நபரைத் தேடிக்கொண்டிருந்தாள். உன்னைப்போலவே வஹீதாவும் வெகு சீக்கிரமாகவே கிளம்ப வேண்டியிருந்தது. எனக்கு இப்படிச் சம்பவங்கள் நடப்பது என்ன காரணத்தினால் என்று சொல்லவே தெரியவில்லை. சாஸ்கியா வெகு ஆணித்தரமாக வஹீதா திரும்பி வர மாட்டாள் என்று சொன்னாள். நான் நான்கு திரைப்படங்களை வஹீதாவுடன் அவள் கிளம்புவதற்கு முன் பார்த்தேன் என்றாலும், அவள் என்னிடம் ஒரு வார்த்தைகூட தான் கிளம்புவதாகச் சொல்லவே இல்லை. ஒரு வியட்நாம் திரைப்படமான 'The scent of green papaya'-வை நான் மறுபடி பார்க்க விரும்புகிறேன் - அதுவும் நீ இங்கு திரும்பி வந்தால். உனக்கு மிகவும் பிடிக்கும் என்று நான் நினைக்கிறேன்.

என்னுடைய அம்மாவிடமிருந்து எனக்கு ஒரு கடிதம் வந்திருந்தது. அதில் அவள் என்னைத் திரும்பி வரச் சொல்லியிருந்தாள். அதேபோல் ஒரு கடிதம் என்னுடைய சகோதரனிடமிருந்தும், மூன்றாவதாக ஒரு கடிதம் (நீ நம்பமாட்டாய்) என் அப்பாவின் முதல் மனைவியிடமிருந்தும் (பாடி அம்மி) வந்திருந்தது. அவள் எனக்கு உருதுவில் எழுதியிருந்தாள். அவள் அதில், ஒரு சின்ன

கவிதை போன்ற விஷயத்தை வைத்து ஆரம்பித்து, மறுபடி என்னுடைய வேரான என்னுடைய வீட்டிற்கு வரச் சொல்லி இருந்தாள். எந்தக் கடிதமும் பெரிதாக எந்தக் காரணத்தையும் முன்வைத்தோ அல்லது அவர்கள் நான் அங்கு இருப்பதை தங்களுடைய ஞாபக அடுக்குகளிலிருந்து மீட்டெடுக்க என்னை அழைத்ததாகவோ எனக்குத் தோன்றவில்லை. அவர்கள் என்னைத் திருமணம் செய்து கொடுப்பதற்குத் தயாராவதாக எனக்குத் தோன்றியது. அத்திட்டத்தை முடித்து வைக்கத்தான் அவர்கள் எல்லோரும் ஒருசேர என்னை அழைக்கிறார்கள் என்பது புரிந்தும் போயிற்று. எவ்வளவு முற்போக்காகவோ அல்லது நவீனமாகவோ நமது மக்கள் இருப்பதாகக் கருதிக் கொண்டாலும் எல்லோருடைய ஆழ்மனதிலும் அவர்கள் நாகரிகத்தின் சாயலோ நிழலோ படியாதவர்களாகத்தான் இருந்தார்கள். நான் நினைவுகளின் சுகந்தத்திற்கோ ஞாபகங்களின் வாசத்திற்கோ எதிரானவள் அல்ல என்றாலும், உணர்வுவயமான ஒரு பந்தத்தை முற்றிலுமாக நிராகரிப்பவள் அல்ல என்றாலும், நான் உண்மையில் ஆழ்மனதில் அவற்றையெல்லாம் நாடியே இருக்கிறேன். என்றாலும் நான் அந்த மூன்று கடிதங்களில் ஒன்றுக்குக்கூட பதில் எழுதவில்லை.

உன்னுடைய விடைபெறுதலுக்குப் பிறகும் இந்த மூன்று கடிதங்கள் என்னை வந்தடைந்த பிறகும் நான் என்னுடைய தாய்நாட்டைப் பற்றி எண்ணிலடங்கா பிம்பங்களோடு அலைந்தபடி இருக்கிறேன். குறிப்பாக, நான் தூங்குவதற்கு முன்னால் - நான் முழுதுமாக விழித்திருக்கிறேன் என்றோ அல்லது தூங்கத் துவங்கி இருந்தேன் என்றோ சொல்ல முடியாத ஒரு தருணத்தில்,- நான் லாகூர் கண்டோண்மெண்ட் பகுதியில் உள்ள பிம்பங்களை எல்லாம் ஒன்றின் பின் ஒன்றாகக் காணப்பெற்றேன் - அங்குதான் நான் வளர்ந்தேன். அது அதற்கும் முன்பாக வெள்ளைக்காரர்கள் வசிக்கும் ஒரு பகுதியாக, இரு பக்கங்களும் அடர்ந்த மரங்கள் நிறைந்த தெருக்களுக்கு மத்தில் இருக்கக்கூடிய வெள்ளைப் பங்களாக்களாகவும் அதற்கு உள்ளிருக்கக்கூடிய பெரிய நிழல் வாய்ந்த தோட்டமுமாக காட்சி அளித்தது. அங்கிருந்த ஒரு கிறிஸ்தவக் கல்லறைத் தோட்டத்திற்குப் பக்கத்திலேயே ஒரு சிதிலமடைந்த சர்ச் இருந்தது. அங்கிருந்த ஜிம்கானா கிளப் மற்றும் கிரிக்கெட் விளையாடும் மைதானங்கள், கடை வீதிகள், மால்கள், அது மட்டுமல்லாமல் தொக்கர் நியாஸ் பாய்கிலிருந்து

ஜாலோ பார்க் வரை இருபுறமும் பச்சைப் பசேல் உடன் கால்வாய்கள் ஓடிக்கொண்டிருந்த கனால் பேங்க் சாலைகள் அங்குக் காணப்பட்டன. ஓரளவிற்கு என்னால் சுவர்கள் நிறைந்த பஜார் பகுதிகளின் மங்கிய அழகியலை உணர்ந்துகொள்ள முடிந்தது. அங்கு பல ஆண்கள் தங்களுடைய வண்ணமயமான தலைப்பாகைகளுடன் அவர்களுடைய பற்களை சிறிய வாதுமைக் குச்சிகளால் துலக்கிக்கொண்டிருந்தார்கள். (உன்னுடைய நாட்டில் இதேபோல வேப்பங்குச்சிகளை உபயோகிப்பதாக நீ சொல்லியிருக்கிறாய்.) அங்கு இருக்கக்கூடிய பெரிய தார்ப்பாலின்களுக்குக் கீழிருந்த பேரீச்சம் பழ மூட்டைகளைக் காற்று மெல்ல அசைத்தபடி இருந்தது. ஒட்டகம் அல்லது கழுதைகள் பூட்டப்பட்ட வண்டிகள் ஒன்றை ஒன்றை உராய்ந்துகொண்டு அந்தக் குறுகலான சந்துப் பாதைகளில் போய்க்கொண்டும் வந்துகொண்டுமிருந்தன - வியாபாரிகள் அவர்கள் பொருட்களை விற்பதற்குக் கத்திக்கொண்டிருந்தார்கள்.

இவை எல்லாவற்றையும்விட நான் சிறுவயதில் என்னுடைய பாட்டியுடன் இருக்கும்போது, குட்டாவில் இருக்கும் அவளுடைய பரம்பரை வீட்டுக்குச் சென்றிருக்கிறேன். அது ஒரு மலைப் பகுதியாகவும், எங்கெங்கும் மலர் கூட்டங்கள் பூத்துக் கிடக்கின்ற செடிகள் உடையதாகவும்-, அவை எல்லாம் மலர் கொய்த பிறகு மஞ்சள் விதைப்பதற்காகச் சுத்தப்படுத்திய ஒரு நிலப்பரப்பைக் கொண்டிருந்தது. அந்த ஒட்டுமொத்த இடமும் ஆப்பிள், மாதுளம்பழம், ப்ளம், பாதாம் போன்றவை விளையும் ஒரு பிரதேசமாக இருந்தது. நான் இதையெல்லாம் ஏன் உன்னிடம் விவரமாக விவரித்து எழுதிக் கொண்டிருக்கிறேன் என்றால், நான் அங்கு திரும்பச் செல்லவேண்டும் என்ற ஆசையினால் அல்ல. நான் என்னுடைய மனதை ஏற்கெனவே திடப்படுத்தி வைத்திருக்கிறேன். என் முடிவுகளை நானே மீறுவதாக இல்லை. அதை உனக்கும் தெரியப்படுத்த விரும்புகிறேன். நான் ஒருபோதும் பாகிஸ்தானிற்குச் செல்ல மாட்டேன்.

நீ கவனித்திருப்பாய் - நான் உன்னிடம் வலுக்கட்டாயமாக இந்தியாவில் உனக்கு எல்லாம் சரியாக இருக்கிறதா என்று கேட்பதைத் தவிர்ப்பதை. உன்னிடம் நான் நேரடியாக உட்கார்ந்து, உன் கண்களைப் பார்த்து, அந்த விஷயங்கள் எல்லாவற்றையும்

தெரிந்துகொள்ள ஆசைப்படுகிறேன். நீ எப்போது சீக்கிரமாகத் திரும்பி வருவாய் என்று கேட்கவும் நான் விரும்புகிறேன். என்னுடைய பிரார்த்தனைகளை நான் கைவிட்டுவிட்டேன். உன்மீதான என்னுடைய காதல் என்னை என் நாட்டிற்குச் செல்லவிடாமல், என்னுடைய கடவுளையோ என்னுடைய மதத்தையோ பின்பற்றவிடாமல், அதுவே பிரதானம் என்று என்னை மாற்றிவிட்டது.

- எப்போதும்போல உன் பகீசா.

அம்பாள் அந்தக் கடிதத்தை இரண்டு மூன்று தடவைக்கு மேல் வாசித்துப் பார்த்துவிட்டு, அதை இஷானுடைய ஜாதகம் வைத்திருந்த அவளுடைய நகைப் பெட்டிக்குள் வைத்துப் பூட்டிவிட்டாள். இஷான் இந்தக் கடிதத்தைப் பார்த்தே விடக்கூடாது என்று அவள் முன்தீர்மானம் செய்துகொண்டாள். என்ன மாதிரியான பெண் இவள்? எந்தவிதமான மரியாதையும் அவளுடைய பெற்றோருக்கோ அல்லது அவளைப் பாதுகாக்கும் யார் மீதுமோ இல்லாமல் இருக்கிற இந்தப் பெண் நம் குடும்பத்திற்கு ஒத்துவரமாட்டாள். அவளுக்குத் தன்னுடைய தேசத்தின் மேலோ, தன்னுடைய மக்களின் மேலோ எந்தவிதமான அன்பும் இல்லை. காதலுக்காகத் தன்னிச்சையாகக் கடவுளையும் மதத்தையும் விட்டு விலகக்கூடியவள் - எவ்வளவு அசிங்கம்! எவ்வளவு பெரிய கையூட்டை ஒரு ஜோசியருக்குக் கொடுத்து வேறொரு வரனை பார்த்து முடித்து விட வேண்டும். இந்தப் பெண்ணை - இல்லை இல்லை, பேயை மருமகளாக்கிக் கொள்ளக்கூடாது என்று அம்பாள் தீர்மானித்தாள். ஷாங்கி இறந்து அவனுடைய தகன காரியங்கள் எல்லாம் முடிந்த ஒரு சில வாரங்களில் இஷான் அமெரிக்காவிற்குத் திரும்ப எத்தனிக்கும்போது அம்பாளுடைய தோட்ட வாசல் கதவினுள் இருந்த லெட்டர் பாக்ஸில் ஒரு மார்பு உள்ளாடையும் ஜட்டியும் திணிக்கப்பட்டிருந்தன,

உள்ளூர் அவதூறுகளையும் அவமதிப்பையும் புறம்தள்ளிவிட்டு - ஏன், ஷாங்கியின் மரணத்தைக்கூடத் தனக்குப் பின்னால் புறம்தள்ளிவிட்டு அம்பாள் தன்னுடைய வாழ்க்கையை முன்னெடுத்து நகரத் தீர்மானித்தாள். என்றாலும், துயரம் அதன் தேசத்தில் அதுவே ராஜாவாக இருக்கின்ற காரணத்தினால்

அந்தப் புதிய நிலப்பரப்பில் அம்பாளும் ஒரு அன்னியராய் தன்னைத்தானே வேர் பற்றிக் கொள்ள முயற்சி செய்தவளாய் இருந்தாள். அதனாலேயே, அவள் அந்த அவதூறுகள் காரணமாக உடைந்து போய்விடுவாளோ என்ற அச்சம் அவளுக்கே ஏற்பட்டது. தூங்க முடியாத இரவு நேரங்களில் அவள் பெரும்பாலும் இத்துயரத்திலிருந்தும் ரணத்திலிருந்தும் வெளிவரக்கூடிய ஒரு வழிமுறையைத் தேடி அலைந்தபடியே இருந்தாள்.

அவளுடைய உறக்கமில்லாத இரவுகள் முழுக்க முழுக்க அவளுடைய தலைவலி சார்ந்ததாகவே இருந்தது. அது அவளுடைய பகல்பொழுதுகள் அத்தனையையுமே சிதிலம் அடைய வைத்தது. அதிலிருந்து தப்பிப்பதற்காக அவள் தன்னுடைய திரைச்சீலைகள் நிறைந்த அறையில் தன் முன்நெற்றியில் போடப்பட்டிருந்த ஏதோ ஒரு ரண நிவாரணி வாடையில் தன்னுடைய கண்களுக்கும் தலைக்கும் ஈரத்துண்டைப் போட்டபடி கிடந்தாள்.

நடு நடுவே லேசாகத் தலைவலி குறையும்போதெல்லாம் அவள் திருமணமான புதிதில் தில்லியில் அவர்கள் வசித்த அந்த தாரியாதாஞ்ச் பகுதியில் இருந்த பழைய குடியிருப்பிலிருந்த பழைய வீடுகளைக் குறித்து கனவு கண்டாள்: அங்கும் பெரிய பெரிய பங்களாக்கள் பெரிய பெரிய பின்புறங்களோடு இருக்கும். வளைந்த தெருக்கள் திறந்த சாக்கடைகளோடும், அதேநேரம் தெரு முனைகளில் சைக்கிள் ரிக்ஷாக்களும் யாசகம் கேட்பவர்களின் நிராதரவான அழுகைக் குரல்களும் அங்கே கேட்டபடி இருக்கும். அவளுடைய கனவில் அவள் கண்ட சித்திரம் எப்போதுமே பூட்டப்பட்டிருக்கும் ஒரு வாயிற்கதவைக் கொண்டதாகவும் அதன் பக்கத்தில் இருக்கக்கூடிய நடைபாதைவாசிகள் நுழையும் கதவு நிரந்தரமாகத் திறந்திருக்கக்கூடியதாகவும் இருந்தன. அதற்குள் பல வீடுகள் இருந்தன. என்றாலும், அவை எல்லாவற்றிற்கும் ஒரே ஒரு மைய திறந்த வெளி வானத்தைப் பார்த்தபடி இருந்தது. அந்தப் பழைய கட்டடங்களில் இருந்த அறைகள் எல்லாமே உயரமான கூரைப்பகுதிகளைக் கொண்டதாக இருந்தபடியினால், தூசு நிறைந்த வானின் வெளிச்சம் திரையிடப்பட்டு, மங்கலான ஒளியாகத்தான் அந்த அறைக்குள் பிரிக்கப்பட்ட மர ஜன்னல்கள் வழியாக உள்ளே வந்து விழுந்தன. மேலிருந்து நிர்வாணமான ஒளி விளக்குகள் தொங்கிக் கொண்டிருந்தபடி இருந்தன. அதேபோல் ரகசிய மூலைகளில் ஒட்டடைகள் அடர்ந்து இருந்தபோதிலும்

உச்ச வெயிலில்கூட அறை எங்கும் இருளாகவும் லேசாக வெப்பம் தெரியாததாகவும் இருந்தே வந்தது. ஒருவிதமான சிவப்பு மல்லிகையின் வாசத்தை அந்த அறை எங்கும் அந்தப் பூட்டிய கதவுகளுக்குப் பின்னால் அவளால் உணர முடிந்தது. தூரத்தில் அவளுக்கு வியாபாரிகள் தங்களுடைய பொருட்களை விற்பதற்காகக் கூவிக் கூவி விற்கும் குரல்கள் அலைந்தபடி இருந்ததும் கேட்கவே செய்தது. அவள் கனவு வீட்டின் உள் அறையில் எங்குமே அவளது பல்வேறு கல்யாணக் காட்சிகள் ஒட்டுமொத்தமாக அடைக்கப்பட்டு- ஏதோவொரு ரகசிய நிவாரணத்தை அவளுடைய தற்காலிகப் பிரச்சினைகளுக்குத் தரக்கூடியதாக இருந்தாற்போல் உணர்ந்தாள்.

அவளுடைய மாதாந்திர மாதவிடாய் இப்போது ஒழுங்கில்லாமல் வந்துகொண்டிருந்தது. அவளுடைய இடது மார்பின் மார்புக் காம்புகளில் ஒரேவொரு முடி வளர்ந்து, அவள் வாழ்வின் அத்தனை அருவருப்புகளின் ஒட்டுமொத்தச் சின்னமாகக் காட்சி அளித்தது. இருளின் காலங்கள் எல்லாமே விவாதத்தின் காலங்களாக வெகு விரைவிலையே மாறிவிட்டன. அவள் அவளுடனேயே விவாதித்தும் உரையாடியும் அவள் வாழ்வின் புரியாத பகுதிகளைப் பிரித்து விவரமாக முடிவே இல்லாமல் பேசிக்கொண்டே இருந்தாள்.

அவளது குடும்ப மருத்துவர் அவளுக்குத் தூக்க மாத்திரைகளைக் கொடுத்தும்கூட அவள் இரவுகளில் உறங்காமல் இருவேறுவிதமான உலகங்களில் உலாவிக்கொண்டிருந்தாள். ஷாங்கியைப் பற்றி அவள் நினைக்கும்போதெல்லாம் அவர்களது கடந்த காலத்தில் அவனது முரண்பாடான நடவடிக்கை பற்றிதான் தோன்றும், குறிப்பாக அவன் ஒரு பெண்ணைப்போல உடையணிவது முன்வரிசை நினைவாக அவளுக்கு ஒருபோதும் தோன்றவே இல்லை.

இப்படியாக நாட்கள் கடந்தன. அது ஒரு நீண்ட வெப்பமான கோடைக் காலத்தின் இரண்டாம் பகுதி. அம்பாள் தன்னுடைய கண்களை மூடிக்கொண்டு அவளுடைய கண் ரப்பைகள் மத்தியில் ஒரு காய்ந்த நதிக்கரையில் தர்பூசணிகள் செழித்து வளர்ந்து கிடந்த காட்சியைக் கண்டாள் - சுற்றிலும் மணல் திட்டுகள் அங்கொன்றும் இங்கொன்றுமாகக் கிடக்க, ஈக்கள் மேலலையும் எருமை மாடுகள் அங்கொன்றும் இங்கொன்றுமாகக் கிடந்த அழுக்கு நீர் குட்டையில் ஊறிக்கிடந்தன. கிட்டத்தட்ட மணல்

எரிவதைப் போன்ற ஒரு தோற்றமளித்த அந்த வெப்பத்தில் தும்பிகளும் சிறுபூச்சிகளும் காற்றில் அலைந்தபடி இருந்தன. பட்டங்களும் வௌவால், கழுகு போன்ற பறவைகளும் அங்கு தட்டப்பட்டிருந்த ஒரு பழைய குப்பைத் தொட்டியின்மேல் பறந்தபடி, ஒருகாலத்தில் மிகவும் செழிப்பான நதியாகத் தோன்றிய யமுனை ஆற்றின் கரையில் வெப்பச் சிதறல்களைத் தேடினபடி அலைந்து கொண்டிருந்தன. அங்கொன்றும் இங்கொன்றுமாக எங்கேயாவது ஒரு புல்கற்றை தென்பட்டது. அவையும் அந்த வெப்பக்காட்டில் பாதி கருகிப் போய் நின்றது. மரங்கள் எல்லாமே ஒட்டகத்தின் நிறத்தில் தூசு மண்டிப்போய்க் கிடந்தன. யார் எங்கிருந்தாலும் தூரத்தில் ஒரு புகை மண்டலம் ஏதோ குப்பைகள் எரிவது போலவும் அல்லது வேண்டாத பொருட்கள் தீ வைக்கப்பட்டது போலவும் கண்ணுக்கு அப்பால் அவர்களுக்குத் தெரிந்தபடியே இருந்தன. எப்போதும் அடங்காத ஒரு போக்குவரத்தின் நெரிசல் அந்த சாலைகளில் இருந்தன. சாலைகள் எல்லாம் உருகும் தார் சக்கைகளாக வெப்பத்தில் காட்சி அளித்தன. அதிலிருந்து வரக்கூடிய வெப்பக் காற்று அனலை அங்கொன்றும் இங்கொன்றுமாக சிதறிக்கொண்டிருந்தன. அங்கு நடமாடிக்கொண்டிருந்த மனிதர்கள்கூட அந்தத் தார் வெப்பத்தின் வெக்கையை உள்வாங்கிக் கொண்டுதான் இருந்தார்கள். அம்பாள் தன்னை ஓர் இருட்டறையில் அடைத்து வைத்து அதிலேயே படுத்திருந்தாள். குளிர்சாதனக் கருவியின் ஒற்றைச் சத்தம் மட்டுமே அவளுக்குக் கேட்டபடி இருந்தது. அவள் எவ்வளவோ முறைகள் ஷாங்கியின் கடந்தக் காலத்தைப் பற்றி நினைக்கவே கூடாது என்று தனக்குத்தானே பயிற்சி கொடுத்துக்கொண்டிருந்தாள். அவளுடைய மனம் அங்கங்கே அலைந்தபடியும் அல்லது அப்படியே அணைத்து வைக்கப்பட்டும் இருந்தன. அவளுக்கு அப்படியாக மனம் இருவேறு நிலைகளுக்குள் தவ்வித்தாவி கிடப்பது அவளின் தோல்வியாகவே கருதத் தோன்றியது. எனவே இத்தகைய தோல்விகள் அவளை இன்னும் சோர்வடையவைத்தன.

ஒரு நண்பனின் நண்பன் பரிந்துரைத்த ஒரு பிராமண புரோகிதர் அவளுக்கு தலைவலி வரக்கூடிய நேரங்களில் எதைப் பற்றிக்கும் சிந்திக்காமல் இருக்கக்கூடிய ஒரு மனநிலையை உருவாக்கிக் கொள்ளச் சொன்னார். அப்போது என்னவிதமான சமிக்ஞைகள் கிடைக்கின்றன என்று பார்த்து, அப்படி ஏற்பட்டால் அதற்கான

நேரத்தையும் குறித்து வைத்துக் கொள்ளச் சொன்னார் - மெல்ல மெல்ல அவை அடிமேல் அடி எடுத்து வைத்து, ஒரு முழு உருவம் பெற்று அவளை முழுவதுமாக ஆக்கிரமிக்கும்வரை அதை தொடர்ந்து செய்யச் சொன்னார் மருத்துவரிடம் சென்றபோது அவர் அவளிடம் இந்த முழு செயல்முறையையும் மிகக்கூர்ந்து ஆரம்ப முதல் முடிவு வரை கவனிக்க வேண்டும் என்றார்.

ஆனால் அம்பாள் இந்த வெகு துயரமான செயல்முறையை முழுவதும் மனப்பூர்வமாக ஏற்றுக்கொள்ளவோ அல்லது தன் மனநிலையைக் கூர்மைப்படுத்தவோ முடியாமல், தன் எண்ணங்களை அங்கும் இங்குமாகச் சிதற விட்டுக்கொண்டிருந்தாள். அவளின் தள்ளாடும் மனநிலையிலிருந்து அவள் விடுதலை பெறுவதை அவள் மிகப்பெரிய ஓர் ஆசுவாசமாகக் கருதி, ஒரு பாகத்திலிருந்து அவளுடைய இன்னொரு பாகம் விடுபெறுதலை இரு வெவ்வேறு மனிதர்களாக அவள் நினைத்தாள். அந்த பிராமணப் புரோகிதரும் அவளுக்கு எந்தவிதமான பிம்பங்கள் நிம்மதியையும் மகிழ்ச்சியையும் கொடுக்கிறதோ அந்த பிம்பங்களுடையே அவள் தொடர்ந்து வாசம் செய்யட்டும் என்று அவளுக்கு ஆலோசனை சொல்லி இருந்தார். அவளுக்கு மிகுந்த ஆறுதலைத் தந்த ஒரு பிம்பம் என்னவெனில், அது புனித நதியின் பிம்பமாக இருந்தது. அவள் அதை அந்த மலைகளில் இருக்கக்கூடிய கிரானைட் குகைகளினூடே போய், அது பாய்ந்து சென்ற நீரோடைகள் வழியே பனிக்கட்டிகள் மெல்ல கரைந்து ஓடும் நீரின் நடுவே பின்தொடர்ந்து சென்றபடி இருந்தாள். அந்த நதி கற்பாறைகளின் நடுவேயும் நீர்வீழ்ச்சிக்குக் கீழேயும் ஆற்றுப்படுகைகளிலும் பாய்ந்துசென்று, அடுத்த கரையிலிருக்கும் பெரும் நிலப்பரப்பில் போய்ச் சேர்ந்தது. அந்த நதியின் வேகம் மெல்ல மெல்ல நடுவில் நதிக்கரை ஓரங்களில் வேகம் குறைந்து, பின் மெதுவாக கடலின் பக்கத்தில் வரும்போது வேகம் கூடி, பல்வேறு மைல்கள் தூரத்தில் கற்பாறை நுனிகளுள் நுழைந்து கலந்து போனது. இவை எல்லாமே அம்பாளின் மனநிலையின் பிரதிபலிப்பாகவே தோற்றமளித்தன - அம்பாள் ஒரு நதிபோல தன்னை அறியாமல் எங்கேயோ ஓரிடத்தில் தடுமாறி, ஒரு நீர் வீழ்ச்சிபோல் கீழே விழுந்து பின் தன்னை மீட்டெடுத்துக் கொள்ள முடியாத நிலையில் இருப்பதுபோல் தோன்றிற்று.

அம்பாள் தன்னுடைய உறக்கங்களில் எல்லாமே கனவு காண ஆரம்பித்தாள். அதேபோல் கனவுகளை நினைவில்

வைத்துக்கொண்டுதான் அவள் விழிக்கவும் செய்தாள். இது ஒருவிதமான அசூயையான எண்ணத்தை அவளுக்குள் ஏற்படுத்தியே இருந்தது - அவள் நன்றாகத் தூங்கவில்லை அல்லது தூங்கவே இல்லை என்பதுதான் அது. ஆரம்பக்கட்ட உறக்கங்களில் கனவுகளில் பறக்கும் பாம்புகள் கீழே விழுந்தன. அதற்குப் பிறகு அவளது சொந்தத் தகனமே அவளது கனவில் வந்தது. பூக்கள் அவளது உடலெங்கும் தூவப்பட்டு, பச்சை மூங்கில் ஏணியைத் தரையில் வைத்து அதன்மேல் அவளது உடல் வைக்கப்பட்டிருந்தது. அதேநேரம் அவள் அந்த உடலின் பக்கத்தில் நின்று நன்றாக நனைந்து நடுங்கியபடி பக்கத்தில் இருக்கும் சிலரைப்போலவே இந்தச் சடங்கு சம்பிரதாயங்களைக் கவனித்தபடி நின்றிருந்தாள் - எப்படி ஷங்கியின் இறுதிக் காரியத்தில் அவள் நின்றிருந்தாளோ அப்படியே அவளது தகனத்திலும் அவள் இடம் பெற்றிருந்தாள்.

“ஆக நீ ஒரு கனவு காணும் ஆளாகத்தான் இருக்கிறாய். உன்னுடைய தகனத்திலும் நீயே இருப்பதைப்போல காட்சி அமைவதாக நீ சொல்கிறாயா?” என்று அவள் இறுதியாகப் பார்த்த மருத்துவர் கேட்டார்.

“ஆமாம்” என்று அவள் சொன்னாள். “ஆனால் என்னுடைய காணாமல்போன சகோதரனையும் நான் அங்குப் பார்த்தேன். அவனை நான் என்னுடைய கணவரது இறுதி ஊர்வலத்தில் ஒரு நிமிடம் பார்த்தேன்.”

“நிச்சயமாகச் சொல்கிறாயா? நீ சொல்வது மிகவும் குறிப்பிடத்தகுந்ததாக இருக்கிறது” என்றார் மருத்துவர். “ஆனாலும் அது வெறும் தகவலாகத்தானே இருக்கிறது?”

“எனக்குப் பக்கத்தில் நின்றுகொண்டிருக்கும் மனிதர்கள் யார் என்று தெரியும். ஆனால் ஒரு கணம் அவர்களை நோக்கி நான் திரும்பும்போது ஒவ்வொருவரும் அவர்கள் வெறும் முகமற்ற அரூப உருவங்களாக மாறிவிடுகின்றனர்” என்று அவள் சொல்லிவிட்டு அமைதியானாள். பின் அவசர அவசரமாகத் தொடர்ந்து, “எதுவாக இருந்தாலும் நான் சொல்லும் எல்லா விஷயங்களும் ஏதோ ஒரு அர்த்தத்தைக் கொடுக்கிறாற்போல் இருக்கிறது டாக்டர். நான் மிகவும் தனிமையானவளாகவும் எல்லாப் பலத்தையும் இழந்தவளாகவும் இருக்கிறேன். என்னைச் சுற்றி மனிதர்கள் இருக்கிறார்கள். ஆனால் நான் முழுவதும் தனியாகத்தான்

இருக்கிறேன். நான் எனக்கு நானே மிகப்பெரிய ஒரு தீங்கைச் செய்து விடுவேனோ என்ற அச்சம் எனக்கு இருக்கிறது. ஏனெனில் சமீப காலங்களாக என்னைக் குறித்து நானே யோசிக்கும்போது நான் எதற்கும் லாயக்கோ தகுதியோ அற்றவளாக இருப்பதாகத் தோன்றுகிறது. எனக்கு தயவுசெய்து உதவி செய்யுங்கள் டாக்டர். தயவுசெய்து. ஏதோவொன்று மிகக் கொடூரமாக எனக்கு நிகழவிருக்கிறது” என்று சொன்னாள்.

மறுநாள் அவள் வீட்டில் வேலைபார்க்கும் வேலையாள் அவள் வீட்டினுள் சென்று அவளைப் பார்ப்பதற்காக குர்காவோன் என்ற இடத்திலிருந்து ஒரு தன்னார்வல நிறுவனத்தைச் சார்ந்த ஒருவர் வந்திருக்கிறார் என்று சொல்லப் போகும்போது அவள் இறந்து கிடந்ததைப் பார்த்தான். அம்பாள் அவளுடைய கணவனின் உடைகளை அணிந்து மின் விசிறியில் தன் உயிரை மாய்த்துக் கொண்டிருந்தாள். அவளுடைய நீள முடி கட்டையாக வெட்டப்பட்டு ஒரு ஆணைப்போலத் தோற்றமளிக்கிறவளாக அவள் இருந்தாள். அவளுடைய முகமே உறைந்த ரத்தத்தினால் நிறம் மாறி, அவளுடைய சாயல் எல்லாமே ஒன்றோடு ஒன்று மோதி ஒரே சதைக்கோளமாக மாறியது போலிருந்தது. அவள் எந்தவிதமான அலங்காரத்தையோ அல்லது நகைகளையோ அணியவில்லை. அவளுடைய துளையிடப்பட்ட காது மடல்களில் கம்மல்கள் எதுவும் மாட்டப்படவில்லை. அவளுடைய முன்நெற்றில் குங்குமமோ திலகமோ இடப்படவில்லை. அவளுடைய குறுகிய முடி நன்றாக வாரப்பட்டு பக்கவாட்டாய் வகிடெடுக்கப்பட்டிருந்தது. அவளுடைய கண்விழிகள் வெளியே வந்து விடுகிறாற்போல் அவளது உறைந்த முகத்தில் ஊசலாடிக்கொண்டிருந்தன. திறந்த அவள் வாயை அவளது கறுப்பு நிற வீங்கிய நாக்கு தடுத்து நிறுத்திருந்தது. தூக்கு போட்டுக்கொண்டதால் அவளது கழுத்து ஒரு பக்கமாகச் சரிந்து, அவள் மின்விசிறியில் தன் உயிரை மாய்த்துக்கொள்ள உபயோகப்படுத்தியிருந்த அவளுடைய கணவனின் தோள்பட்டை பட்டியில் சரிந்து கிடந்தது. அவள் கணவனின் உடைகளை அணிந்திருந்தாள்: அவனுடைய சட்டை, டை, ஜாக்கெட் மற்றும் கால்சட்டை எல்லாமே அவளுக்குக் கொஞ்சம் பெரியதாகத்தான் இருந்தது. அவன் போட்டிருந்த கால்சட்டை அவளுடைய வயிற்றில் மேல் தூக்கி ஒரு பெல்ட்டால் மாட்டப்பட்டு, பின்பு அந்தப் பெல்ட்

அவளுடைய கால் சட்டையின் எல்லா வளையங்களுக்குள்ளும் விட்டு மாட்டப்பட்டிருந்தது. அந்த மாட்டப்பட்ட நுனி மிகவும் மோசமானதாக, அவளுக்கு அதற்கு மேல் அதை இறுக்க முடியாத ஒரு சூழ்நிலை ஏற்பட்டிருக்கக்கூடும் என்ற ஒரு ஐயத்தை ஏற்படுத்தியது. கால்சட்டையின் கீழ்ப் பகுதிகள் பல தடவைகள் சுருட்டி விடப்பட்டு, ஒரு சிறிய வீக்கம் காலில் இருப்பதுபோல் காட்சியளித்தது. அவளுடைய கைகள் அவனுடைய நீளச் சட்டையின் கைக்குள் புதைந்து காணாமல் போனதுபோல் இருந்தது - ஒன்று இரண்டு விரல்களின் நுனி மட்டும் சட்டையின் கைகளுக்கு வெளியே தென்பட்டன. அவள் கணவனுக்கு சட்டைப் பொத்தான்கள்மீது பெரிய பிரேமம் இருந்தது. அதனால் அவனுக்கு மிகவும் பிடித்த சட்டை பொத்தான்கள் நிறைந்த சட்டையைத்தான் அவள் அணிந்திருந்தாள். அவை எல்லாமே ஏதாவது ஒரு முக்கிய நிகழ்விற்கு அவன் அணிந்து போகக்கூடிய சட்டைகளில் ஒன்றாக இருந்தது. காலில் மாட்டப்பட்டிருந்த சாக்ஸ் கணுக்காலுக்கு மேலே ஏற்றிவிடப்பட்டிருந்தன. ஒரு ஷூ அவள் தூக்கிலிட்டுக்கொண்ட ஸ்டூலின் பக்கத்தில் கீழே தரையில் விழுந்து கிடந்தது. மற்றொன்று அவள் காலிலேயே மிகப் பரிதாபமாக தொங்கிக்கொண்டிருந்தது. அவளுடைய சொந்த உடைகளை எங்குமே அந்த அறையில் காண முடியவில்லை. அவளுடைய நீளத் தலைமுடியை அவள் வெட்டிக்கொண்டபின் அதை அவள் அங்கிருந்த ஒரு குப்பைக்கூடையில் போட்டிருந்தாள். அதன் பக்கத்திலேயே பகிசாவின் பழைய கடிதத்தைச் சுக்குநூறாகக் கிழித்து வைத்திருந்தாள். அந்த உடல் அந்த மூச்சுக் காற்று அற்ற அறையில் கிடந்தது. அதே வீட்டின் இன்னொரு அறையில் அம்பாளின் மாமியாரின் வார்த்தை காற்றின் மேல் தளங்களில் அலைந்தபடி இருந்தது.

“பெட்டியாவில் நேற்று மறுபடி அந்த மகாராணியின் உடல் கரையில் ஒதுங்கியது. நான் மூழ்கிய நோயாளிகளிடம் பிறந்தநாள் வாழ்த்துக்களைச் சொன்னேன். அவர்கள் அந்த மருத்துவமனையின் மேல் தளங்களில் வெள்ளப்பெருக்கு அதிகரித்ததனால், என்ன செய்வதென்று அறியாமல் இருந்தார்கள். அங்கிருந்த மருத்துவர்கள் இறந்துபோன பிணங்களை நதியில் ஓடும் ஓடங்களில் பகிர்ந்தளித்துக் கொண்டிருந்தார்கள்...”

முகமூடி செய்பவனைத் தோலுரிக்கும் நேரம்

இந்தக் கதை தனக்குத்தானே தவறானதாகத் வரையறுக்கிற ஒன்று மட்டுமல்ல என்று இஷான் காரா எப்படிச் சொல்லப் பழகிக்கொண்டானோ அப்படித்தான் ஒவ்வொரு முறையும் வார்த்தைகளை தொடர்ந்து கோர்த்தபோது சொல்லிக்கொண்டிருந்தான். இந்தக் கதையை நீங்கள் வேறு யாருக்காவது எப்போதாவது சொல்ல நேர்ந்தால்- இது பொய்சார்ந்த ஒரு கதை என்பதை இதில் சம்பந்தப்பட்டிருக்கிற மற்றப் பொய்களோடு சேர்ந்து புரிந்து கொள்ளுங்கள். அது மட்டுமல்ல அதை நீங்கள் புரிந்துகொண்டால்தான் அது கதை சொல்லுதலை வேறொரு முறைக்கு உங்களை அழைத்துச் செல்லும்.

இஷான் இதற்குமேல் எதுவும் எழுத முடியாமல் நிறுத்தினான்.

அவன் அவனுடைய வாழ்க்கையின் முடிவுக்கு வருவதற்கு முன்பாகவே நான்கு நாடகங்கள் எழுதியிருந்தான். அதில் ‘ஒரு முகமூடி செய்பவனைத் தோலுரித்தல்’ என்ற கடைசி நாடகம் மூன்று வருடங்களுக்கு முன்னாலேயே முடிந்தும் பலமுறை ஒத்திகை பார்க்கப்பட்டும் இருந்தது. என்றாலும் ஒருமுறைகூட அது நாடக மேடையில் அரங்கேற்றம் ஆகவில்லை. அவனுடைய வழக்கமான, நாடக ஒத்திகையைப் பார்க்க வரக்கூடிய பல நண்பர்களும் ஆளுக்கொரு யோசனையும் ஆலோசனையும் சொல்லும்போதெல்லாம் அவன் அவற்றைக் கருத்தில்கொண்டு, மாற்றங்கள் செய்தபடியே இருந்தான். என்றாலும் இஷானுக்கென்று

ஒரு கருத்து இருந்தது - அதாவது, அவனது மற்ற நாடகங்களைப் போலவே நாடக மேடையில் நடித்துக் காட்டப்படாத ஓர் எஞ்சிய உணர்வு மிஞ்சி இருந்தது என்பதே அதுவாகும்.

அந்த நாடகம் மூன்று பகுதிகளைக் கொண்டதாக இருந்தது. அதன் மையக் கதை என்னவெனில், ஒரு சிறுகதை எழுத்தாளர் அவனுடைய உச்சபட்ச சக்தியை முன்வைத்து எழுதிய ஒரு கதையில், அந்தக் கதைமாந்தர்கள் அவனுடைய அறைக்குள் எழுதி முடித்ததும் நுழைகிறார்கள். அவனுடைய அந்தக் கதை எதைப் பற்றியது என்றால் - ஒரு நாடக ஆசிரியன் அவனுடைய கதையை எழுதி முடித்ததும் அதில் நடிக்கக்கூடிய நடிகர்கள் அவனைச் சுட்டி குழுமி, அவனைக் கொலை செய்வதைப் பற்றியதாகும். எனவே இந்தக் கதைமாந்தர்கள் சிறுகதை ஆசிரியரின் அறைக்குள் நுழைந்து அவனுடைய சிறுகதையைக் கேள்விக்கு உள்ளாக்கிவிட்டுதான் அவனைக் கொல்லப் போவதாகச் சொல்கிறார்கள். 'ஒரு முகமூடி செய்பவனைத் தோலுரித்தல்' என்ற அந்தக் கதை இஷானுக்கு அவனுடைய படைப்புச் சிந்தனை, உயிர்ப்போடு இல்லை என்பதை நிரூபிக்கும் ஒன்றாக இருந்தது. அவன் கடந்த காலத்திலேயே தன்னைதானே அதிகமாகக் கேட்டுக்கொண்ட கேள்வி, " யாரால் அவர்கள் மெல்ல மெல்ல, எந்த ரூபத்தில் கரைந்துபோவார்கள் என்று சொல்ல முடியும்?" இதே உணர்வு அவனுக்கு இப்போது இந்த நொடி வரை நீடித்தபடி இருந்தது - அந்த நாடக ஆசிரியரின் மரணத்தைப் பற்றிய எந்தத் திறந்த முடிவுடனும் நாடகம் முடிவு பெறவில்லை. (இதுபோன்ற ஒரு பயனற்ற ஞானத்தை இஷான் மற்றவரோடு இதுவரை பகிர்ந்துகொண்டதில்லை) - அந்த நாடகம் முழுக்கப் பாடல்கள் தேவையான இடங்களில் ஒலித்தபடிதான் இருந்தன; அந்த நாடகக் கதாப்பாத்திரங்கள் முழுதாக உருமாறி இருந்தன. அவர்களுக்குள் இருக்ககூடிய உறவுச்சிக்கல்கள் மற்றும் பின்னல்கள் மிகவும் அழகாக நாடகத்தில் எழுதப்பட்டிருந்தது. ஒவ்வொருமுறை அது ஒத்திகைப் பார்க்கப்பட்டபோதும்- நிறைய மாற்றங்களை, மக்கள் முன் வைத்தபோதும், அது அப்படியேதான் இருந்தது.

இதில் என்ன சுவாரசியமான விஷயம் என்றால், இந்த நாடகத்தில் முதன் முதலில் இஷானுடன் சேர்ந்து நடிக்க ஒப்பந்தமானவர்கள் வடக்கு நோக்கி மதுரைக்கு இன்னொரு

நாடகம் நடிப்பதற்காகப் பயணப்பட்டிருந்தார்கள். அங்கே அவர்கள் எடுத்த ஒரு புகைப்படம் இன்னும் அந்தச் சம்பவத்தைச் சொல்லியபடி இருந்தது - இஷானின் முப்பத்து மூன்றாவது பிறந்தநாளில் அந்த நாடக நடிகர்கள் எல்லாருமே ஒரு கோவில் தெப்பக்குளத்துக்கு முன்னால் ஒரு வரிசையில் நின்று எடுத்துக்கொண்ட புகைப்படம் அது. அந்தத் தெப்பக்குளத்தில் தண்ணீர் எங்குமே தென்படவில்லை என்றபோதும், அதிலிருந்த ஒரு சிலர் புகைப்படம் எடுத்துக்கொண்டவர்களுக்குக் கொஞ்சம் தள்ளி துணிகளை துவைத்துக்கொண்டிருந்தது புகைப்படத்தில் பதிவாகி இருந்தது.

அவர்கள் எல்லோருமே மிகவும் இளமையானவர்களாக இருந்தார்கள். வித்யாகூட ஒரு பூ போட்ட புடவையும் ஸ்ரீனிவாசன் கைகளில் கட்டுப் போட்டும் சிரித்தபடிதான் இருந்தான். இஷானின் தலைகுனிந்து ஏதோ அவனுடைய கனமான கண்ணாடியின் பாரம் அவனை அழுத்துவதுபோல் உட்கார்ந்திருந்தான். வசந்த் அல்காவின் கைகளைப் பிடித்தபடி கேமராவை நேராகப் பார்த்துக் கொண்டிருந்தான். அந்தக் கேமரா அஷோக்கினுடையது.

டென்சில் அந்தப் புகைப்படத்தில் தன்னைத்தானே தொலைத்தவன் போலவும், அஷ்ரஃப் அந்தக் குழுவிலேயே மிக அழகாக இருந்த கப்லியுடன் பேசிக்கொண்டும் இருந்தான்: அவள் அழகு அத்தனை ரம்மியமானதாக இருந்தது. அந்த மறக்க முடியாத முகத்தை எல்லோருமே பார்க்க விரும்பினாலும், கப்லி எப்போதுமே தன்னைப் பார்ப்பவர்கள் தன்னுடைய முகத்தை நினைவில் வைத்திருக்கக்கூடாது என்பதைப்போலவே முகபாவனைகளை வைத்துக்கொண்டாள். தாரி, ஜித்தின், யோகி எல்லோருமே ஓரளவுக்குத்தான் அந்தப் புகைப்படத்தில் தெரிந்தார்கள். அனில் அவன் வாயில் வைத்திருந்த நீண்ட பைப்பை வெறித்தபடி இருந்தான். விக்கியின் தாடியுள்ள முகம் லேசாகச் சாம்பல் நிறத்தில் தெளிவில்லாமல் இருந்தது.

பல்வேறு விதமான காரணங்களுக்காக ஒத்திகைகள் திடீரென நிறுத்தி வைக்கப்பட்ட நிலையில் அந்தப் புகைப்படம் எடுக்கப்பட்டிருந்தது. அன்றைய தினம் அத்தகைய ஒரு நாடகம் நடைபெற இருக்கின்றது என்றுகூட விளம்பரதட்டியில் அறிவிக்கப்படவில்லை. அதற்குப் பின் அவர்கள் வீடு திரும்பிய

பிறகு, இஷான் தன்னிடமே ஒரு சின்ன விஷயத்தைப் பற்றிப் பொய்சொல்லிக்கொண்டான் - மொழியின் நிமித்தம் ஒரு சின்ன வரையறை தாண்டுதலின் மூலமாக அவன் தன்னைத்தானே ஏமாற்றும் அந்த முயற்சிக்கு முகமூடி இட்டுக்கொண்டான்.

அவன் அன்று மாலை இதுகுறித்து எழுத ஆரம்பிக்கும்பொழுது, இஷான் ஒருவிதமான சங்கடத்தில் தன்னைத்தானே இருத்திக்கொண்டாற்போல உணர்ந்தான். அத்தகைய ஓர் உணர்வை அவன் அதற்கு முன்பாக ஒருபோதும் உணர்ந்ததே இல்லை என்பதால், அது முழுக்க முழுக்க ஒரு புதிய உணர்வு தந்த அனுபவமாக அவன் உடலின் ஒவ்வொரு நரம்பிலும் எதிரொளித்தபடி இருந்தது. அவன் எதைப்பற்றி எழுத ஆரம்பிக்கிறானோ, அதையெல்லாம் எழுதி முடித்த பிறகு, உண்மையான, கண்முன் அலையும் ஓர் உருவாய் மாறி, அவனுடன் ஒரு பொய்யான உறவுமுறையை ஏற்படுத்திக்கொண்டது. இஷான் தொடர்ந்து அவனுடைய கதாப்பாத்திரங்களோடு உரையாடினபடியே இருந்தான். அவை எவற்றையும் அவனால் உயிரோடு உலகத்திற்குக் கொண்டு வர இயலவில்லை. என்றாலும், மாதங்களும் நாட்களும் கடக்கக் கடக்க, அந்தக் கதாப்பாத்திரங்களின் உயிருள்ள அல்லது மரித்த நபர்கள், அவனுடைய குரலை ஒத்த ஒரு குரலில், ஒரு தூரத்தில் நின்றுகொண்டு, கண்ணுக்குச் சரியாகப் புலப்படாமல், ஏதேதோ பேசிவிட்டு பின் அமைதியாகிப் போனார்கள். மற்ற குரல்கள் அவன் தலைக்குள்ளேயே அலைந்தபடி இருந்தன - முக்கியமாக, அவையெல்லாமே அவன் 'ஒரு முகமூடி செய்பவனைத் தோலுரித்தல்' நாடகத்தில் எழுதிய கதாப்பாத்திரங்களின் பரிச்சயமான குரல்கள். வித்யாவின் குரல் ஒருமுறை அவனிடம், "உன்னுடைய நாடகத்தின் உண்மைத்தன்மையை நீயே நம்பினாய். அதை நீ யதார்த்தத்துடன் இணைத்து, அதையே உண்மையென நம்பத் துவங்கியதால் இந்த உலகமே உன்னிடமும் அது உண்மை அல்ல, நிஜம் அல்ல என்று சொன்னால்கூட, உன்னைப் பொறுத்தவரை, அதில் உண்மையுள்ளது - ஆனால் அது உன்னைக் கொன்று தீர்க்கும் அளவிற்கு வலுவானது."

"நீ எங்களைப் பிறப்பித்தாய். நீ எங்களுடைய கைகளில் உன்னை அழிக்கும் கருவியைச் செதுக்கித் தந்தாய். உன் உணர்வுபூர்வமான

வார்த்தைகளின் அடர்த்தி எங்கள் வாழ்வில் அத்தனை விளையாட்டுகளையும், அத்தனை பாதிப்புகளையும் ஏற்படுத்தி இருக்கிறது. நீ, எங்கள் முன்னாலும் பின்னாலும் அலைந்து திரிந்து நடிப்பைக் கொண்டுவர- உன்னுடைய கதை சொல்லும் திறனால் முயற்சி செய்தபோது, நாங்களும் உன்னுடன் அதே நாடகத்தில் அதே பாவனையோடு பயணித்தோம்." என்றான் டன்சில். ஸ்ரீனிவாசனோ, "நீ எனக்கு ஒரு கதாப்பாத்திரத்தைத் தந்தாய். அது உண்மைதான். ஆனால், அதிலிருந்த முற்றுப்பெறாத ஒரு தன்மை எனக்கு மிகப்பெரிய ஒரு தர்மசங்கடத்தை ஏற்படுத்திவிட்டது. என்னுடைய ஒரே ஒரு பாகம் மட்டுமே நடித்துக்கொண்டிருக்க, என்னில் இருக்கும் அடுத்த பாகம், என் உடலில் இருக்கும் முதல் பாகத்தின் நடிப்பில் திருப்தியாகி அதைப் பற்றியே யோசித்துக் கொண்டிருக்கிறது. ஆனால், அது உன்னுடைய தவறல்ல." என்று சொன்னான்.

அஷோக்கின் கூற்று வேறுவிதமாக இருந்தது - "இத்தனை ஆண்டுகள் நீ எழுதிக்கொடுத்த ஒவ்வொரு கதாப்பாத்திரங்களிலும் நான் நடித்திருக்கிறேன். ஒவ்வொரு முறை நான் நடிக்கும்பொழுதும், ஒவ்வொரு கதாப்பாத்திரமும் எனக்காகவே வடிவமைக்கப்பட்டதாக நான் நினைத்தேன். உன்னுடைய பிரச்சினை என்னவென்றால், நீ மிகவும் நீண்ட காலம் காத்திருக்கிறாய். உன்னால்தான் நான் எனக்கான ஒரு கதாப்பாத்திரத்தில் நடிக்க இயலாமல் போனது. நான் யார் என்றே எனக்குப் புலப்படாமல் போயிற்று." ஜித்தினின் பார்வையோ, "நீ எங்களைக் கைவிட்டு விட்டாய். எங்களுடைய ஒட்டுமொத்த வாழ்க்கையும் உன்னுடைய தலையசைப்புக்கு, உன்னுடைய செய்கைக்கு, உன்னுடைய செயலுக்கு, உன்னுடைய வார்த்தைக்காகக் காத்திருந்தபொழுது, நீ திடீரென அமைதியாக வேண்டும் என்ற ஒரு மனநிலையைத் தேர்ந்தெடுத்துக் கொண்டாய். அதனால் எங்கள் எல்லோரையும் ஒரு அரைகுறை வாழ்வியல் முறைக்குள் முழுவதுமாகத் தள்ளிவிட்டாய். நாங்கள் எல்லோரும் ஒன்றே ஒன்றுதான் செய்ய முடியும். உனக்காகக் காத்திருக்க மட்டும்தான் முடியும். ஆனால், நீ மறுபடி எழுதப் போவதே இல்லை" என்று, சங்கடப்பட்டான். "எங்களுக்கு எந்தவிதமான நம்பிக்கையும் இப்போது இல்லை. நாங்கள் இப்போது உன்னுடைய நாடக ஸ்கிரிப்டின்படியே உன்னுடைய முடிவைத்தான் நடித்து, எங்களுடைய விடுதலையைக் கண்டடைய வேண்டும்." என்று

கப்லி அவன் காதுபக்கம் வந்து கிசுகிசுத்தாள். இன்னும் ஒரு விசித்திரமான குரல், "நாங்கள் எல்லோரும் உன்னுடைய கடந்த காலத்தின் தூதுவர்களாக வந்திருக்கிறோம். நாங்கள் உன்னுடைய நேற்றைய பாடல்களைக் கொண்டுவந்து கொடுக்க வந்திருக்கிறோம். சீசன் இல்லாத சமயம் மலையகப் பகுதிகள் எப்படி இருக்கும் என்று உனக்கு ஞாபகம் இருக்கிறதா? சறுக்கு வளையங்கள் இருக்கும் இடங்களில் என்னென்ன பாடல்கள் நாள் முழுக்க ஒலித்துக் கொண்டிருக்கும் என்றாவது ஞாபகம் இருக்கின்றதா?

அல்கா உடனே பெருங்குரலில்,

மழை நின்றுவிடும் என்று நாங்கள் நினைத்திருந்தோம்.
ஆனால்
மழைக்குப் பின்னான மண் சுழற்சி
எங்கள் இச்சைகளின் இலைகளைச் சுழற்றும்
கீழே காய்ந்த ஓடையின் படுகையில்
கல்லும் தானியமுமாகத் தொண்டை அடைக்கும்
யதார்த்தத்துக்குள் நுழைந்து நம் கனவுகளை
ஏக்கங்களாக மாற்றும் - நீண்ட சாயங்காலங்களில்
நசுக்கப்பட்ட தீயின் முன்னால் தனியாக
திணறடிக்கிற ஆசைகள் அதிருப்தியின் விதைகளுக்கு நீரூற்றுகிறது

என்று பாடினாள்.

இஷானுக்குச் சொல்வதற்கு நிறைய இருந்தது. அவன் இப்போது சொல்ல நினைத்தது முக்கியமானதாகவும் இருந்தது. அந்த ஒரு காரணத்தினால் அவன் எதுவுமே சொல்லவும் இல்லை. ஒவ்வொருவரும் அவர்களின் வாதங்களை எடுத்து வைத்துவிட்டு ஒன்றும் பலனளிக்காமல் போனதால், இஷான் முகத்தில் இரத்தம் ஊற்றெடுக்கும் அளவிற்கு அவனைக் கடித்தார்கள். அவனால் இப்போது தன் கண்ணுக்குப் புலப்படாத அந்த உருவங்களின் வேகமான மூச்சு இரைப்பை மட்டும் நன்றாகக் கேட்க முடிந்தது.

அவர்கள் எல்லோருமே அந்த அறையின் மங்கிய வெளிச்சத்தில் நின்றிருந்தபடி, மேற்கூரையில் ஒளிந்திருந்த இருளைத் தேடினபடி இருந்தார்கள். அவனுக்கு நன்றாகவே லைலாவும், ஜோஷுவும்

ஒருவருக்கு ஒருவர் மேடையில் கிசுகிசுப்பதுபோலப் பேசிக் கொண்டிருந்தது கேட்டது. அந்த அறையே வித்தியாசமானதாக, வேண்டப்படாத பொருட்களால் அடுக்கப்பட்டிருப்பதாக (நிறைய நாடக சாமான்கள் கொண்டதாக மற்றும் நாடகம் அரங்கேறும் சபைக்கு வெளியே வைக்கக்கூடிய தட்டிகள் நிறைந்ததாக) இருந்தது. அங்கிருந்த எல்லோரும் ஒருவிதமான அக்கறையற்ற தன்மையுடன் இயல்பாக இருப்பதுபோல, அங்கு அடுக்கப்பட்டிருந்த நாடக மேடையின் பொருட்களின் மிச்சங்களுக்கு நடுவே பிரிக்க முடியாத ஓர் அடையாளத்துடன் இருந்துகொண்டிருந்ததைப் பார்த்து அஷ்ரஃப் பின்னோக்கி நடக்க ஆரம்பித்தான். அங்கொன்றும் இங்கொன்றுமாக இருந்த அந்த உருவங்கள் எல்லாமே ஓய்வறையில் அமர்ந்திருப்பதுபோல வெகு ஜாக்கிரதையாக, இயல்பாக இன்னும் அவனால் கவனிக்கப்படாமல் அங்கிருந்தன. எத்தனை பேர் அப்படி அந்த அறையில் இருந்தார்கள் என்பதைத் துல்லியமாகக் கணக்கிட முடியவில்லை - ஏனெனில் அவர்கள் எல்லோருமே மிக அதிகமாக ஓய்வெடுக்கும் மனப்பான்மையிலும், நாடகத்தன்மையுடன் கூடிய மௌனத்தாலும் உறைந்து போயிருந்தார்கள். இஷான் தன்னுடைய கண்களை நன்றாக அழுத்தித் தேய்த்துக்கொண்டு, அந்த இருளில் இருக்கக்கூடிய அறை ஒளியில் அவர்களின் முகத்தை பார்க்க முற்பட்டான். ஒருவேளை அவர்கள் அவனுடைய முந்தைய நாடகங்களில் உள்ள கதாபாத்திரங்களாக இருப்பார்களோ? மீண்டும் மீண்டும் அவர்களது முந்தைய நாடகத்தின் வசனங்களை அவர்கள் ஒப்புவித்து ஒத்திகை பார்த்தபடி இருந்தார்களோ?- அந்த வசனங்கள் எல்லாமே அவர்கள்மேல் இப்போது ஆதிக்கம் செலுத்துகின்றதா?

அவர்களுடைய கண்களில் அவன் அவர்களுடைய கடந்த காலத்தையும், அவனது எதிர்காலத்தையும் ஒருசேரப் பார்த்தான். "நான் நினைத்தது போலவே நடக்கிறது" என்று இஷான் தனக்குத்தானே சொல்லிக்கொண்டான். "நான் இப்போது வீட்டிற்கு மிக அருகாமையில் இருக்கிறேன்."

பேசுங்கள் என்று யாராவது ஒரு பயிற்சியாளர் சொன்னால் மட்டுமே பேசக்கூடிய நாடகக்காரர்கள் போலவே, அங்கே குழுமியிருந்த எல்லாக் குரல்களும் யாரோ ஒருவர் பேசுங்கள் என்று முன்னெடுத்த பிறகுதான் பேச ஆரம்பித்தன. தூரத்தில்

இருந்து ஒலிக்கிறாற்போல அந்தக் குரல், இஷானின் காதுகளுக்கு மிக நெருக்கமானதாகக் கேட்டது. அவர்களில் ஒருவர்கூட ஒருவர் பேசி முடித்த பிறகு அடுத்தவர் பேசும் மனநிலையில் இல்லை. எல்லோருமே ஒருவர் பேசுவதற்குள் அடுத்தவர் பேசி, ஒருவரின் வார்த்தைகளின் மேல் அடுத்தவரின் வார்த்தைகளை உலவவிட்டு, அங்கு ஒரு நிமிடம்கூட வார்த்தையோ, மௌனமோ இல்லாமல், முற்றிலுமாக ஒரு குழப்பமான வார்த்தைக் குழறல்களாக எதிர் எதிர் திசைகளிலிருந்து பேசினபடியே இருந்தார்கள். “இனிமேல் நீ எழுதவேமாட்டாய் என்று உனக்கு தெரியுமா?” என்று அனில் கேட்க, வசந்த் அவனுடைய உதட்டைத் துடைத்தபடி, “ஏனென்றால் உனக்கு வார்த்தைகளின் மேல் கிடத்தப்பட்டிருக்க இந்த இருள் உருவங்களைப் பார்க்க சகிக்கவில்லை.” என்று பெருமூச்சுவிட்டுக்கொண்டான்.

“ஆமாம்” என்று யாரோ ஒருவரின் குரல் கேட்டது. “ஆமாம். நீ உன்னிடமே பொய்சொல்லிக்கொண்டாய். அதேபோல் உன்னுடைய எழுத்துக்களுக்குள் இருண்மையைக் கொண்டுவந்தாய். அதில் எவ்வளவு இருள் இருக்கிறது தெரியுமா? நீ மொத்தத்தில் ஒன்றுமே கிடையாது. ஆனால் உன்னுடைய வேலை, உன்னுடைய வார்த்தைகள்” என்று விக்கி சொல்லிவிட்டு, “வார்த்தைக் குவியல்களுக்குள் கிடந்து கிடந்து நீ அதனுடன் நோய் எதிர்ப்பு சக்திபோல் ஏதோவொன்றை வரமாகப் பெற்றுக்கொண்டாய்.”

“நீ மிகவும் அமைதியாக இருக்கிறாய்.” என்று ஒரு பரிச்சயம் இல்லாத உருவம் சொல்லியது. “ஏனென்றால், உன்னுடைய வார்த்தைகள் உன்னிடம் வருவதே இல்லை.” அதற்கு தாரி, “எவ்வளவு ஞாபக மறதிக்காரனாய் நீ மாறிவிட்டாய்! - உன்னை நீயே உன்னுடைய நல்வாழ்விற்காக எப்படிக் கட்டமைத்துக் கொண்டாயோ, அதையே இப்போது உன்னுடைய தனிப்பட்ட சுயநல லாபங்களுக்காக முடித்துக்கொள்கிறாய்” என்றாள்.

யோகி, “உன்னுடன் வாழ்ந்து வாழ்ந்து நாங்கள் எல்லோரும் அரை உயிரினங்களாகத்தான் இருக்கிறோம். நாங்கள் எதுவுமே இல்லாமல் ஆவதுபோல நீ செத்தொழிந்தால்கூட அது நல்லதுதான்” என்று சொல்லிவிட்டுத் திரும்பவும், “ரொம்ப நல்லதுதான்,” என்று திரும்பத் திரும்பத் தனக்குள் சொல்லியபடி இருந்தான்.

நிழல்களில் மத்தியிலிருந்து ஒரு குரல், “நாங்கள் வெறுமனே

பொய்களை மட்டுமே எண்ணி எண்ணிச் சொல்லிக் கொண்டிருக்கிறோம். உனக்கும் அது தெரியும். நாங்கள் இப்படியே போய்க்கொண்டிருந்தால் அதில் எந்தவிதமான பலனும் இல்லை. நீயும்...” என்று தொடரும் முன் இன்னொரு தெளிவற்ற ஒரு பரிச்சயம் இல்லாத குரல் உள்புகுந்து, “இஷான்! இதற்கு எல்லாவற்றிற்கும் மேலாக, உன்னையே நீ ஒரு மாயைக்குள் கொண்டுபோய், ஒவ்வொரு சிறிய காரியங்களுக்கும் உன்னையே நீ ஏமாற்றிப் பொய்சொல்லிக்கொண்டிருக்காதே - அந்த முழு விஷயமே ஒரு மொழியின் மேல் செலுத்தப்பட்ட மோசடி என்றோ அல்லது மொழியின்பால் செலுத்தப்பட்ட சிறிய வன்முறை என்றோ நினைத்துக் கொள்ளாதே,” என்று சொல்லிற்று. இப்போது அவர்கள் கிட்டத்தட்ட அவனை மரணத்திற்கு அருகே அழைத்துச் செல்வதுபோல மோசமாகக் கடித்துப் போட்டிருந்தார்கள். அவனுடைய காலடியில் இரத்தம் ஒரு குட்டைபோல் தேங்கி இருந்தது. அவனுடைய ரத்தம் சொட்டும் வாயின் ஓரம் இஷான் தன்னுடைய கடைசி வார்த்தைகளைக் கிசுகிசுத்தான்: “இஷான்! நீ மிக மிக பயங்கரமான அழகியல் சார்ந்த உன்னுடைய எழுத்தால் நீ மரணிக்கப் போகிறாய். ஏனென்றால் நீ உன்னுடைய வார்த்தைகளில் இனிமேல் நம்பிக்கை கொள்ளப் போவதில்லை. யார் என்ன சொன்னாலும், நீ எங்கள் மீது இருந்த நம்பிக்கையைக் கைவிட்டுவிட்டாய். இனிமேல் எல்லாக் காலங்களிலும் உன்னை யாராவது நம்புவார்கள் என்று நினைத்து விடாதே - ஏனென்றால் உன்னாலேயே நம்ப முடியாத உன்னை மற்ற எவர் நம்புவார்கள்?” தனக்குள் ஊறிப் போயிருந்த இஷானின் தட்டித் தட்டி மூட முயற்சிக்கும் கண்களுக்கு முன்பாக அங்கு நின்றிருந்த எல்லோரும் தங்களுக்குள் ஆழ்ந்து மூழ்கி, அவர்கள் முகத்தில் இருந்த ஒட்டுமொத்த அலங்காரப் பூச்சுகளையும் துடைத்துக்கொண்டார்கள். அதேபோல் அவர்கள் அணிந்திருந்த விலையுயர்ந்த ஆடைகளைக் கழற்றி, தெருவில் வசிப்பவர்கள் அணியும் சாதாரண உடைகளை அணிந்து கொண்டார்கள். அவர்களின் மத்தியில் அவன் பார்த்த ஒரு சிலரை மட்டும் அவன் அடையாளம் கண்டுகொண்டான் - அயோனா, சுஜித், கரீம். தன்னிடமிருந்த ஒட்டுமொத்த ரண வேதனையிலிருந்தும் அவன் விடுதலை பெற, அவன் மெல்ல கண்களை மூடிக்கொண்டு அவனுடைய குழந்தைப் பருவத்தைப்

பற்றிக் கற்பனை செய்ய ஆரம்பித்தான். அவனை ஒரு விடிந்தும் விடியாத அதிகாலைவேளை, இருட்டில் அந்த நகரத்தை விட்டு எல்லோரும் வெளியேற்றினார்கள். வயல்வெளிகளின் மத்தியில் ஒலிக்கும் கோவில் மணி ஓசை அவனுக்குத் துல்லியமாகக் கேட்டது. அவனது கிராமம் ஒட்டுமொத்தமாக அவன் வெளியேறும்போது தூங்கிக் கொண்டிருந்தது. கிராமத்தில் துவங்கிய இந்தக் கதை அவன் வாழும் நகரத்தின் குப்பைத்தொட்டி ஒன்றில் அவன் மரணத்திற்குப் பிறகு முடிந்துவிடும்.

“எவ்வளவு நீண்ட கால வழி இது!” என்று இஷான் நினைத்தான். இப்போது அவனுக்கு எந்தவிதமான வேதனையும் இல்லை. அவன் ஒரு குப்பைமேட்டின் மீது தூக்கி எறியப்பட்டிருந்தான். அவர்கள் எல்லோரும் அவனைச் சுற்றி நின்றபடி இருந்தபோது அவர்களது அழுக்கு நிர்ணயிக்கப்படாத வரையறை எல்லாமே தெள்ளம் தெளிவாகப் புரிந்தது. அதுமட்டுமல்ல அவர்கள் ஒருவருக்கு ஒருவர் தொடர்பில்லாதவர்களாகவும், அறிமுகம் இல்லாதவர்களாகவும் இருப்பதுபோல் நடந்துகொண்டனர். அதேபோல் ஒருவருக்கு ஒருவர் எல்லாக் காரணங்களுக்காகவும் தொடர்பற்றுப் போனதாகவும், திடீரென்று இத்தனை வருடங்களில் அவர்கள் மிகவும் வயதானவர்களாக, சிதைக்கப்பட்ட உருவற்ற உருவம் கொண்டவர்களாகத் தோற்றமளித்தார்கள். அவர்களுடைய பணி முடிந்துவிட்டது.

கிழக்கு வானத்தில் மெதுவாகக் கோடு கோடாக, அழுத்தமான ஒளி தோன்றத் துவங்கியது. அங்கு மங்கி எரிந்த தெரு விளக்குகளின் பக்கத்தில் குழுமி இருந்த காக்கைகள் எல்லாமே, கிராண்ட் ட்ரங்க் ஹைவே மூலமாக நகரத்திற்கு வெளியே சென்ற லாரிகளின் டயர்களில் அடிபட்டு இறந்த பூச்சிகளைச் சாப்பிட ஆரம்பித்திருந்தன. அங்கு ஒரு நிலசமன்பொறியும், இரண்டு டிராக்டர்களும் கழிவுநீர் சேர்கின்ற இடத்தின் பக்கத்தில் இருக்கக்கூடிய குப்பைக் குன்றுகள் நடுவில் சோம்பேறித்தனமாக நின்றுகொண்டிருந்தன. அந்தக் குப்பைக் குன்றுகள் எல்லாமே வானத்தின் விளிம்புபோல கோடுகளை ஏற்படுத்திக் கொண்டிருந்தன; கொஞ்ச தூரத்தில் சிவப்பு மற்றும் பழுப்பு நிற, நகராட்சிக் குப்பை எடுக்கும் வண்டிகள் கொட்டிச் சென்ற குப்பைமேட்டில், கிழிந்த ஆடைகள் உடுத்திய பெண்களும்

குழந்தைகளும் குப்பையின் புகைமண்டிய புழுதியில் ஏதோ முணுமுணுத்தபடி இருந்தார்கள். ஊர் எல்லைக்கு வெளியே நான்கு மைல் தூரத்தில் இருக்கும் ஆக்ட்ராய் செக் போஸ்டில் நிறுத்தப்பட்ட அந்தக் குளிர்சாதனப் பேருந்தைச் சுற்றி அதில் பயணித்தவர்கள் இறங்கி நின்றுகொண்டிருந்தனர். அதன் அருகில் ஒரு சூடான கலவை ஆலை இருந்தது. அங்கிருந்து 17 மைல் தூரத்தில்தான் மாநிலங்களுக்கு இடையிலான பேருந்து நிலையம் அமைந்திருந்தது. அந்த நேரத்திலும் அங்கு வந்த ஒரு பயணி புகைப்படம் எடுக்க விரும்பியதை அந்தப் பயண வழிகாட்டி ஒருவகையாக ஒப்புக்கொள்ளாமல் போனார் - அந்தப் பெண் வானில் பறந்த எண்ணற்ற பட்டங்களையும் வௌவால்களையும் வட்டமிடும் காக்கைகளையும், புகைமண்டி, சின்ன மலைக்குன்று போலக் கிடந்த குப்பைமேடுகளையும் புகைப்படம் எடுக்க விரும்பினார்.

குப்பை எரிந்த சாம்பல் பள்ளங்களில் இருந்து மெல்லக் கிளம்பும் புகையும், அவனைச் சுற்றி எழும்பிய குப்பையிலிருந்து வரக்கூடிய புகையும், அந்த இளம் கோடை காலத்து, அசைவற்ற காலை வானத்தில் மெல்லியதாக மேலே எழும்பிக்கொண்டிருந்தது. மேல் அலைந்த பூச்சிகளையும், எறும்புகளையும் அவன் புறந்தள்ளிவிட்டு, அவன் தனக்குத்தானே ஒரு கதையைச் சொல்ல ஆரம்பித்தான். அப்போது அவனுடைய பாவனைகள் எல்லாமே, எந்தக் கதையும் ஓர் ஆரம்பம் அல்லது முடிவு இல்லாமல் இருக்கக்கூடியவை போலவும், அந்தக் கதையை அவன் தனக்குத்தானே சொல்ல ஆரம்பித்த கதையாக இருக்கும் போலவும் இருந்தன.. அந்தக் கதை உண்மையிலேயே அந்த கதைக்கே தவறானதாக இருந்தது.

நன்றி

என்னுடைய கதை உலகத்தில் இருக்கக்கூடிய எல்லா கதாப்பாத்திரங்களும் ஒரு பகுதியில் என்னுள் இருக்கக்கூடிய பலரின் பிம்பமாகத்தான் இருக்கும் - நான் பெரிதான ஒரு பிம்பம் உடையவன் அல்ல. என்றாலும் நான் மற்றவர்களிடம் சென்று வைக்கக்கூடிய விண்ணப்பங்களின் கட்டமைப்பாகவே மட்டுமே பார்க்கப்பட்டேன்.

இந்த ஒட்டுமொத்த வாழ்க்கையே ஒரு வடிவற்ற - பிறரிடம் இருந்து கடன் வாங்கிக்கொண்ட, துண்டுதுண்டான அல்லது திருடிக்கொண்டுவந்த குரல்கள் மட்டுமே; கதைகளுக்கு மட்டுமே ஒரு வடிவம் இருக்கிறது. நான் என் வாழ்க்கையில் கடந்த எத்தனையோ பேருக்கு நன்றிக்கடன் உடையவனாக இருக்கிறேன். அவர்களை எனக்குத் தனிப்பட்ட முறையில் தெரிந்திருக்க முடியாமல் போனதின் ஒரே காரணம், அவர்கள் ஏற்கனவே இறந்து விட்டார்கள் என்பதும், வேறு இடங்களில் முந்தைய காலங்களில் வாழ்ந்தவர்களாக இருந்ததும்தான். ஏன்? - அவர்கள் சில நேரங்களில் வேறு மொழிகளில்கூட எழுதியிருந்தார்கள்.

அவர்களோடு சேர்ந்து இன்னும் சிலரும் இருந்தார்கள் - அவர்கள் நான் எழுதியிருக்கிற இந்தக் கதை உலகத்தை எப்போதுமே வாசிக்க வாய்ப்பில்லாமல் இருப்பவர்கள். நீங்களும் அவர்களுக்கு இதை வாசித்துக்காட்டிக்கொண்டிருக்க மாட்டீர்கள். அவர்கள் அனைவரையும் பெயரிட்டுக் குறிப்பிடுவது என்பது, என்னுடைய அன்பையும் நன்றிக்கடனையும் அவர்களிடம் பங்கு போட்டுக்கொண்டு, சரியான விகிதத்தில் தெரிவிப்பதாகக் கூட நான் நினைக்கிறேன். என்னுடைய பலவீனமான வழிமுறையாக அது இருக்கக்கூடும். என்றாலும் எனக்கு மிகவும் நெருக்கமானவர்களாக

உடன் இருந்தவர்களை நான் அமைதியின் போர்வைக்குள் மறைத்து வைக்க விரும்பவில்லை. அதில் ஒரு சிலர் இப்போது இவ்வுலகில் இல்லை. ஒரு தரவரிசை நிர்ணயம் இல்லாமல் அவர்கள் பெயர் பின்வருமாறு: அனில் மாஷ்ருவல்லா, சையது *M.* அஷ்ரஃப், அவ்தார் *K.* (தாரி) குப்தா, ஆத்மநாதன் (ஆத்மு) மணி, டென்சில் ஸ்டீட், கீதம் திவாரி, வித்யா பொரூவா, அஞ்சனா (கப்லி) குப்தா பேகல், ராஜ் *K.* அகர்வாலா, ஜித்தின் தேசாய், வாணி (விக்கி) பொரூவா, *T.V.* கிருஷ்ணன், வசந்த் கோத்தாரி, அபிஜித் சட்டர்ஜி, காஜல் தாஸ், தினேஷ் மோகன் மற்றும் பார்த்தா சட்டர்ஜி. இன்னும் சிலருக்கு பல்வேறு விதங்களில் இந்தக் கதைப் பின்னல்களை நெய்து, அவற்றை ஒரு கதைத் திரியாக உருவாக்கியதற்கு என்னுடைய நன்றியை நான் அவர்களுக்கு சமர்ப்பிக்க வேண்டும்.

இதிலிருக்கும் ஒரு சில கதைகள் என்னோடுகூடவே வயது கூடிக்கொண்டே வந்தவையாக இருந்தன - ஒரு சில மாற்றங்களைத் தவிர. இவை எந்தப் பதிப்பகங்களில் வெளியாகின என்பது கீழே கொடுக்கப்பட்டிருக்கிறது:

'Not to be Loose Shunted': Stand, Newcastle-upon-Tyne, England; reproduced in the Sahitya Akademi's Contemporary Indian Short Stories in English, New Delhi.

"The Light, The Way': Imprint, Mumbai; reproduced in Namaste, New Delhi.

'Kashi': Katha Prize Stories, Volume 1, New Delhi.

'Letter from a Dead Wife' appeared under the title "The Music of Leprosy: India International Centre Quarterly, New Delhi.

'Ex-votos for a Mask Maker': Helix and Luna, Australia.

அஷோக் ஸ்ரீநிவாசன் 82 ஆண்டுகளுக்கு முன்பு தென்னிந்தியாவின் தஞ்சாவூரில் உள்ள ஒரு கிராமத்தில் பிறந்தார். தற்போது இவர் தில்லியில் உள்ள The Indian Institute of Technology-யில் ஆலோசகராகப் பணியாற்றிவருகிறார்.

இவர் Indian Horizons நிறுவனராகவும் ஆசிரியராகவும் இருந்தார். இந்தியக் கலாச்சார உறவுகளுக்கான கவுன்சிலுக்காக, இந்தியக் கலாச்சாரத்தின் அம்சங்கள் குறித்த புத்தகங்களை ஸ்பானிஷ், பிரஞ்சு, அரபு மற்றும் இந்தி மொழிகளில் காலாண்டு இதழ்களாக இரண்டு தசாப்தங்களுக்கும் மேலாக வெளியிட்டவர். இதற்கு முன்பு, ஓரியண்ட் லாங்மேன்ஸ் லிமிடெட்டில் எடிட்டராகப் பணியாற்றினார்.

இவருடைய சிறுகதைகளின் தொகுப்பு, Book of Common Signs (Fourth Estate, HarperCollins), The Frank O'Connor International Short Story Award விருதின் நெடும்பட்டியலில் தேர்ந்தெடுக்கப்பட்டது. 2014ஆம் ஆண்டு Hindu Prize for Fiction-யை வென்றது.

Once Upon a Time (Fourth Estate, HarperCollins) இவரின் நாவல். கிறிஸ்துவைப் போன்ற ஒரு பெண்ணின் மீது கல்லெறிந்து அவளைக் கொல்லும் கருவைக் கொண்டது.

ICCRஇல் இவரது கடைசிப் பணி - லத்தீன் அமெரிக்காவில் உள்ள சுரினாமில் உள்ள இந்திய தூதரகத்தில் செயலாளராகவும் கலாச்சார மையத்தின் இயக்குநராகவும் பணியாற்றியது.

www.ingramcontent.com/pod-product-compliance
Lightning Source LLC
LaVergne TN
LVHW060234051026
849517LV00005B/1619
* 9 7 8 9 3 9 5 2 3 3 6 0 6 *